ഗ്രീൻ ബുക്സ്

രണ്ട് ഹുസ്സാറുകൾ

ലിയോ ടോൾസ്റ്റോയ്

വിശ്വസാഹിത്യകാരൻ, ചിന്തകൻ, മനുഷ്യസ്നേഹി, അഹിംസാവാദി. റഷ്യയിലെ പ്രഭുകുടുംബത്തിൽ ജനനം. അമ്മയുടെ വകയിലുള്ള യാസ്നാപോളിയാനയിലെ എസ്റ്റേറ്റിൽ സന്തോഷകരമായ കുട്ടിക്കാലം. മോസ്കോവിൽ വിദ്യാഭ്യാസം. പൗരസ്ത്യ ഭാഷകളും നിയമവും പഠിച്ചു. സോഷ്യലിസ്റ്റ് ആശയങ്ങളുമായി പ്രത്യക്ഷമായി ബന്ധപ്പെട്ടിരുന്നില്ലെങ്കിലും പാവപ്പെട്ടവരുടെ ജീവിതോന്നമനത്തിന്നായി ജീവിതാന്ത്യംവരെ പ്രവർത്തിച്ചു. 1851ൽ സൈന്യത്തിൽ ചേർന്നു. ക്രിമിയൻ യുദ്ധത്തിൽ പങ്കാളിയായി. 1862ൽ സോഫിയായെ വിവാഹം കഴിച്ചു. പതിമൂന്ന് മക്കൾ. റഷ്യൻ വിപ്ലവത്തിന്റെ എരിതീയിൽ ടോൾസ്റ്റോയിയുടെ ജീവിതസിദ്ധാന്തങ്ങൾ പ്രചുരപ്രചാരം നേടി. 1910ൽ ഭാര്യയുമായുള്ള അനൈക്യത്തെ തുടർന്ന് വീടുവിട്ട ടോൾസ്റ്റോയിയുടെ അന്ത്യം അസ്തപൊവാ എന്ന ചെറിയ ഒരു റെയിൽവേ സ്റ്റേഷനിൽ വച്ചായിരുന്നു.

ഗ്രീൻബുക്സ് പ്രസിദ്ധീകരിച്ച പ്രധാനകൃതികൾ:
യുദ്ധവും സമാധാനവും, അന്നാ കരെനീന,
ഇവാൻ ഇലിയിച്ചിന്റെ മരണം, ക്രൂയിറ്റ്സർ സൊനാറ്റ.

കെ.പി. ബാലചന്ദ്രൻ: വിവർത്തകൻ, ചരിത്രകാരൻ. 1939ൽ മണലൂരിൽ ജനനം. പിതാവ് വിദ്വാൻ കെ. പ്രകാശം. എഞ്ചിനീയറിങ്ങിൽ ബിരുദവും ചരിത്രത്തിൽ ബിരുദാനന്തര ബിരുദവും. കൊച്ചിൻ ഷിപ്പ്‌യാർഡിൽ അസിസ്റ്റന്റ് ജനറൽ മാനേജരായിരുന്നു.

നോവലെറ്റുകൾ
രണ്ട് ഹുസ്സാറുകൾ
ലിയോ ടോൾസ്റ്റോയ്

വിവർത്തനം:
കെ.പി. ബാലചന്ദ്രൻ

ഗ്രീൻ ബുക്സ്

green books private limited
gb building, civil lane road, ayyanthole,
thrissur- 680 003, kerala, ph: +91 487-2381066, 2381039
website: www.greenbooksindia.com
e-mail: info@greenbooksindia.com

malayalam
randu hussarukal
novelette
by
leo tolstoy

translated by
k.p. balachandran

first published november 2018
copyright reserved

cover design : g biju

branches:
thrissur 0487-2422515
palakkad 0491-2546162
thiruvananthapuram 0471-2335301
calicut 0495 4854662
kannur 0497-2763038

isbn : 978-93-87357-65-5

---

no part of this publication may be reproduced,
or transmitted in any form or by any means,
without prior written permission of the publisher.

GBPL/1043/2018

ലിയോ ടോൾസ്റ്റോയ് 1828 - 1910

രണ്ട് ഹുസ്സാറുകൾ

പത്തൊമ്പതാം നൂറ്റാണ്ടിന്റെ ആദ്യകാലം. അന്ന് റെയിൽവേയോ ഹൈവേകളോ ഇല്ല. ഗ്യാസ് ലൈറ്റുകൾ ഇല്ല. പൊക്കം കുറഞ്ഞ സ്പ്രിംഗ് കുഷ്യനുള്ള സോഫകളോ, വാർണിഷ് ഫർണീച്ചറുകളോ ഇല്ല. ഒറ്റ ക്കണ്ണട വച്ച മിഥ്യാധാരണയില്ലാത്ത യുവാക്കളോ, ഉല്പതിഷ്ണുക്കളായ മഹിളാ ഫിലോസർമാരോ ഇല്ല. മോസ്കോയിൽനിന്ന് സെന്റ് പീറ്റേഴ്സ് ബർഗിലേക്ക് പോകുന്നവർ അവരുടെ വണ്ടി നിറയെ പാകം ചെയ്ത ആഹാരപദാർത്ഥങ്ങളുമായിട്ടാണ് യാത്ര ചെയ്തിരുന്നത്. എട്ട് രാവും പകലും പൊടിയും ചളിയും നിറഞ്ഞ റോഡുകളിലൂടെയായിരിക്കും യാത്ര. അക്കാലത്ത്, ദീർഘമായ ശരത്ക്കാല സായാഹ്നങ്ങളിൽ മെഴു കുതിരികൾ കത്തിക്കൊണ്ടിരിക്കും. ഇരുപതോ, മുപ്പതോ കുടുംബാംഗ ങ്ങൾ കൂട്ടം കൂടി ആ മെഴുകുതിരി വെളിച്ചത്തിൽ ഇരിക്കും. ബാൾറൂമു കൾ നിറയെ കത്തുന്ന മെഴുകുതിരികളായിരിക്കും. അന്ന്, സംസ്ഥാന തലസ്ഥാനമായ 'കെ' പട്ടണത്തിൽ സമ്പന്നരായ ജന്മിമാരുടെ സമ്മേ ളനം നടക്കുന്നു. കുലീനവർഗ്ഗത്തിന്റെ പ്രതിനിധികളുടെ ഫൈനൽ തിര ഞ്ഞെടുപ്പ്.

1

"സാരമില്ല വേണ്ടി വന്നാൽ ഞാൻ പൊതുമുറിയിൽ കഴിഞ്ഞോളാം." ഓവർക്കോട്ടും ഹുസ്സാർ തൊപ്പിയും ധരിച്ച് ഒരു യുവ ഓഫീസർ, കുതിര വണ്ടിയിൽ നിന്ന് ഇറങ്ങി 'കെ' പട്ടണത്തിലെ ഏറ്റവും നല്ല ഹോട്ടലി ലേക്ക് പ്രവേശിക്കവേ പറഞ്ഞു. "അത് അത്രയ്ക്ക് ഗംഭീരമായൊരു സമ്മേളനമാണ്, യുവർ എക്സലൻസി, അസാധാരണം." പരിചാരകൻ ഓഫീസറുടെ ഭൃത്യനിൽനിന്നും അദ്ദേഹം ടോർബിൻ പ്രഭുവാണെന്ന് നേരത്തെത്തന്നെ മനസ്സിലാക്കിയിരുന്നതിനാലാണ് 'യുവർ എക്സ ലൻസി' എന്ന് അഭിസംബോധന ചെയ്തത്. "അഫ്രെമോവ്സ്കായ എസ്റ്റേറ്റിന്റെ യജമാനത്തിയും പുത്രന്മാരും ഇന്ന് വൈകുന്നേരം പോകുമെന്നാണ് വാക്കു കൊടുത്തിരിക്കുന്നത്. അതുകൊണ്ട് അങ്ങേക്ക്

വേണമെങ്കിൽ പതിനൊന്നാം നമ്പർ മുറി തരാം." പ്രഭുവിന് മുന്നിൽ ഇട നാഴിയിലൂടെ സാവധാനം നടക്കവെ, ഇടയ്ക്കിടെ പിൻതിരിഞ്ഞു നോക്കി, അയാൾ പറഞ്ഞു.

പൊതുമുറിയിൽ, കാലപ്പഴക്കം മൂലം മങ്ങിപ്പോയ, സാർ അലക്സാണ്ടറിന്റെ ഒരു പൂർണ്ണകായ ചിത്രത്തിനു കീഴിൽ, ചെറിയൊരു മേശയ്ക്ക് ചുറ്റും ഇരുന്ന് ഏതാനും പേർ ഷാമ്പെയിൻ കുടിക്കുന്നു. ആ പ്രദേശത്തെ കുലീന വർഗ്ഗത്തിൽപ്പെട്ടവരാണവർ എന്ന് കണ്ടാലറിയാം. അവർക്കരികിൽ, ഫർലൈസിംഗ് ഉള്ള കടുംനീല കോട്ട് ധരിച്ച വ്യാപാരികൾ ഇരിക്കുന്നു.

പ്രഭു മുറിയിൽ കയറിയ ഉടനെ 'ബ്ലുച്ചെർ' എന്ന് വിളിച്ചു. ചാരനിറമുള്ളൊരു കൂറ്റൻ പട്ടിയായിരുന്നു ബ്ലുച്ചെർ. കോളറിൽ പറ്റിപ്പിടിച്ച മഞ്ഞ് കുടഞ്ഞ് തന്റെ ഓവർക്കോട്ട് ഊരി ഇട്ട് വോഡ്കയ്ക്ക് ഓർഡർ കൊടുത്ത്, നീല സാറ്റിൻ ഉടുപ്പുകാരനായ അയാൾ മേശയ്ക്കരികിൽ ചെന്നിരുന്നു. അയാൾ അടുത്തിരുന്ന മാന്യന്മാരുമായി സംഭാഷണത്തിലേർപ്പെട്ടു. അയാളുടെ ആകാരഭംഗിയിലും നിഷ്കളങ്കമായ മുഖഭാവത്തിലും ആകർഷിക്കപ്പെട്ട അവർ അയാൾക്ക് ഒരു ഗ്ലാസ്സ് ഷാംപെയിൻ സമർപ്പിച്ചു. പ്രഭു ആദ്യം ഒരു ഗ്ലാസ്സ് വോഡ്കാ അകത്താക്കി. പിന്നെ തന്റെ പുതിയ പരിചയക്കാരെ സൽക്കരിക്കാനായി മറ്റൊരു കുപ്പിക്ക് ഓർഡർ കൊടുത്തു. ആ സമയത്ത് വണ്ടിക്കാരൻ അകത്തു വന്ന് കുടിക്കാനായി പണം ചോദിച്ചു.

"സാഷാ" പ്രഭു വിളിച്ചു. "അവന് പണം കൊടുക്കുക." വണ്ടിക്കാരൻ സാഷായോടൊപ്പം പുറത്ത് പോയി. അതിവേഗം പണം നീട്ടിക്കൊണ്ട് തിരിച്ചെത്തി.

"യുവർ എക്സലൻസി, ഞാൻ അങ്ങേക്കു വേണ്ടി എത്ര കഷ്ടപ്പെട്ടതാണ്; അങ്ങെനിക്ക് അര റൂബിൾ തരാമെന്ന് വാക്കു തന്നിരുന്നതല്ലേ, ഇയാൾ കാൽ റൂബിളാണ് തന്നത്!"

"സാഷാ! അവന് ഒരു റൂബിൾ കൊടുക്കൂ!"

സാഷാ വെറുപ്പോടെ വണ്ടിക്കാരന്റെ ബൂട്ട്സിലേക്ക് തുറിച്ചു നോക്കി, "അത് ധാരാളമാണ്."

അയാൾ പരുക്കൻ സ്വരത്തിൽ പറഞ്ഞു "എന്റെ കൈയിൽ പണമൊന്നുമില്ല."

പ്രഭു തന്റെ പേഴ്സിൽനിന്ന് രണ്ട് അഞ്ച് റൂബിൾ നോട്ടുകളെടുത്ത് (അതിലുണ്ടായിരുന്ന അവസാനത്തെ നോട്ടുകൾ) അതിലൊന്ന് വണ്ടിക്കാരന് കൊടുത്തു. അയാൾ പ്രഭുവിന്റെ കൈയിൽ ചുംബിച്ച് സ്ഥലം വിട്ടു.

"നല്ല നിലയിലാണ് ഞാൻ എത്തിച്ചേർന്നത്!" പ്രഭു പറഞ്ഞു. "എന്റെ അവസാനത്തെ അഞ്ച് റൂബിൾ!" "നിങ്ങളാണ് യഥാർത്ഥ ഹുസ്സാർ!"

അവരിലൊരു മാന്യൻ പുഞ്ചിരിയോടെ പറഞ്ഞു. അയാളുടെ മീശയും ശബ്ദവും പിന്നെ കാലുകൾ അലസമായ ഊർജ്ജസ്വലതയോടെ വെച്ചിരിക്കുന്ന വിധവും കണ്ടാൽ അയാളൊരു വിരമിച്ച അശ്വസേനാ ഓഫീസറാണെന്ന് മനസ്സിലാക്കാം. "നിങ്ങൾ ഇവിടെ അധികം ദിവസം താമസിക്കാൻ ഉദ്ദേശിക്കുന്നുണ്ടോ പ്രഭു!"

"എനിക്ക് കുറേ പണം കിട്ടാനുണ്ട്. അല്ലെങ്കിൽ ഞാനിവിടെ താമസിക്കുകയേ ഇല്ലായിരുന്നു. ഈ നശിച്ച ഹോട്ടലിൽ ഒരു മുറി പോലും കിട്ടാനില്ല. തുലഞ്ഞുപോകട്ടെ!"

"നിങ്ങൾക്ക് എന്റെ മുറി പങ്കിടാം പ്രഭു" കാവൽറി ഓഫീസർ പറഞ്ഞു. "ഞാൻ ഏഴാം നമ്പർ മുറിയിലാണ്. നിങ്ങൾക്ക് എന്നോടൊപ്പം താമസിക്കാൻ വിരോധമില്ലെങ്കിൽ ഇവിടെ മൂന്ന് ദിവസം തങ്ങാം. ഇന്ന് മാർഷൽ ഒരു നൃത്തവിരുന്ന് നൽകുന്നുണ്ട്. നിങ്ങളെ അതിൽ പങ്കെടുപ്പിക്കുന്നതിൽ അദ്ദേഹത്തിന് വലിയ സന്തോഷമായിരിക്കും. "സത്യമാണ് പ്രഭു, അതിൽ പങ്കെടുക്കുക" ആ കൂട്ടത്തിലെ സുമുഖനായൊരു യുവാവ് അഭിപ്രായപ്പെട്ടു. "നിങ്ങൾക്ക് എന്തിനാണീ തിരക്ക്? എന്തായാലും, ഈ തിരഞ്ഞെടുപ്പ് മൂന്ന് കൊല്ലത്തിലൊരിക്കൽ മാത്രം നടക്കുന്നതല്ലേ! ഞങ്ങളുടെ യുവമഹതികളെ ഒരു നോക്ക് കാണുകയെങ്കിലും ചെയ്യാമല്ലോ പ്രഭു."

"സാഷാ! എന്റെ വസ്ത്രങ്ങൾ എടുത്ത് വെക്കൂ. ഞാൻ കുളിമുറിയിലേക്ക് പോകുകയാണ്" പ്രഭു എഴുന്നേറ്റുകൊണ്ട് പറഞ്ഞു. "കാണാം - ഒരുപക്ഷേ, ശരിക്കും ഞാൻ മാർഷലിന്റെ വിരുന്നിന് പോയേക്കും".

അയാൾ വെയിറ്റർമാരിൽ ഒരാളെ വിളിച്ച് എന്തോ പറഞ്ഞു; വെയിറ്റർ അടക്കിച്ചിരിച്ചുകൊണ്ട് മറുപടി നൽകി. "എല്ലാം സാധ്യമാണ്. യുവർ എക്സലൻസി" പിന്നെ അയാൾ പോയി.

"എന്റെ പെട്ടി നിങ്ങളുടെ മുറിയിൽ കൊണ്ടുവെയ്ക്കാൻ പറയാം". ഇടനാഴിയിൽ നിന്ന് അയാൾ വിളിച്ചു പറഞ്ഞു.

"അത് വലിയൊരു ഔദാര്യമായി ഞാൻ കരുതും". കാവൽറി ഓഫീസർ വാതിൽക്കലേക്ക് ഓടിച്ചെന്ന് പറഞ്ഞു.

"റൂം നമ്പർ ഏഴ്, മറക്കല്ലേ."

പ്രഭുവിന്റെ കാലടിസ്വരം കേൾക്കാതായപ്പോൾ, കാവൽറി ഓഫീസർ തിരിച്ചു വന്ന്, ക്ലാർക്കിനടുത്തേക്ക് തന്റെ കസേര വലിച്ചിട്ട്, അയാളുടെ കണ്ണുകളിലേക്ക് ഉറ്റുനോക്കി പറഞ്ഞു.

"ഇദ്ദേഹമാണ് ആ മനുഷ്യൻ!"

"ശരിക്കും!"

"ഇദ്ദേഹമാണ്, ദ്വന്ദ്വയുദ്ധത്തിന് പ്രശസ്തനായ ആ ഹുസ്സാർ. ടൂർബിൻ എന്നാണ് അദ്ദേഹത്തിന്റെ പേര്, എല്ലാവർക്കും അദ്ദേഹത്തെ അറിയാം. അദ്ദേഹം എന്നെ തിരിച്ചറിഞ്ഞെന്ന് ഞാൻ പന്തയം വെക്കാം -

എന്നെ മനസ്സിലാക്കിയിരിക്കണം. കുതിരകളെ വാങ്ങാനായി എന്നെ ലെബെഡ്ധാനിലേക്കയച്ചപ്പോൾ, അദ്ദേഹവും ഞാനും മൂന്നാഴ്ചയോളം ആഘോഷിച്ച് കഴിഞ്ഞിട്ടുണ്ട്. അന്നൊരു ചെറിയ സംഭവം നടന്നു - അദ്ദേഹവും ഞാനുമാണ് അതിന് ഉത്തരവാദികൾ., അതുകൊണ്ടാണദ്ദേഹം എന്നെ തിരിച്ചറിഞ്ഞില്ലെന്ന് നടിച്ചത്. നല്ല മനുഷ്യൻ അല്ലേ!"

"തീർച്ചയായും, നല്ല മനുഷ്യൻ തന്നെ. എന്തൊരു ഹൃദ്യമായ പെരുമാറ്റം! അത്തരക്കാരനാണെന്ന് ആരും കരുതില്ല." ആ സുമുഖനായ യുവാവ് പറഞ്ഞു. "നമ്മൾ എത്രവേഗമാണ് സൗഹൃദത്തിലായത്. അദ്ദേഹത്തിന് ഇരുപത്തഞ്ച് വയസ്സിൽ കൂടില്ല എന്ന് ഞാൻ കരുതുന്നു, അല്ലേ?"

"അത്രയേ തോന്നൂ, എന്നാൽ കൂടുതലുണ്ട്. അദ്ദേഹത്തെ ശരിക്കും മനസ്സിലാക്കിയാലേ, അദ്ദേഹത്തെ വിലമതിക്കാനാകൂ. മാഡം മാഗുനോവായോടൊപ്പം ഒളിച്ചോടിയത് ആരാണ്? ഇദ്ദേഹം...? സാബ്ലിനെ ആരാണ് വധിച്ചത്? മട്നേവിനെ കാലിൽ പിടിച്ച് ജനലിലൂടെ വലിച്ചെറിഞ്ഞത് ആരാണ്? നെസ്റ്റെറോവ് രാജകുമാരനിൽ നിന്ന് ചീട്ടുകളിയിൽ മൂന്നു ലക്ഷം രൂപ റൂബിൾ നേടിയത് ആരാണ്? എന്തൊരു സാഹസികനാണദ്ദേഹമെന്ന് നിങ്ങൾക്ക് വിഭാവനം ചെയ്യാൻ കഴിയില്ല. ഒരു ചൂതാട്ടക്കാരൻ, ഒരു ദ്വന്ദ്വയുദ്ധവീരൻ, സ്ത്രീകളെ വശീകരിക്കുന്നവൻ. ഒരു യഥാർത്ഥ ഹുസ്സാറിനെ ആർക്കും വിലമതിക്കാനാവില്ല! ആഹ്, എന്തൊരു നാളുകളായിരുന്നു അത്!"

പിന്നെ പ്രഭുവിനോടൊപ്പം താൻ നടത്തിയ പോക്കിരിത്തരങ്ങളെക്കുറിച്ചുള്ള കഥകൾ വിവരിക്കാൻ തുടങ്ങി. അവ ഒരിക്കലും നടന്നിട്ടില്ലെന്നും മാത്രമല്ല, ഒരിക്കലും നടക്കാൻ സാദ്ധ്യതയില്ലാത്തതുമായിരുന്നു. എന്തുകൊണ്ടെന്നാൽ, അയാൾ ഇതുവരെ പ്രഭുവിനെ കണ്ടിട്ടേയില്ല. പ്രഭു പട്ടാളത്തിൽ പ്രവേശിക്കുന്നതിന് മുമ്പ് അയാൾ റിട്ടയർ ചെയ്ത് കഴിഞ്ഞിരുന്നു. രണ്ടാമതായി ആ കാവൽറി ഓഫീസർ ഒരിക്കലും അശ്വസേനയിൽ സേവനമനുഷ്ഠിച്ചിട്ടില്ല. അയാൾ നാലുകൊല്ലം ബെലെവിസ്കി റെജിമെന്റിൽ എളിയൊരു കേഡറ്റ് ആയിരുന്നു. പതാക വാഹകനായി പ്രമോഷൻ കിട്ടിയ ഉടനെ രാജിവെക്കുകയും ചെയ്തു. എന്നാൽ പത്ത് വർഷം മുമ്പ് പൂർവികസ്വത്ത് ലഭിച്ചപ്പോൾ, അയാൾ ശരിക്കും ലെബെഡ്യാനിലേക്കൊരു യാത്ര നടത്തിയിരുന്നു. അവിടെ വച്ച് ഏതാനും കുതിരപ്പട ഓഫീസർമാരോടൊപ്പം അയാൾ എഴുന്നൂറ് റൂബിൾ ധൂർത്തടിക്കുകയുണ്ടായിട്ടുണ്ട്. കുതിരപ്പടയിൽ ചേരണമെന്ന ഉദ്ദേശ്യത്തിൽ ഓറഞ്ച് നിറത്തിലുള്ള കഫുകളോട് കൂടിയ 'ഉഹ് ലാൻ' യൂണിഫോമിന് ഓർഡർ കൊടുക്കുകയും ചെയ്തു. കാവൽറിയിൽ ചേരാനുള്ള അയാളുടെ മോഹം അത്രയ്ക്ക് വലുതായിരുന്നു. കാവൽറി ഓഫീസർമാരോടൊപ്പം ലെബെഡ്യാനിൽ ചെലവഴിച്ച മൂന്ന് ആഴ്ചകൾ ജീവിതത്തിലെ ഏറ്റവും ആനന്ദകരമായ നാളുകളായി അയാൾ മനസ്സിൽ കാത്തുസൂക്ഷിച്ചു. ആ മോഹം യാഥാർത്ഥ്യമായി അയാൾ മനസ്സിൽ സങ്കല്പിച്ചു.

പിന്നീടത് ഒരു സ്മരണയായി നിലനിന്നു. അങ്ങനെ താനൊരു കാവൽറി ഓഫീസറാണെന്നയാൾ സ്വയം കരുതി. എന്നാൽ അതൊരിക്കലും, അയാളുടെ സത്യസന്ധതയ്ക്കും സ്നേഹഭാവത്തിനും ശരിയായ മാന്യതയ്ക്കും തടസ്സമായില്ല. "ആഹ്, അതെ കുതിരപ്പടയിൽ സേവന മനുഷ്ഠിച്ചിട്ടുള്ളവർക്ക് മാത്രമേ ഞങ്ങളെപ്പോലുള്ളവരെ വിലമതിക്കാനാകൂ." കസേരയിൽ കാല് പിണച്ചുവെച്ചിരുന്ന്, താടി മുന്നോട്ടാഞ്ഞ്, ഘനഗംഭീരമായ സ്വരത്തിലയാൾ തുടർന്നു. "ഒരു പിശാചിനെപ്പോലെ ഭീകരനായൊരു കുതിരപ്പുറത്തിരുന്ന് എന്റെ സ്ക്വാഡിന്റെ തലപ്പത്തിരുന്ന് ഞാൻ സവാരി ചെയ്യവേയാണ് ഞങ്ങളെ പരിശോധിക്കാനായുള്ള സ്ക്വാഡൻ കമാൻഡറുടെ വരവ്". പതാക ഓഫീസർ അയാൾ പറഞ്ഞത് "നിങ്ങൾ ഇല്ലാതെ കാര്യങ്ങൾ നിയന്ത്രിക്കാൻ ഞങ്ങൾക്ക് കഴിയില്ല. അതുകൊണ്ട് പരേഡിൽ സ്ക്വാഡിനെ നയിക്കാൻ നിങ്ങൾക്ക് ദയവുണ്ടാകണം." "വളരെ നല്ലത് സാർ" ഉടനെ ഞാനത് പ്രവർത്തിച്ചു കാണിച്ചു. ഞാൻ ഒറ്റക്കറക്കം, എന്റെ മീശക്കാരായ ധീരന്മാർക്ക് ഞാൻ ഉച്ചത്തിൽ കല്പന നൽകി; ഞങ്ങൾ മാർച്ച് ചെയ്തു. ആഹ്! എന്തൊരു കാലമായിരുന്നു അത്!"

പ്രഭു തുടുത്ത മുഖവും നനുത്ത മുടിയുമായി മുറിയിൽനിന്നും തിരിച്ചുവന്നു. അയാൾ നേരെ, കാവൽറി ഓഫീസറുടെ ഏഴാം നമ്പർ മുറിയിലേക്ക് പോയി. അവിടെ അയാൾ ഒരു പൈപ്പും കടിച്ചുപിടിച്ച്, ഡ്രസ്സിംഗ് ഗൗൺ ധരിച്ച് ഇരിക്കുകയായിരുന്നു. പ്രശസ്തനായ ടൂർബിന് തന്റെ മുറി പങ്കിടാൻ കഴിഞ്ഞതിലുള്ള സൗഭാഗ്യത്തെക്കുറിച്ച് നേരിയൊരാശങ്ക. "പെട്ടെന്ന് എന്നെ നഗ്നനാക്കി, പട്ടണത്തിന് പുറത്തേക്ക് കൊണ്ടുപോയി, മഞ്ഞിൽ കുഴിച്ചു മൂടാനോ, ദേഹമാസകലം ടാർ അടിക്കാനോ, അല്ലെങ്കിൽ ചുമ്മാ... ഇല്ല അദ്ദേഹം സ്വന്തം സഹപ്രവർത്തകനോട് അങ്ങനെയൊന്നും പെരുമാറില്ല". സ്വയം ആശ്വസിച്ചു.

"സാഷാ! ബ്ലൂചെറിന് തീറ്റ കൊടുക്കുക!" പ്രഭു അലറി.

ഒരു ഗ്ലാസ്സ് വോഡ്കാ അകത്താക്കിയിരുന്ന സാഷാ മത്തുപിടിച്ച മുഖത്തോടെ പ്രത്യക്ഷപ്പെട്ടു. "കുറച്ച് നേരം കാത്തിരിക്കാൻ കഴിഞ്ഞില്ല, അപ്പോഴേക്കും കുടിച്ച് ഫിറ്റായി, കശ്മലൻ! ബ്ലൂച്ചെറിന് തീറ്റ കൊടുക്കുക!"

"അതു കൊടുക്കാത്തതുകൊണ്ട് അവൻ ചാകുകയൊന്നുമില്ല, അവൻ എത്ര തടിച്ചു കൊഴുത്തിരിക്കുന്നു എന്ന് നോക്കൂ." നായയെ തട്ടിക്കൊണ്ട് സാഷാ പറഞ്ഞു.

"പിന്നാമ്പുറം സംസാരം വേണ്ട! അവന് തീറ്റ കൊടുക്കൂ!"

"നിങ്ങൾ ആകെ ശ്രദ്ധിക്കുന്നത് പട്ടിയുടെ കാര്യം മാത്രമാണ്; നിങ്ങളുടെ ആൾ ഒരു ഗ്ലാസ്സ് കുടിച്ചാൽ അയാൾക്കു നേരെ ഗർജ്ജിക്കുന്നു."

"ആയ്, നിനക്കെന്റെ കൈയിൽ നിന്ന് കിട്ടും!" പ്രഭുവിന്റെ അലർച്ചയിൽ ജനൽപാളികൾ ചിലമ്പി; കാവൽറി ഓഫീസർ ചെറുതായി ഒന്ന്

ഭയപ്പെട്ടു. "നിങ്ങളുടെ സാഷാ എന്തെങ്കിലും ഇന്ന് കഴിച്ചോ എന്ന് നിങ്ങൾ ചോദിച്ചോ? നിങ്ങൾക്ക് മനുഷ്യനേക്കാൾ താത്പര്യം നായയോടാണെങ്കിൽ വരൂ എന്നെ അടിച്ചോളൂ". സാഷാ പറഞ്ഞു. തൽക്ഷണം ശക്തമായൊരു ഇടി അയാളുടെ മൂക്കിൽ പതിച്ചു. ചുമരിൽ തലയടിച്ചുകൊണ്ടയാൾ നിലത്തു വീണു. ഉടനെ അയാൾ ചാടി എഴുന്നേറ്റ്, മൂക്കും പൊത്തിപ്പിടിച്ച് വാതിലിന് പുറത്തേക്കോടി. ഇടനാഴിയിലുണ്ടായിരുന്ന ഒരു പെട്ടിപ്പുറത്ത് കമിഴ്ന്നടിച്ച് വീണു.

"അയാൾ എന്റെ പല്ലുകൾ അടിച്ചു കൊഴിച്ചു." തന്റെ ചോരയൊലിക്കുന്ന മൂക്ക് ഒരു കൈകൊണ്ട് തുടയ്ക്കുകയും മറ്റേകൈകൊണ്ട് സ്വയം നക്കിത്തുടച്ച് നിൽക്കുന്ന നായയെ ചൊറിയുകയും ചെയ്തു.

"അയാൾ എന്റെ പല്ലുകൾ അടിച്ചു കൊഴിച്ചു, ബ്ലൂച്ചെർ, എന്നാലും അയാൾ എന്റെ പ്രഭുവാണല്ലോ. അയാൾക്ക് വേണ്ടി ഞാൻ തീയിലോ വെള്ളത്തിലോ ചാടാൻ തയ്യാറാണ്. സത്യമാണ്. നിനക്ക് മനസ്സിലായോ, അയാൾ എന്റെ പ്രഭുവാണ്. ബ്ലൂച്ചെർ. നിനക്ക് വിശക്കുന്നുണ്ടോ ബ്ലൂച്ചെർ?"

അവിടെ ഏതാനും മിനിറ്റു നേരം കിടന്നശേഷം അയാൾ എഴുന്നേറ്റു, നായയ്ക്ക് തീറ്റ കൊടുത്തു. മിക്കവാറും സാധാരണ നിലയിലായി, തന്റെ പ്രഭുവിനെ പരിചരിക്കാനും ചായകൊടുക്കാനുമായി പോയി.

"അതൊരു അവഹേളനമായി ഞാൻ കരുതും" കട്ടിലിന്റെ അറ്റത്ത് കാല് പൊക്കി വെച്ച് മെത്തയിൽ കിടക്കുന്ന പ്രഭുവിനോട് വിനീതമായി കാവൽറി ഓഫീസർ പറഞ്ഞു. "ഞാനും ഒരു പഴയ പട്ടാളക്കാരനും നിങ്ങളുടെ സഖാവുമാണെന്ന് വേണമെങ്കിൽ പറയാം. മറ്റുള്ളവരിൽ നിന്ന് പണം വാങ്ങിക്കുന്നതിനേക്കാൾ നല്ലതാണ് ഞാൻ സസന്തോഷം ഇരുന്നൂറ് റൂബിൾ തരുന്നത്. ഇപ്പോൾ അത്രയും പണം കൈയിലില്ല - നൂറ് റൂബിളേ ഉള്ളൂ. ഇന്നു തന്നെ ബാക്കി പണം ഞാൻ തരും. എന്നെ അവഹേളിക്കരുത് പ്രഭൂ."

"നന്ദി സുഹൃത്തേ" അയാളുടെ പുറത്ത് തട്ടിക്കൊണ്ട് പ്രഭു പറഞ്ഞു. അവർക്കിടയിൽ ഏതുതരം ബന്ധമാണ് വളർന്നു വരാൻ പോകുന്നതെന്ന് ഊഹിച്ചു. "നന്ദി, കാര്യങ്ങളുടെ കിടപ്പ് അങ്ങനെയാണെങ്കിൽ നമുക്ക് നൃത്തവിരുന്നിന് പോകാം. തത്ക്കാലം നമ്മൾ എന്താണ് ചെയ്യുക? ഈ പട്ടണത്തിൽ എന്തൊക്കെയാണ് നടക്കുന്നതെന്ന് എന്നോട് പറയുക. സുന്ദരികളായ പെൺകുട്ടികൾ ഇവിടെ ഉണ്ടോ? വിഷയലമ്പടന്മാർ, ചൂതാട്ടക്കാർ?"

"നൃത്തവിരുന്നിൽ ധാരാളം സുന്ദരികളായ പെൺകുട്ടികൾ ഉണ്ടാകും. പുതുതായി തിരഞ്ഞെടുക്കപ്പെട്ട പൊലീസ് ക്യാപ്റ്റൻ കൊൻക്കോവ് ആണ് പട്ടണത്തിലെ ഏറ്റവും വലിയ വിഷയലമ്പടൻ. ഒരു യഥാർത്ഥ ഹുസ്സാറിനോളം സാഹസികനല്ലെങ്കിലും നല്ല കൂട്ടത്തിലാണ്. തിരഞ്ഞെടുപ്പിന്റെ ആരംഭം മുതൽ ഇലിയുഷ്കായുടെ ജിപ്സി സംഘഗാനം

ഇവിടെ അലയടിക്കുന്നു. സ്റ്റേഷായാണ് സോളോ വായിക്കുന്നവൻ. എല്ലാവരും ബാൾ വിരുന്നിനു ശേഷം ജിപ്സിഗാനം കേൾക്കാൻ പോകാനായി പദ്ധതിയിട്ടിരിക്കയാണ്." കാവൽറി ഓഫീസർ പറഞ്ഞു.

"ചീട്ടുകളിയും ധാരാളം നടക്കും". അയാൾ പറഞ്ഞു. "ലൂഖ്നോവ് എന്ന് പേരുള്ളൊരു സമ്പന്നനായ സന്ദർശകൻ സദാസമയവും ചീട്ടു കളിച്ചു കൊണ്ടിരിക്കുന്നവനാണ്. എട്ടാം നമ്പർ മുറിയിലെ ഉഹ്ലാൻ റെജിമെന്റിലെ ഓഫീസർ ഇലിയിൻ ഇതിനകം വളരെയേറെ പണം നഷ്ട പ്പെടുത്തിക്കഴിഞ്ഞു. അവർ കളി തുടങ്ങിയിരിക്കുന്നു. എന്നും സന്ധ്യ യ്ക്കവർ കളിക്കും എത്ര നല്ല മനുഷ്യനാണ് ഇലിയിൻ എന്ന് നിങ്ങൾക്ക് വിശ്വസിക്കാനാവില്ല പ്രഭു; ഉദാരനായ ഈ മനുഷ്യൻ – അയാൾ ഇട്ടിരി ക്കുന്ന ഷർട്ട് പോലും നിങ്ങൾക്ക് ഊരിത്തരും."

"അപ്പോൾ നമ്മൾക്ക് പോയി അയാളെ കാണാം. അവരൊക്കെ ഏതു തരം മനുഷ്യരാണെന്നൊന്ന് നോക്കാം." പ്രഭു പറഞ്ഞു.

"നമ്മൾക്ക് പോകാം. നമ്മളെ കാണുമ്പോഴവർക്ക് ഭയങ്കര ആഹ്ലാദ മായിരിക്കും."

2

ഉഹ്ലാനിലെ ഓഫീസർ ഇലിയിൻ അപ്പോൾ തന്നെ എഴുന്നേറ്റതേ യുള്ളൂ. തലേന്ന് രാത്രി എട്ടുമണിക്ക് ചീട്ടുമേശയിൽ ഇരിക്കാൻ തുട ങ്ങിയ അയാൾ ഒറ്റ അടിക്ക് പതിനഞ്ച് മണിക്കൂർ കളിച്ചു. പിറ്റേന്ന് രാവിലെ പതിനൊന്ന് മണിക്കാണ് കളി അവസാനിപ്പിച്ചത്. വലിയൊരു തുകയാണ് അയാൾക്ക് നഷ്ടപ്പെട്ടത്. എത്ര വലിയ തുക എന്ന് അയാൾക്കു തന്നെ അറിയില്ലായിരുന്നു. കാരണം, സ്വന്തം മൂവായിരം റൂബിളിന് പുറമെ റെജിമെന്റിന്റെ പതിനയ്യായിരം റൂബിൾ കൂടി അയാളുടെ പക്കൽ ഉണ്ടാ യിരുന്നു – വളരെ നേരത്തെത്തന്നെ അത് സ്വന്തം പണവുമായി കൂട്ടി ക്കലർത്തിയിരുന്നു. അതിൽ നിന്ന് പണം താൻ എടുത്തിട്ടുണ്ടായിരി ക്കുമോ എന്ന ഭയം സ്ഥിരീകരിക്കുമോ എന്ന പേടിയാൽ, അയാൾ അത് എണ്ണിനോക്കാൻ പോലും ഭയപ്പെട്ടു. ഏകദേശം ഉച്ച ആയപ്പോഴാണയാൾ ഗാഢനിദ്രയിലാണ്ടത്. സ്വപ്നം പോലുമില്ലാത്ത അഗാധമായ ഉറക്കം! ചീട്ടുകളിയിൽ ഇത്രമാത്രം നഷ്ടം വന്നശേഷം ഇങ്ങനെ ഉറങ്ങാൻ യുവാ ക്കൾക്കു മാത്രമേ കഴിയൂ. ടർബിൻ പ്രഭു ഹോട്ടലിൽ എത്തിയത്. വെകു ന്നേരം ആറുമണിക്കാണ്; അയാൾ ഉറക്കമുണർന്ന നേരത്ത് നിലത്ത് ചിതറിക്കിടക്കുന്ന കാർഡുകളും ചോക്കുകളും മുറിക്കു നടുവിലെ കറ പിടിച്ച മേശകളും കണ്ടപ്പോൾ, രാത്രിയിലെ ചീട്ടുകളി ഉഗ്രഭീതിയോടെ അയാൾ ഓർത്തു. പ്രത്യേകിച്ച് തനിക്ക് അഞ്ഞൂറ് റൂബിൾ നഷ്ടം വരുത്തിയ അവസാന കാർഡ്. എന്നാൽ, യാഥാർത്ഥ്യം അംഗീകരി ക്കാൻ മനസ്സില്ലാതിരുന്ന അയാൾ തലയിണയ്ക്കടിയിൽ നിന്നും പണം

പുറത്തെടുത്ത് എണ്ണാൻ തുടങ്ങി. പരസ്പരം കൈമാറിയ ചില ബാങ്ക് നോട്ടുകൾ അയാൾ തിരിച്ചറിഞ്ഞു. ഇതയാളെ മുഴുവൻ കളിയും ഓർമ്മിപ്പിച്ചു. തന്റെ മൂവായിരം റൂബിളിനോടൊപ്പം റെജിമെന്റിന്റെ രണ്ടായിരത്തി അഞ്ഞൂറും നഷ്ടപ്പെട്ടിരിക്കുന്നു.

തുടർച്ചയായി നാല് രാത്രികളായി അയാൾ കളിക്കുന്നു.

റെജിമെന്റിന്റെ പണവുമായി മോസ്കോയിൽ നിന്ന് വന്നതാണയാൾ. 'കൊ' പട്ടണത്തിൽ മാറ്റാനുള്ള കുതിരയില്ലെന്ന നാട്യത്തിൽ താവളത്തിലെ കാര്യസ്ഥൻ അയാളെ അവിടെ താമസിപ്പിച്ചു. എന്നാൽ സത്യത്തിൽ ഹോട്ടൽ ഉടമയുമായുള്ള ഒരു രഹസ്യക്കരാറനുസരിച്ച് എല്ലാ യാത്രക്കാരെയും ഈ പട്ടണത്തിൽ ഒരുരാത്രി അയാൾ പാർപ്പിക്കുമായിരുന്നു! ഉഹ്ലാൻ ഓഫീസർ ഉല്ലാസവാനായൊരു യുവാവായിരുന്നു. ഒരു റെജിമെന്റിൽ നിയമിതനായതിന്റെ പേരിൽ മാതാപിതാക്കളിൽ നിന്നും ലഭിച്ച മൂവായിരം റൂബിളുമായി എത്തിയ അയാൾക്ക് 'കെ' പട്ടണത്തിൽ ഏതാനും ദിവസങ്ങൾ തങ്ങുന്നതിന് സന്തോഷമേ ഉണ്ടായിരുന്നുള്ളൂ. പ്രത്യേകിച്ച് തിരഞ്ഞെടുപ്പ് ആഘോഷവേളയിൽ തനിക്കിവിടെ ആഹ്ലാദപൂർവം അടിച്ചു പൊളിക്കാമെന്നയാൾ കരുതി. അയാൾക്ക് പരിചയമുള്ളൊരു ഗ്രാമീണജന്മി കുടുംബസമേതം അടുത്ത് താമസമുണ്ട്. അയാളെ കാണാനും അയാളുടെ പുത്രിമാരുമായി സല്ലപിക്കാനുമായി പുറപ്പെടാൻ നിൽക്കുമ്പോഴാണ്, കാവൽറി ഓഫീസർ വന്ന് പരിചയപ്പെടുന്നത്. അതേ ദിവസം സന്ധ്യയ്ക്ക്, യാതൊരു ദുരുദ്ദേശ്യവുമില്ലാതെ തന്റെ സുഹൃത്ത് ലുഖ്നോവിനെയും മറ്റ് ചില ചീട്ടുകളിക്കാരെയും പബ്ലിക് ഹാളിൽ വെച്ച് പരിചയപ്പെടുത്തി. അന്ന് മുതൽ ചീട്ടുമേശയ്ക്ക് മുന്നിൽ ഇരിപ്പ് തുടങ്ങിയതാണ് ഉഹ്ലാൻ ഓഫീസർ. അയാൾ തന്റെ സുഹൃത്തായ ഗ്രാമീണജന്മിയുടെ കാര്യം തന്നെ മറന്നുപോയി. കുതിരകളെക്കുറിച്ച് അന്വേഷിക്കാൻ പോലും മറന്നു. സത്യത്തിൽ, നാല് ദിവസമായി അയാൾ മുറിക്ക് പുറത്തു തന്നെ അധികം ഇറങ്ങിയിട്ടില്ല.

വേഷം മാറി, പ്രാതൽ കഴിച്ചശേഷം അയാൾ അലസനായി ജനാലയിലൂടെ പുറത്തേക്ക് നോക്കി. അല്പം നടത്തം ചീട്ടുകളിയെ കുറിച്ചുള്ള മാറാത്ത ചിന്തയെ മനസ്സിൽ നിന്ന് ഓടിക്കാനുപകരിക്കുമെന്ന് അയാൾ വിചാരിച്ചു. അയാൾ ഓവർക്കോട്ട് ധരിച്ച് പുറത്തേക്കിറങ്ങി. ചുകന്ന മേൽക്കൂരകളുള്ള വെളുത്ത വീടുകൾക്കു പിന്നിൽ സൂര്യൻ താഴ്ന്നു കഴിഞ്ഞിരുന്നു. സന്ധ്യയായി. അന്തരീക്ഷം ഊഷ്മളമായിരുന്നു. വൃത്തികെട്ട വഴികളിലേക്ക് ഹിമപാളികൾ മെല്ലെ പതിച്ചു കൊണ്ടിരുന്നു. ഈ ദിവസം മുഴുവൻ താൻ കിടന്നുറങ്ങിയെന്നും ദിവസം അവസാനിക്കാറായി എന്നുമുള്ള ചിന്ത അയാളെ വിഷാദവാനാക്കി.

“നഷ്ടപ്പെട്ട ഈ ദിവസം ഇനി ഒരിക്കലും തിരിച്ചു വരില്ല” അയാൾ ചിന്തിച്ചു. “ഞാൻ എന്റെ യുവത്വം പാഴാക്കി.” സത്യത്തിൽ താൻ യുവത്വം പാഴാക്കി എന്നർത്ഥമാക്കിക്കൊണ്ടല്ല അയാൾ അത് പറഞ്ഞത്–

തീർച്ചയായും, ഈ വിഷയത്തെക്കുറിച്ച് യാതൊന്നും അയാൾ ചിന്തിച്ചിട്ടില്ല – എന്നാൽ, ആ ചൊല്ല് പെട്ടെന്ന് തന്റെ മനസ്സിൽ വന്നതുകൊണ്ട് പറഞ്ഞുപോയതാണ്. "ഞാൻ എന്താണിനി ചെയ്യേണ്ടത്? "ആരുടെയെങ്കിലും കൈയിൽ നിന്ന് പണം കടം വാങ്ങിച്ച് തിരിച്ചു പോയാലോ?" നടപ്പാതയിൽ ഒരു സ്ത്രീ അയാളെ കടന്നുപോയി. "വിഡ്ഢിയെപ്പോലുള്ള സ്ത്രീ" എന്തോ ചില വിചിത്ര കാരണങ്ങളാൽ അയാൾ ചിന്തിച്ചു. "എനിക്ക് കടം വാങ്ങാനായി ആരുമില്ല. ഞാൻ എന്റെ യുവത്വം പാഴാക്കി." അയാൾ കടകൾക്ക് മുന്നിലൂടെ നടന്നു. കുറുക്കൻരോമം കൊണ്ട് ലൈനിംഗ് ചെയ്തു കോട്ട് ധരിച്ച് ഒരു കടയുടെ വാതിൽക്കൽ നിന്നിരുന്ന ഒരാൾ, ആളുകളെ ഉള്ളിലേക്ക് ക്ഷണിക്കുന്നു. "ആ എട്ട് ഞാൻ വിട്ടുകളഞ്ഞിരുന്നില്ലെങ്കിൽ എനിക്കെന്റെ നഷ്ടം നികത്താമായിരുന്നു." അയാളുടെ പിന്നാലെ നടന്നിരുന്ന ഒരു വൃദ്ധയാചകി എന്തോ പിറുപിറുത്തു. "എനിക്ക് പണം കടം വാങ്ങിക്കാനാരുമില്ല." കരടിത്തോൽ കോട്ട് ധരിച്ച ഒരാൾ വേഗം വണ്ടി ഓടിച്ചുപോയി. ഡ്യൂട്ടി കാവൽക്കാരൻ നിലയുറപ്പിച്ചിട്ടുണ്ട്. "ഒരു പ്രക്ഷുബ്ധാവസ്ഥ സൃഷ്ടിക്കാനായി എനിക്കെന്ത് ചെയ്യാൻ കഴിയും? ഈ ആളുകളെ വെടിവെച്ചാലോ? അത് വളരെ വിരസം. ഞാനെന്റെ യുവത്വം പാഴാക്കി. എത്ര മനോഹരമായ കുതിരക്കോപ്പാണവിടെ ഞാത്തിയിട്ട് പ്രദർശിപ്പിച്ചിരിക്കുന്നത്! മൂന്ന് കുതിരകളെ പൂട്ടിയ വണ്ടിയിൽ പറപ്പിച്ചു പോകാൻ എന്ത് രസമായിരിക്കും! ഞാൻ ഹോട്ടലിലേക്ക് തിരിച്ചു പോകുകയാണ്. ലൂഖ്നോവ് ഉടനെ എത്തും, ഞങ്ങൾക്ക് കളി തുടങ്ങണം."

അയാൾ തിരിച്ചുപോയി പണം വീണ്ടും എണ്ണി. ഇല്ല ആദ്യത്തെ പ്രാവശ്യം അയാൾ തെറ്റൊന്നും വരുത്തിയിട്ടില്ല. രണ്ടായിരത്തി അഞ്ഞൂറ് റൂബിൾ റെജിമെന്റ് പണത്തിൽ കുറവുണ്ട്. "ഞാൻ ആദ്യ കാർഡിൽ ഇരുപത്തഞ്ച് റൂബിൾ വാത് വെക്കും, രണ്ടാമത്തേതിൽ 'കോർണർ' പിന്നെ പന്തയത്തിന്റെ ഏഴ് ഇരട്ടി, പിന്നെ പതിനഞ്ച്, മുപ്പത്, അറുപത് ഇരട്ടി, മൂവായിരം റൂബിൾ വരെ. പിന്നെ ഞാനാ കുതിരക്കോപ്പുകൾ വാങ്ങി സ്ഥലം വിടും. എന്നാൽ, അയാളെന്നെ ജയിക്കാനനുവദിക്കില്ല; ആ ദുഷ്ടൻ! ഞാനെന്റെ യുവത്വം പാഴാക്കി."

ലൂഖ്നോവ് മുറിയിലേക്ക് കടന്നുവന്നപ്പോൾ ഉഹ്ലാന്റെ മനസ്സിലൂടെ കടന്നുപോയ ചിന്തകൾ അവയായിരുന്നു.

"നിങ്ങൾ എഴുന്നേറ്റിട്ട് കുറെ നേരമായല്ലോ, മിഖെയ്‌ലോ വാസിലിയിച്ച്?" തന്റെ എല്ലുന്തിയ മൂക്കിൽ നിന്ന് സ്വർണ്ണക്കണ്ണട മെല്ലെ എടുത്ത് ഒരു ചുകന്ന സിൽക്ക് ഉറുമാൽ കൊണ്ട് തുടച്ച് ലൂഖ്നോവ് ചോദിച്ചു.

"ഇല്ല. ഞാനിപ്പോൾ ഉണർന്നതേയുള്ളൂ. സുഖമായി ഉറങ്ങി."

"ഒരു ഹുസ്സാർ ഇപ്പോൾത്തന്നെ എത്തിയിട്ടുണ്ട്. അയാൾ സാവൽഷെവസ്കിയോടൊപ്പമാണ് താമസിക്കുന്നത്. നിങ്ങൾ കേട്ടോ?"

"ഇല്ല ഞാൻ കേട്ടില്ല. മറ്റുള്ളവർ എവിടെ?

“അവർ പ്രിയാഖിനെ കാണാനായി ഇറങ്ങി. ഉടനെ എത്തും.”

അവർ വേഗം മറ്റുള്ളരോടൊപ്പം ചേർന്നു - ലുഖ്നോവിനോടൊപ്പം എപ്പോഴും കാണാറുള്ള പ്രാദേശിക ഗാരിസൺ ഓഫീസർ, വലിയ വളഞ്ഞ മൂക്കുള്ളൊരു ഗ്രീക്ക് വ്യാപാരി, (തവിട്ട് നിറവും കുഴിഞ്ഞ കറുത്ത കണ്ണുമുള്ളൊരു മനുഷ്യൻ), പകൽ മദ്യവാറ്റും രാത്രി അര റൂബിൾ പോയിന്റിന് വാതുവെച്ച് ചൂതാട്ടവും നടത്തുന്ന ഒരു തടിയൻ ജന്മി.

എല്ലാവരും കളി തുടങ്ങാൻ ആകാംക്ഷയുള്ളവരായിരുന്നു. എന്നാൽ, മുഖ്യകളിക്കാർ യാതൊരു സൂചനയും നൽകിയില്ല. പ്രത്യേകിച്ച് ലൂഖ്നോവ്; അയാൾ വലിയ ആത്മസംയമനത്തോടെ മോസ്കോയിലെ നിയമരാഹിത്യത്തെക്കുറിച്ച് സംസാരിക്കുകയാണ്.

“ഒന്ന് ചിന്തിച്ചു നോക്കൂ!” അയാൾ പറഞ്ഞു. “നമ്മുടെ മഹാനഗരങ്ങളിലൊന്നും തലസ്ഥാനവുമായ മോസ്കോയിൽ കശ്മലന്മാർ കൈയിൽ നീണ്ട നഖങ്ങളുമായി പിശാചുക്കളെപ്പോലെ വേഷമണിഞ്ഞ് മണ്ടന്മാരായ ജനങ്ങളെ പേടിപ്പിക്കുകയും യാത്രക്കാരെ കൊള്ളയടിക്കുകയും ചെയ്തുകൊണ്ട് രാത്രിയിൽ തെരുവുകളിൽ ചുറ്റിക്കറങ്ങുന്നു. അതിനെതിരെ യാതൊരു നടപടിയും എടുക്കപ്പെടുന്നില്ല..... എന്താണ് പൊലീസ് കരുതുന്നത്? അതാണ് ഞാൻ അറിയാൻ ആഗ്രഹിക്കുന്നത്.”

ഉഹ്ലാൻ ഈ നിയമരാഹിത്യത്തെ കുറിച്ചുള്ള വിവരണം ശ്രദ്ധിച്ചു കേട്ടു; ഒടുവിൽ അയാൾ എഴുന്നേറ്റ്, ശാന്തനായി ചീട്ട് കൊണ്ടുവരാൻ ആവശ്യപ്പെട്ടു. തടിയൻ ജന്മിയാണവരുടെ അഭിലാഷം ആദ്യമായി പ്രകടിപ്പിച്ചത്.

“ശരി മാന്യരെ, എന്തിന് നമ്മൾ സുവർണ്ണാവസരം പാഴാക്കുന്നു? നമ്മൾക്ക് ബിസിനസ്സിലേക്ക് കടക്കാം.”

നിങ്ങളുടെ ആഗ്രഹം എനിക്ക് മനസ്സിലാക്കാൻ കഴിയും. നല്ലൊരു തുക ഇന്നലെ രാത്രി വീട്ടിൽ കൊണ്ടുപോയതല്ലേ.” ഗ്രീക്കുകാരൻ പറഞ്ഞു. “എന്നാൽ, ശരിക്കും സമയമായി” ഗാരിസൺ ഓഫീസർ അഭിപ്രായപ്പെട്ടു.

ലൂഖ്നോവ് ഇലിയിന്റെ കണ്ണുകളിലേക്ക് നേരെ നോക്കി ശാന്തനായി പിശാചുക്കളെ പോലെ നീണ്ട നഖങ്ങളുമായി വേഷം മാറി നടക്കുന്ന കശ്മലന്മാരെ കുറിച്ചുള്ള സംസാരം തുടർന്നു.

“നമ്മൾക്ക് ചീട്ട് ഇട്ടുകൂടെ?”ഉഹ്ലാൻ ചോദിച്ചു.

“അത് കുറച്ച് നേരത്തെ ആയില്ലേ?”

“ബെലോവ്!” ഉഹ്ലാൻ വിളിച്ചു പറഞ്ഞു. എന്തോ കാരണത്താൽ അയാളുടെ മുഖം തുടുത്തിരുന്നു. “എനിക്ക് അത്താഴം കൊണ്ടുവരിക, ഞാനിതുവരെ ഒന്നും കഴിച്ചിട്ടില്ല, മാന്യരെ ഷാമ്പെയിൻ കൊണ്ടു വരൂ; ഞങ്ങൾക്ക് ചീട്ടും തരൂ.”

ആ സമയത്ത് പ്രഭുവും സാവൽഷെവിസ്കിയും കൂടി കടന്നുവന്നു. ടൂർബിനും ഇലിയനും ഒരേ ഡിവിഷനിലാണെന്ന് മനസ്സിലാക്കാൻ കഴിഞ്ഞു. അവർ പെട്ടെന്ന് സുഹൃത്തുക്കളായി പരസ്പരം ഷാമ്പെയിൻ ടോസ്റ്റ് ചെയ്തു. അഞ്ച് മിനിറ്റിനുള്ളിൽ ആത്മാർത്ഥ സുഹൃത്തുക്കളെപ്പോലെ സംസാരിക്കാൻ തുടങ്ങി! തന്നാൽ കഴിയാവുന്നത്ര മതിപ്പ് പ്രഭുവിൽ പതിപ്പിക്കാനായി ഇലിയിൽ ശ്രമിച്ചു. പ്രഭു അവനെ നോക്കി പുഞ്ചിരിക്കുകയും അയാളുടെ പ്രായക്കുറവിനെ ചൊല്ലി കളിയാക്കി ചിരിക്കുകയും ചെയ്തു.

"നല്ല കുതിരപ്പടയാളിയാണ് നിങ്ങൾ" അയാൾ പറഞ്ഞു. "എന്ത് കൃതാവ്! അത്ര ഭയങ്കരമായ കൃതാവ്!"

ഇലിയിന്റെ മേൽമീശ വെളുത്തിട്ടായിരുന്നു. "നിങ്ങൾ ചീട്ടുകളിക്കാൻ തയ്യാറെടുക്കുകയാണോ?" പ്രഭു ചോദിച്ചു. "കൊള്ളാം നിങ്ങൾ ജയിക്കുമെന്നാണെന്റെ വിശ്വാസം, ഇലിയിൻ, നിങ്ങൾ ഒരു ഒന്നാം തരം കളിക്കാരനാണ്, അല്ലേ!" അയാൾ ഒരു ചെറു പുഞ്ചിരിയോടെ കൂട്ടിച്ചേർത്തു.

"ഞങ്ങൾ തയ്യാറെടുക്കുകയാണ്." ഒരു പാക്കറ്റ് ചീട്ട് തുറക്കവെ ലൂഖ്നോവ് മറുപടി നൽകി. "ഞങ്ങളോടൊപ്പം കൂടുന്നോ, പ്രഭു?"

"ഇല്ല ഇന്ന് വൈകുന്നേരം ഇല്ല. ഞാൻ കളിക്കാനിരുന്നാൽ നിങ്ങളെ വൃത്തിയായി കൊള്ളയടിക്കും! ഏതു ബാങ്കും പൊളിഞ്ഞുപോകും! ഇപ്പോൾ എന്റെ കൈയിൽ ഒന്നുമില്ല, വൊളോച്ചോക്കിനടുത്ത താവളത്തിൽ വെച്ച് എനിക്കെല്ലാം നഷ്ടപ്പെട്ടു. കൈവിരലുകളിൽ മോതിരമണിഞ്ഞ ഒരു പട്ടാളക്കാരൻ എന്നെ ശരിക്കും കാലിയാക്കി! അയാളൊരു കള്ളക്കളിക്കാരനായിരിക്കണം."

"നിങ്ങൾക്ക് താവളത്തിൽ കുറേനേരം കാത്തിരിക്കേണ്ടി വന്നോ? ഇലിയിൻ ചോദിച്ചു.

"ഇരുപത്തി രണ്ട് മണിക്കൂർ! ആ നശിച്ച സ്റ്റേഷൻ ഞാൻ ഒരിക്കലും മറക്കില്ല. ആ സ്റ്റേഷൻ മാസ്റ്റർ എന്നെയും ഒരിക്കലും മറക്കില്ല."

"എങ്ങനെയാണത്?"

ആ സ്റ്റേഷൻ മാസ്റ്റർ അവിടെ ചെന്ന എന്നോട് അയാളുടെ വൃത്തികെട്ട കപടമുഖം കാണിച്ച് പറയുകയാണ് "കുതിരയൊന്നുമില്ല ഞാൻ നിങ്ങളോട് പറയട്ടെ, ഇത്തരം സന്ദർഭത്തിൽ താഴെ കൊടുത്തിരിക്കുന്ന നടപടിയാണ് ഞാൻ പിൻതുടരുക; എപ്പോഴെങ്കിലും കുതിരയില്ലെന്ന് എന്നോട് പറയുന്നുവോ, അപ്പോഴെല്ലാം ഓവർക്കോട്ട് പോലും ഊരാതെ ഞാൻ നേരെ ഓവർസിയറുടെ മുറിയിലേക്ക് ചെല്ലും - പൊതുമുറിയിലേക്കല്ല, നിങ്ങൾ മനസ്സിലാക്കണം, അയാളുടെ പ്രൈവറ്റ് മുറിയിലേക്ക്. പിന്നെ, അവിടെ മുഴുവൻ പുക നിറഞ്ഞിരിക്കുകയാണെന്ന മട്ടിൽ എല്ലാ വാതിലുകളും ജന്നലുകളും തുറന്നിടാൻ ഓർഡർ കൊടുക്കും. അപ്രകാരം തന്നെ ഇവിടെയും ചെയ്തു. തണുപ്പ്! കഴിഞ്ഞ മാസം ഉണ്ടായ

മഞ്ഞിന്റെ കാര്യം ഓർക്കുന്നുണ്ടല്ലോ! നാല് ഡിഗ്രി. സ്റ്റേഷൻ മാസ്റ്റർ എന്നോട് കയർക്കാനെത്തിയപ്പോൾ, ഞാനയാളുടെ മൂക്കിൽ ഒന്ന് വെച്ചു കൊടുത്തു! ഒരു വൃദ്ധയും ചില പെൺകുട്ടികളും മുതിർന്ന സ്ത്രീകളും ഉറക്കെ നിലവിളിക്കാൻ തുടങ്ങി. അവർ തങ്ങളുടെ പാത്രങ്ങളുമെടുത്ത് ഗ്രാമത്തിലേക്ക് ഓടിപ്പോകാൻ നിൽക്കുകയായിരുന്നു. ഞാൻ അവരെ തടഞ്ഞുനിർത്തി ഗർജ്ജിച്ചു. "എനിക്ക് ഏതെങ്കിലും കുതിരയെ തരൂ, ഞാൻ പൊയ്ക്കൊള്ളാം. നിങ്ങൾ തന്നില്ലെങ്കിൽ , നിങ്ങൾക്കിവിടെ കിടന്ന് തണുത്ത് മരവിച്ച് ചാകാം; ഞാനാരെയും പുറത്ത് വിടില്ല!"

"അതാണവരോട് പെരുമാറേണ്ട രീതി!" തടിയൻ ജന്മി പൊട്ടിച്ചിരിയോടെ അഭിപ്രായപ്പെട്ടു. "വണ്ടുകളെ മരവിപ്പിച്ച് കൊല്ലുന്നതുപോലെ."

"എന്നാൽ, ഞാനവരെ ശ്രദ്ധിക്കാതെ എങ്ങോട്ടോ തിരിഞ്ഞ തക്കം നോക്കി സ്റ്റേഷൻ മാസ്റ്ററും പെണ്ണുങ്ങളും രക്ഷപ്പെട്ടു. പാതിമ്പുറത്തു കിടന്ന് തുമ്മുകയും പ്രാർത്ഥിക്കുകയും ചെയ്തിരുന്ന വൃദ്ധ മാത്രമായിരുന്നു ആകെ അവശേഷിച്ച ഏക ആൾ ജാമ്യം! അതിനുശേഷം ഞങ്ങൾ സന്ധിസംഭാഷണം ആരംഭിച്ചു. സ്റ്റേഷൻ മാസ്റ്റർ തിരിച്ചുവന്ന് വൃദ്ധയെ പോകാനനുവദിക്കണമെന്ന് നിർബന്ധിച്ചു. ഞാൻ ബ്ലൂച്ചെറെ അയാളുടെ നേരെ വിട്ടു. സ്റ്റേഷൻ മാസ്റ്റർമാരുടെ ഗന്ധം കണ്ടുപിടിക്കുന്നവനാണ് ബ്ലൂച്ചെർ. എന്നാൽ ആ വൃത്തികെട്ടവൻ പിറ്റേന്ന് രാവിലെ മാത്രമേ എനിക്ക് കുതിരയെ തന്നുള്ളൂ! അങ്ങനെയാണ് ആ തുലഞ്ഞ കാലാൾ സേന ഓഫീസറെ ഞാൻ അറിയാനിടയായത്. ഞാൻ അടുത്ത മുറിയിൽ ചെന്ന് അയാളുമായി കളി തുടങ്ങി. നിങ്ങൾ ബ്ലൂച്ചറെ കണ്ടോ! ബ്ലൂച്ചർ! ഇവിടെ വരൂ!"

ബ്ലൂച്ചെർ വന്നു. ചൂതാട്ടക്കാർ അവനെ താലോലിച്ചെങ്കിലും, മറ്റെന്തിലോ ആയിരുന്നു അവരുടെ മനസ്സ്.

"എന്നാൽ, നിങ്ങൾ എന്താണ് കളിക്കാത്തത് മാന്യരെ? ഞാൻ നിങ്ങളുടെ കളി തടസ്സപ്പെടുത്തുന്നില്ല ടൂർബിൻ പറഞ്ഞു. "ലൌമി, ഒരു നല്ല കളി."

3

ലൂഖ്നോവ് രണ്ട് മെഴുകുതിരികൾ നീക്കിവെച്ചു. പണം നിറച്ചുവെച്ച ഒരു വലിയ തവിട്ടുനിറമുള്ള പേഴ്സ് പുറത്തെടുത്തു. നിഗൂഢമായൊരു കർമ്മം ചെയ്യുന്ന രീതിയിൽ മെല്ലെ അത് തുറന്നു. രണ്ട് നൂറ് റൂബിൾ നോട്ടുകൾ വലിച്ചെടുത്ത് കാർഡുകൾക്കടിയിൽ തിരുകിവെച്ചു.

"ഇന്നലത്തെപ്പോലെ ഇരുന്നൂറ് റൂബിളിന്റെ ബാങ്ക്' കണ്ണട നേരെ വെച്ച്, ഒരു പുതിയ ചീട്ടുപെട്ടി തുറന്നുകൊണ്ടയാൾ പറഞ്ഞു.

"വളരെ നല്ലത്" അയാൾക്കു നേരെ നോക്കാതെ ടൂർബിനുമായുള്ള സംഭാഷണം തുടർന്നുകൊണ്ട് ഇലിയിൻ പറഞ്ഞു.

കളി ആരംഭിച്ചു. ഒരു മെഷീനിന്റെ കൃത്യതയോടെ ലൂഖ്നോവ് ചീട്ട് കശക്കി പകുത്ത് കൊടുത്തു. ഇടയ്ക്കിടെ കളി നിർത്തി സാവധാനം എന്തോ കുറിക്കും. അല്ലെങ്കിൽ തന്റെ കണ്ണടയ്ക്കു മീതെക്കൂടെ ഗൗരവത്തിൽ നോക്കി "നിങ്ങളുടെ കളി" എന്ന് മെല്ലെ പറയൂ. തടിയൻ ജന്മിയാണ് എല്ലാവരേക്കാളേറെ ബഹളം വെച്ചിരുന്നത്. അയാൾ ഉറക്കെ കണക്ക് കൂട്ടുകയും തടിച്ച വിരലുകൾ കൊണ്ട് ചീട്ടുകളുടെ മൂല മടക്കുകയും ചെയ്തുകൊണ്ടിരുന്നു. ഗാരിസൺ ഓഫീസർ തന്റെ പോയിന്റുകൾ വൃത്തിയുള്ള കൈയിൽ കുറിച്ച് വെക്കുകയും തന്റെ ചീട്ടുകളുടെ മൂല മേശയ്ക്കടിയിൽ വെച്ച് മെല്ലെ മടക്കുകയും ചെയ്തു. ബാങ്ക് സൂക്ഷിപ്പുകാരനായ ലൂഖ്നോവിന്റെ തൊട്ടടുത്ത് ഇരുന്ന ഗ്രീക്കുകാരൻ, എന്തോ സംഭവിക്കാൻ പോകുന്നതുപോലെ തന്റെ കറുത്ത കണ്ണുകൾ കൊണ്ട് ശ്രദ്ധയോടെ കളി നിരീക്ഷിച്ചുകൊണ്ടിരുന്നു. മേശയ്ക്കരികിൽ നിന്നിരുന്ന സവാൽഷേവിസ്കി പെട്ടെന്ന് ഊർജ്ജസ്വലനാകും. അയാൾ ചുകന്നതോ, നീലയോ നിറമുള്ളൊരു നോട്ട് പോക്കറ്റിൽനിന്നെടുത്ത്, അതിനു മീതെ ഒരു ചീട്ടുവെച്ച്, അതിന്മേൽ അടിച്ച്, ഭാഗ്യം വരാൻ വേണ്ടി വിളിച്ചു പറയും "വരൂ, ഏഴ്" സ്വന്തം മീശ കടിച്ച്, ഓരോ കാലും മാറ്റിവെച്ച്, മുഖം ചുകപ്പിച്ച്, ഒരു ചീട്ട് കിട്ടുന്നതുവരെ ദേഹം വിറപ്പിച്ചുകൊണ്ടിരിക്കും. കുതിരരോമ നിർമ്മിതമായ സോഫയിൽവെച്ച ഒരു പ്ലേറ്റിൽ നിന്ന് ഇലിയിൻ ഇറച്ചിയും കുക്കുമ്പറും കഴിച്ചു കൊണ്ടിരുന്നു. പിന്നെ, ധൃതിയിൽ വിരലുകൾ ജാക്കറ്റിൽ തുടച്ച്, ഓരോ കാർഡുകളായി ഇട്ടുകൊണ്ടിരുന്നു. തുടക്കം മുതൽ സോഫയിലിരുന്ന ടൂർബിൻ അവിടെ നടക്കുന്ന കാര്യങ്ങൾ പെട്ടെന്ന് മനസ്സിലാക്കി. ലൂഖ്നോവ് ഉൽഹാനെ അധികം നോക്കുകയോ, ഒരക്ഷരം അയാളോട് മിണ്ടുകയോ ചെയ്തില്ല. ഇടയ്ക്കിടെ തന്റെ കണ്ണടയ്ക്ക് മുകളിലൂടെ അയാളുടെ കൈയിലേക്ക് എത്തിനോക്കുക മാത്രം ചെയ്തിരുന്നു. ഉൽഹാന്റെ കാർഡുകൾ അധികവും തോൽക്കുന്നവയായിരുന്നു.

"ആ ചീട്ട് എനിക്ക് കിട്ടിയാൽ നന്നായിരുന്നു." അര റൂബിൾ പന്തയം വെച്ചു കളിക്കുന്ന തടിയൻ ജന്മിയുടെ ചീട്ടിനെ സൂചിപ്പിച്ച് ലൂഖ്നോവ് പറഞ്ഞു.

"നിങ്ങൾ ഇലിയിന്റെ ചീട്ടുകൾ എടുക്കുന്നുണ്ടല്ലേ, എന്റെ ചീട്ടിനെ ഓർത്ത് എന്തിന് വിഷമിക്കണം?"ജന്മി തിരിച്ചടിച്ചു.

സത്യമായിരുന്നു അത്; ഇലിയിന്റേതു പോലെ ദൗർഭാഗ്യകരമായ ചീട്ടുകൾ മറ്റാർക്കുമുണ്ടായിരുന്നില്ല. ഓരോ പ്രാവശ്യം തോൽക്കുമ്പോഴും അയാൾ പരിഭ്രമത്തോടെ മോശം കാർഡ് മേശയ്ക്കടിയിൽ വെച്ച് കീറിക്കളയുകയും വിറയ്ക്കുന്ന കൈകളോടെ മറ്റൊന്ന് തിരഞ്ഞെടുക്കുകയും ചെയ്തു. ടൂർബിൻ സോഫയിൽ നിന്നെഴുന്നേറ്റ്, ബാങ്ക് സൂക്ഷിപ്പുകാരന്റെ അടുത്ത് ഇരിക്കാനനുവദിക്കണമെന്ന് ഗ്രീക്കുകാരനോടഭ്യർത്ഥിച്ചു. ഗ്രീക്കുകാരൻ സീറ്റ് മാറിക്കൊടുത്തു. പ്രഭു ആ സീറ്റിൽ ഇരുന്ന് ലൂഖ്നോവിന്റെ കൈയിലേക്ക് ദൃഷ്ടി പായിച്ചു. "ഇലിയിൻ!" പെട്ടെന്നയാൾ വിളിച്ചു.

അത് അയാളുടെ സാധാരണ ശബ്ദമായിരുന്നെങ്കിലും മറ്റെല്ലാ ശബ്ദങ്ങളെയും അത് മുക്കിക്കളഞ്ഞു. "ആ ചീട്ട് ഭാഗ്യമുള്ളതാണെന്ന് നിങ്ങൾ എങ്ങനെയാണ് കരുതുന്നത്? നിങ്ങൾക്ക് എങ്ങനെയാണ് കളിക്കേണ്ടതെന്ന് അറിയില്ല."

"ഞാൻ എങ്ങനെ കളിച്ചാലും സംഭവിക്കേണ്ടത് സംഭവിക്കും."

"നിങ്ങൾ അങ്ങനെയാണ് കരുതുന്നതെങ്കിൽ തോൽവി സുനിശ്ചിതമാണ്. നോക്കൂ, ഞാൻ നിങ്ങൾക്കു വേണ്ടി കളിക്കാം!"

"ഓഹ്, വേണ്ട, താങ്ക്യു; ഞാനൊരിക്കലും മറ്റൊരാളെ എനിക്കു വേണ്ടി കളിക്കാനനുവദിക്കില്ല. നിങ്ങൾക്ക് വേണമെങ്കിൽ സ്വയം കളിച്ചോളൂ."

"ഞാൻ നിങ്ങൾക്ക് വേണ്ടിയാണത് പറയുന്നത്. നിങ്ങൾ നഷ്ടപ്പെട്ടു കൊണ്ടിരിക്കുന്നതു കാണാനെനിക്ക് ഖേദമുണ്ട്."

"അതെന്റെ വിധി."

പ്രഭു പിന്നെ ഒന്നും മിണ്ടിയില്ല, അയാൾ ചുമ്മാ മേശയിൽ കൈമുട്ടുകൾ ഊന്നി ഇരുന്ന് ഒരിക്കൽ കൂടി ലൂഖ്നോവിന്റെ കൈകളിലേക്ക് മിഴിച്ചു നോക്കി. "വളരെ മോശം" പെട്ടെന്നയാൾ ഉറക്കെ നീട്ടിപ്പറഞ്ഞു. ലൂഖ്നോവ് അയാൾക്കു നേരെ ദൃഷ്ടി തിരിച്ചു. "വളരെ, മോശം" ലൂഖ്നോവിന്റെ കണ്ണിലേക്ക് നേരെ നോക്കി, കൂടുതൽ ഉച്ചത്തിലയാൾ ആവർത്തിച്ചു.

അവർ കളി തുടർന്നു.

"വൃത്തികെട്ട ഇടപാട്" ഇലിയിന്റെ മറ്റൊരു കാർഡ് ലൂഖ്നോവ് എടുത്തപ്പോൾ ടൂർബിൻ പറഞ്ഞു.

"എന്താണ് നിങ്ങൾക്ക് ഇഷ്ടപ്പെടാതിരുന്നത് പ്രഭു?" അലക്ഷ്യഭാവത്തിൽ എളിമയോടെ ലൂഖ്നോവ് ചോദിച്ചു.

"നിങ്ങൾ ഇലിയിന്റെ ചീട്ടുകൾ എടുക്കുന്ന രീതി. അതാണ് മോശം." ഓരോരുത്തനും തന്റെ വിധി സ്വീകരിക്കണമെന്ന ഭാവത്തിൽ ലൂഖ്നോവ് തന്റെ തോളുകളും പുരികങ്ങളും ചെറുതായൊന്ന് ചലിപ്പിച്ചു. പിന്നെ കളി തുടർന്നു.

"ബ്ലൂച്ചെർ! ഇവിടെ വരൂ!" പ്രഭു എഴുന്നേറ്റു നിന്ന് വിളിച്ചു. "അയാളെ... ബ്ലൂച്ചെർ!"

സോഫയുടെ അടിയിൽ കിടന്നിരുന്ന ബ്ലൂച്ചെർ ഒറ്റക്കുതിപ്പിന് പുറത്തു വന്ന്, യജമാനന്റെ അടുത്തെത്തി. അവൻ യജമാനന്റെ അടുത്ത് നിന്ന് വാലാട്ടി മുരണ്ടു. എല്ലാവരെയും ഒന്ന് വീക്ഷിച്ചു, "ആരാണ് ആ നീചൻ?" എന്ന് ചോദിക്കുന്ന ഭാവത്തിൽ.

ലൂഖ്നോവ് കസേര പിന്നാക്കം തള്ളിമാറ്റി ചീട്ടുകൾ താഴെ വച്ചു. "ഈ പരിതഃസ്ഥിതിയിൽ കളിക്കുക അസാധ്യമാണ്." അയാൾ പറഞ്ഞു. "എനിക്ക് നായ്ക്കളെ സഹിക്കാൻ കഴിയില്ല."

"പ്രത്യേകിച്ച് ഇത്തരം നായ്ക്കൾ - അട്ടകൾ എന്നാണവയെ വിളിക്കുന്നതെന്ന് ഞാൻ കരുതുന്നു." ഗാരിസൺ ഓഫീസർ അതിനോട് യോജിച്ചു.

"ശരി, മിഖെയ്ലോ വാസിലിയിച്ച്, നമ്മൾക്ക് ഈ കളി തുടരണോ, വേണ്ടയോ?" ലൂഖ്നോവ് തന്റെ ആതിഥേയനോട് ചോദിച്ചു.

"ദയവായി ഇടപെടല്ലേ, പ്രഭു" ഇലിയിൻ ടൂർബിനോട് പറഞ്ഞു.

"ഒരു നിമിഷം ഇങ്ങോട്ടൊന്നു വരൂ" ടൂർബിൻ ഇലിയിന്റെ കൈയിൽ പിടിച്ച് തന്നോടൊപ്പം പുറത്തേക്കു കൊണ്ടുപോയി.

പ്രഭു പറഞ്ഞതെല്ലാം വ്യക്തമായി എല്ലാവർക്കും കേൾക്കാമായിരുന്നു. കാരണം, ശബ്ദം താഴ്ത്തിക്കൊണ്ടല്ല അയാൾ സംസാരിച്ചത്. പിന്നെ, മൂന്ന് മുറികൾക്കപ്പുറത്തേക്ക് കേൾക്കാവുന്നതാണ് അയാളുടെ ശബ്ദം! "നിങ്ങൾക്കെന്താണ് ഭ്രാന്ത് പിടിച്ചോ? ആ കണ്ണടക്കാരൻ മാന്യൻ മിടുക്കനായൊരു കള്ളക്കളിക്കാരനാണെന്ന് നിങ്ങൾക്ക് മനസ്സിലാകുന്നില്ലേ?"

"ഓഹ്, എന്താണ് നിങ്ങൾ പറയുന്നത്?"

"അത് വിട്, ഞാൻ പറയുന്നു. എനിക്കതിലെന്ത് കാര്യം? മറ്റേതെങ്കിലും സമയത്തായിരുന്നെങ്കിൽ നിങ്ങളുടെ പണം തട്ടിയെടുക്കുന്നതിൽ എനിക്ക് സന്തോഷം തോന്നിയേനേ. എന്നാൽ ഇന്നു രാത്രി, എന്തോ കാരണത്താൽ നിങ്ങളോടിങ്ങനെ ചെയ്യുന്നതിൽ എനിക്ക് ദുഃഖം തോന്നുന്നു. നിങ്ങളുടെ പണം കൊണ്ടു തന്നെയാണോ നിങ്ങൾ ഈ കളി കളിക്കുന്നത്?"

"അതെ... എ... എന്തുകൊണ്ട്? നിങ്ങൾ എന്താണ് വിചാരിക്കുന്നത്?"

"ഞാൻ അതേ മാർഗ്ഗത്തിലൂടെ കുറെ സഞ്ചരിച്ചതാണ് സുഹൃത്തേ അതുകൊണ്ട് ഈ കള്ളക്കളിക്കാരുടെ സൂത്രങ്ങളൊക്കെ എനിക്കറിയാം. ആ കണ്ണടക്കാരൻ ഒരു കള്ളക്കളിക്കാരനാണ് ഞാൻ പറയുന്നു. അത് വിടൂ; ഒരു സുഹൃത്തെന്ന നിലയിലുള്ള ഉപദേശമാണത്."

"ഒരു തവണ കൂടിയേ ഞാൻ കളിക്കൂ."

"ഒരു തവണ' എന്നതിന്റെ അർത്ഥം എനിക്കറിയാം. കൊള്ളാം, നമുക്ക് നോക്കാം."

അവർ തിരിച്ചു വന്നു. ആ ഒറ്റത്തവണയിൽ ഇലിയിൻ നിരവധി കാർഡുകൾ എറിഞ്ഞു. അവയിലധികവും തോല്പിക്കപ്പെട്ടു. അയാൾക്ക് ഭീമമായ നഷ്ടം വന്നു.

ടൂർബിൻ മേശമേൽ കൈകൾ പരത്തി വെച്ചു. "ധാരാളമായി!" അയാൾ അലറി "പുറത്തേക്ക് വരൂ!"

"ഇപ്പോൾ എനിക്കതിന് കഴിയില്ല; എന്നെ ഒറ്റയ്ക്ക് വിടാൻ ദയ കാണിക്കൂ." വളഞ്ഞ ചീട്ടുകൾ കശക്കി ടൂർബിന്റെ മുഖത്ത് നോക്കാതെ വിഷമത്തോടെ ഇലിയിൻ പറഞ്ഞു.

“എന്നാൽ പോയി തുലയൂ! നിങ്ങൾക്കതെത്ര ആഹ്ലാദകരമാണെങ്കിൽ തോറ്റുകൊണ്ടിരുന്നോളൂ; ഞാൻ പോകുകയാണ്. സാവൽഷെവിസ്കി. എന്നോടൊപ്പം മാർഷെലിന്റെ അടുത്തേക്ക് വരൂ!”

അവർ പുറത്തേക്കു പോയി. ഒരാളും ഒരക്ഷരം മിണ്ടിയില്ല. അവരുടെ കാലടി സ്വരവും ബ്ലൂച്ചെറിന്റെ കാൽ നഖത്തിന്റെ ശബ്ദവും ഇടനാഴിയിൽ ഇല്ലാതാവുന്നത് വരെ ലൂഖ്നോവ് ചീട്ട് കശക്കിയില്ല.

“എന്തൊരു മനുഷ്യൻ!”ജന്മി ചിരിച്ചുകൊണ്ട് പറഞ്ഞു.

“ശരി, ഇപ്പോൾ അയാൾ നമ്മുടെ കാര്യത്തിൽ ഇടപെടില്ല.” ഗാരിസൺ ഓഫീസർ പെട്ടെന്ന് മന്ത്രിച്ചു.

പിന്നെ അവർ കളി തുടർന്നു.

4

മാർഷെലിന്റെ വീട്ടിലെ ജോലിക്കാരായ സംഗീതജ്ഞർ, ആ പരിപാടിക്കു വേണ്ടി സജ്ജമാക്കിയിരുന്ന പാൻട്രിയിൽ കോട്ടിന്റെ കൈകൾ മടക്കി വെച്ച് സിഗ്നൽ കിട്ടിയ ഉടനെ പഴയ ശൈലിയിലുള്ള ‘അലക്സാണ്ടർ - എലിസബത്ത്’ എന്ന സംഗീതം ആലപിക്കാൻ തുടങ്ങി. മെഴുകുതിരിയുടെ നേരിയ പ്രകാശത്തിൽ നൃത്തജോടികൾ വലിയ ഹാളിലേക്ക് ആകർഷണീയമാം വിധം പ്രവേശിച്ചു. (ആദ്യം ഗവർണ്ണർ, കാതറീൻ രാജ്ഞിയുടെ അരമനയിലെ ജനറൽ, നെഞ്ചിൽ ഒരു നക്ഷത്രം ധരിച്ച അയാൾ മാർഷലിന്റെ മെലിഞ്ഞ ഭാര്യയുടെ കരം ഗ്രഹിച്ചിരിക്കുന്നു. അതിന് പിന്നാലെ ഗവർണ്ണറുടെ കൈപിടിച്ചു കൊണ്ട് മാർഷൽ; പിന്നെ മറ്റെല്ലാവരും ഗവർണ്ണർ ഭരണത്തിലെ ഉന്നത ഉദ്യോഗസ്ഥരുടെ നിരവധി കുടുംബാംഗങ്ങൾ തുടങ്ങിയവർ). ആ സമയത്ത്, വലിയ കോളറും തോളുകളിൽ പഫുകളുമുള്ള നീല ഫ്രോക്ക് കോട്ടും നീണ്ട കാലുറകളും നൃത്ത ഷൂസും ധരിച്ച, മീശയിലും കോളറിലും ഉറുമാലിലും മുല്ലപ്പൂവിന്റെ സൗരഭ്യമുള്ള സെന്റ് സുലഭമായി പൂശിയ സാവൽഷേവിസ്കി, സുമുഖനായ ഹുസ്സാറിനോടൊപ്പം ഹാളിലേക്ക് പ്രവേശിച്ചു. ഇറുകി കിടക്കുന്ന സവാരി - ട്രൌസറും 1812 ലെ വ്ളാഡിമർ മെഡലും, സുവർണ്ണ തുന്നൽവേല ചെയ്ത ചുവന്ന ഉടുപ്പുമാണ് ഹുസ്സാറിന്റെ വേഷം. പ്രഭു, സാധാരണയിൽ കവിഞ്ഞു പൊക്കമുള്ളവനല്ലയെങ്കിലും, അങ്ങേയറ്റം കരുത്തനാണ്. നീലനിറത്തിലുള്ള പ്രകാശിക്കുന്ന അയാളുടെ കണ്ണുകളും തവിട്ടു നിറമുള്ള ഇടതൂർന്ന മുടിയിലെ കുറുനിരകളും അയാളുടെ സൗന്ദര്യത്തിന് മാറ്റു കൂട്ടി. ബാൾറൂമിൽ അയാളുടെ സാന്നിദ്ധ്യം അപ്രതീക്ഷിതമായിരുന്നില്ല. അയാളെ ഹോട്ടലിൽ വെച്ച് കണ്ടിരുന്നു. സുമുഖനായ യുവാവ് അയാൾക്ക് നൃത്തവിരുന്നിൽ പങ്കെടുക്കാനുള്ള ആഗ്രഹം അറിയിച്ചിരുന്നു. ആ വാർത്ത പല രീതിയിലാണ് സ്വീകരിക്കപ്പെട്ടത്. മൊത്തത്തിൽ ആ വാർത്ത വലിയ ഉത്സാഹമൊന്നും ഉണർത്തിയില്ല. “അയാൾ

നമ്മളെ കളിയാക്കിയേക്കാം" പുരുഷന്മാരും മുതിർന്ന സ്ത്രീകളും പറഞ്ഞു. "അയാൾ എന്നോടൊപ്പം ഒളിച്ചോട്ടം നടത്തിയാലോ?" ഭൂരി ഭാഗം പെൺകുട്ടികളുടെയും യുവതികളുടെയും മനസ്സിൽ ഉയർന്നുവന്ന ചിന്ത അതായിരുന്നു!

പോളോ ഡാൻസ് കഴിഞ്ഞ ഉടനെ നൃത്തപങ്കാളികൾ പരസ്പരം കുനിഞ്ഞ് വേർപിരിഞ്ഞു. സ്ത്രീകൾ സ്ത്രീകളുടെയും, പുരുഷന്മാർ പുരുഷന്മാരുടെയും കൂട്ടത്തിൽ ചേരാനായി പോയി. സാവൽഷേവിസ്കി അന്തസ്സോടും സന്തോഷത്തോടും കൂടി പ്രഭുവിനെ ആതിഥേയയുടെ അടുക്കലേക്ക് കൊണ്ടുപോയി. എല്ലാവരുടെയും മുന്നിൽ വെച്ച് പ്രഭു തന്നെ അവഹേളിക്കുമോ എന്ന് ഉള്ളാലെ ഭയപ്പെട്ടിരുന്ന മാർഷെലിന്റെ പത്നി തലതിരിച്ച് അന്തസ്സോടെ, എന്നാൽ താഴ്മ പ്രകടിപ്പിച്ച് പറഞ്ഞു: "സന്തോഷം നിങ്ങൾ ഡാൻസ് ചെയ്യുമെന്ന് ഞാൻ വിശ്വസിക്കുന്നു." തുടർന്നുള്ള വിശ്വാസമില്ലാത്ത നോട്ടം ഇപ്രകാരം പറയാനാഗ്രഹിക്കു ന്നതുപോലെ കാണപ്പെട്ടു. "ഇതിനുശേഷം നിങ്ങൾ ഏതെങ്കിലും മഹ തിയെ അവഹേളിച്ചാൽ, തീർച്ചയായും നിങ്ങൾ ഒരു തെമ്മാടിയായി കരുതപ്പെടും!" എന്നാൽ, തന്റെ മര്യാദ, ഉപചാരശീലം, ലളിതഭാവം എന്നിവകൊണ്ട്, അതിവേഗം എല്ലാ മുൻവിധികളും പ്രഭു തുടച്ചുനീക്കു കയും അഞ്ച് മിനിറ്റിനകം ആതിഥേയ മുഖഭാവം കൊണ്ട് ഇപ്രകാരം വിളിച്ചറിയിക്കുന്നതു പോലെ കാണപ്പെടുകയും ചെയ്തു. "അത്തരം മാന്യന്മാരെ എങ്ങനെ നിയന്ത്രിക്കണമെന്ന് എനിക്കറിയാം; ആരോടാണ് താൻ സംസാരിക്കുന്നതെന്ന് തൽക്ഷണം അയാൾ മനസ്സിലാക്കി; കാത്തി രുന്ന് കാണുക, സായാഹ്നം മുഴുവൻ അയാൾ എന്നോട് ഉപചാരപൂർവം പെരുമാറുന്നത്."

ആ സമയത്ത് പ്രഭുവിന്റെ അച്ഛനുമായി അടുപ്പമുള്ള ഗവർണ്ണർ അയാ ളുടെ അടുത്ത് വന്ന് അയാളെ ഒരു വശത്തേക്ക് മാറ്റി നിർത്തി സംഭാഷ ണത്തിലേർപ്പെട്ടു. അത് അവിടെ കൂടിയിരുന്ന മാന്യന്മാരുടെ ആശങ്ക തുടച്ചു മാറ്റാനിട വരുത്തുകയും ചെയ്തു. അല്പം കഴിഞ്ഞ് സാവൽ ഷേവിസ്കി തന്റെ യുവതിയും വിധവയുമായ സഹോദരിയെ അയാൾക്ക് പരിചയപ്പെടുത്തിക്കൊടുത്തു. കൊഴുത്തുരുണ്ട ആ തരുണി, തന്റെ വലിയ കറുത്ത കണ്ണുകൾ, അയാൾ ഹാളിൽ പ്രവേശിച്ചതുമുതൽ ഒരു നിമിഷം പോലും അയാളിൽ നിന്ന് പിൻതിരിച്ചിട്ടില്ല. അപ്പോൾ വാദ്യസംഗീതം മുഴക്കിയിരുന്നതിനനുസരിച്ച് വാൾട്സ്നൃത്തം ചെയ്യാനായി പ്രഭു അവളെ ക്ഷണിച്ചു. അയാളുടെ നൃത്ത വൈദഗ്ധ്യം കണ്ടതോടെ അയാൾ ക്കെതിരെയുള്ള വിദ്വേഷത്തിന്റെ അവസാനകണികപോലും കാണികൾ പാടെ മാച്ചുകളഞ്ഞു. "അയാൾ തീർച്ചയായും വിസ്മയാവഹമായി ഡാൻസ് ചെയ്യുന്നു." ഒരു ഗ്രാമീണമാന്യന്റെ തടിച്ചി ഭാര്യ ആ നീല സവാരിട്രൗസർ ധരിച്ച കാലുകൾ മുറിയിലുടനീളം ചുറ്റിക്കറങ്ങുന്നത് നിരീക്ഷിച്ചുകൊണ്ട് അഭിപ്രായപ്പെട്ടു; അവൾ സ്വയം ആ ചുവടുവെപ്പു കൾ എണ്ണിക്കൊണ്ടിരുന്നു, 'വൺ, ടൂ, ത്രീ; വൺ, ടൂ, ത്രീ - ഉജ്ജ്വലം!"

രണ്ട് ഹുസ്സാറുകൾ

“എന്തൊരു ഊർജ്ജസ്വലത! എന്തൊരു ഊർജ്ജസ്വലത!” പട്ടണത്തിലെ സന്ദർശകയായ ഒരു സ്ത്രീ പറഞ്ഞു. പ്രാദേശിക സമൂഹത്തിൽ അവൾ മോശക്കാരിയായാണ് കരുതപ്പെട്ടിരുന്നത്.

“എങ്ങനെയാണ് അദ്ദേഹത്തിന്റെ ഷൂസിന്റെ മുള്ള് മറ്റാരിലും കൊള്ളാത്തത്! ആശ്ചര്യകരം! എത്ര ലാഘവത്തോടെയുള്ള കാൽവെപ്പുകൾ!”

ആ പ്രദേശത്തെ ഏറ്റവും നല്ല മൂന്ന് നർത്തകരെ പ്രഭു നിഷ്പ്രഭരാക്കി. പൊക്കമുള്ള, ചണനാര് പോലെ മുടിയുള്ള ഗവർണ്ണറുടെ അഡ്ജറ്റന്റ് ഡാൻസിന്റെ വേഗതയിലും പങ്കാളിയെ ചേർത്ത് പിടിക്കുന്നതിലും ആണ് കീർത്തി നേടിയിരുന്നത്. പ്രത്യേക ഭംഗിയോടെ ചാഞ്ചാടിക്കൊണ്ട് ലോലമായി ഉപ്പൂറ്റി നിലത്ത് തട്ടി, ചടുലതയോടെ വാൾട്സ്നൃത്തം ചെയ്യുന്ന ഒരു കാവൽറി ഓഫീസർ ആയിരുന്നു മറ്റൊരാൾ. മറ്റേ മാന്യൻ ഒരു സിവിലിയൻ ആയിരുന്നു. വലിയ വിവേകശാലി ഒന്നുമല്ലെങ്കിലും, അയാൾ ഒന്നാം തരം നർത്തകനും ഏത് ബാളിന്റെയും ജീവനുമാണെന്ന് കരുതപ്പെട്ടു. ബാളിന്റെ തുടക്കം മുതൽ അവസാനം വരെ ഒരു നിമിഷം പോലും അയാൾ അനങ്ങാതിരുന്നിട്ടില്ലെന്നതൊരു യാഥാർത്ഥ്യമാണ്. മഹതികൾ ഇരിക്കുന്ന ക്രമമനുസരിച്ച് ഡാൻസിനായി ക്ഷണിക്കും. വല്ലപ്പോഴും, തന്റെ തേജസ്സുറ്റ തളർന്ന മുഖം ഒരു ഉറുമാൽ എടുത്ത് തുടയ്ക്കാൻ വേണ്ടി മാത്രം ഒന്ന് നിൽക്കും. പ്രഭു അവരെയെല്ലാം കവച്ചുവെച്ചു; ബാളിലെ ഏറ്റവും പ്രശസ്തരായ മൂന്ന് മഹതികളോടൊപ്പം അയാൾ ഡാൻസ് ചെയ്തു. ഒരാൾ വലിയവൾ, ധനികയും, സുന്ദരിയും വിവേകശൂന്യയുമായവൾ, മറ്റൊരാൾ സാധാരണ വലിപ്പമുള്ളവൾ, മെലിഞ്ഞ്, വളരെ സുന്ദരിയല്ലെങ്കിലും മനോഹരമായി വസ്ത്രധാരണം ചെയ്തവൾ. പിന്നെ ഒരു കൃശഗാത്രി - വളരെ സാധാരണക്കാരിയാണെങ്കിലും അതിബുദ്ധിമതി. നിരവധി സുന്ദരികൾ നൃത്തവിരുന്നിന് എത്തിയിരുന്നു. അയാൾക്ക് ഏറ്റവും ഇഷ്ടമായത് സാവൽഷെ വിസ്കിയുടെ സഹോദരിയായ വിധവയെയായിരുന്നു. അവളോടൊപ്പം അയാൾ ക്വാഡ്രിൽ, എക്കോസെസ്, മസൂക്കാ നൃത്തങ്ങൾ ചെയ്തു. ക്വാഡ്രിൽ സമയത്ത് അയാൾ അവളെ വാനോളം വാഴ്ത്തിയിട്ട് വീനസ്, ഡയാന, റോസ്, പൂക്കളോടും താരതമ്യപ്പെടുത്തി. ഈ ഉപചാരങ്ങളോടെല്ലാം അവൾ തന്റെ വെളുത്ത മനോഹരമായ കഴുത്ത് വളച്ചും, തന്റെ വെളുത്ത മസ്ലിൻ ഫ്രോക്കിലേക്ക് ദൃഷ്ടി താഴ്ത്തിയും വിശറി ഒരു കയ്യിൽ നിന്ന് മറ്റേ കയ്യിലേക്ക് മാറ്റിയും പ്രതികരിച്ചു. അവൾ ഒരിക്കൽ പറഞ്ഞു “ദൈവമേ, പ്രഭു നിങ്ങൾ എന്നെ കളിയാക്കുകയാണ്.”

ഇത്തരത്തിലുള്ള മറ്റ് കാര്യങ്ങളും, അവളുടെ അല്പം പിണങ്ങിയ ശബ്ദവും , അവളുടെ ഹാസ്യജനകമായ ലാളിത്യമാണ് സൂചിപ്പിച്ചത് അവൾ ഒരു സ്ത്രീയേക്കാളേറെ, ഒരു പൂവിനെപ്പോലെയാണെന്നാണയാൾക്ക് തോന്നിയത്. ഒരു റോസാപ്പൂപോലെയല്ല, പൂർണ്ണമായി വിരിഞ്ഞ

റോസും വെളുപ്പും കലർന്ന ഒരു കാട്ടുപൂ പോലെ - വിദൂരമായൊരു മഞ്ഞിൻപ്രദേശത്ത് വിടർന്നുനിൽക്കുന്ന സൗരഭ്യമില്ലാത്തൊരു പൂവ്...

സാധാരണ മട്ടിലുള്ള നാട്യങ്ങളോ, പ്രകടനങ്ങളോ ഇല്ലാത്ത സുന്ദരിയായ അവൾ പ്രഭുവിന്റെ മനസ്സിൽ അവാച്യമായൊരു മതിപ്പുളവാക്കി. സംഭാഷണത്തിനിടെ നിരവധി തവണ അയാൾ അവളുടെ കണ്ണുകളിലേക്കോ, അഴകാർന്ന കൈകളിലേക്കോ, കഴുത്തിലേക്കോ മിഴിച്ചു നോക്കുമായിരുന്നു. അപ്പോൾ, അവളെ തന്റെ കൈകൾ കൊണ്ട് കോരിയെടുത്ത് ചുംബിക്കുവാനുള്ള മോഹം അടക്കാൻ പ്രയാസമായിത്തോന്നും. താൻ സൃഷ്ടിച്ച മതിപ്പ് തിരിച്ചറിഞ്ഞതിൽ ആ കൊച്ചു വിധവ ആഹ്ലാദവതിയായിരുന്നു; എന്നാൽ, പ്രഭുവിന്റെ പെരുമാറ്റത്തിൽ എന്തോ ചിലത് അവളെ അസ്വസ്ഥയാക്കാനും പേടിപ്പെടുത്താനും തുടങ്ങി. പ്രഭു ശ്രദ്ധയോടെയും ആദരവോടെയും കൂടിയാണ് പെരുമാറിയതെങ്കിലും!

നിലവിലുള്ള നിബന്ധനകളും ചട്ടങ്ങളുമെല്ലാം അയാൾ പാലിച്ചു പോന്നു. അയാൾ ഓടിപ്പോയി അവൾക്കായി ലഘുപാനീയങ്ങളും മറ്റും കൊണ്ടുവന്നു, നിലത്തുവീണ അവളുടെ ഉറുമാൽ എടുത്ത് കൊടുത്തു. ഒരു യുവപ്രതിയോഗിയിൽനിന്നും അവളുടെ കസേര പിടിച്ചു വാങ്ങി. അത്തരത്തിലുള്ള മറ്റ് പല സേവനങ്ങളും അയാൾ ചെയ്തു.

ഈ ആദരവു കൊണ്ടൊരു പ്രയോജനവുമില്ലെന്ന് മനസ്സിലാക്കിയ അയാൾ പല തമാശക്കഥകൾ പറഞ്ഞ് അവളെ രസിപ്പിക്കാൻ തുടങ്ങി. അവൾ കല്പിച്ചാൽ, തലകുത്തിനിൽക്കാനോ, ഒരു പൂവൻ കോഴിയെപ്പോലെ കൂവാനോ, ജനാലയിലൂടെ പുറത്തേക്ക് ചാടാനോ, പുഴയിലെ ഐസിൽ തുളയുണ്ടാക്കി അടിയിലേക്ക് ഊളിയിടാനോ, താൻ തയ്യാറാണെന്ന് അയാൾ ഉറപ്പു കൊടുത്തു. ഇതിലയാൾ പൂർണ്ണമായും വിജയിച്ചു. ആ കൊച്ചു വിധവ വളരെ ഉല്ലാസവതിയായി മാറി, തന്റെ വെളുത്ത മനോഹര ദന്തങ്ങൾ പ്രദർശിപ്പിച്ച് പൊട്ടിച്ചിരിച്ചു. തന്റെ നൃത്തപങ്കാളിയോടവൾ അങ്ങേയറ്റം സന്തുഷ്ടയായി. ഓരോ മിനിറ്റ് കടന്നുപോകും തോറും പ്രഭു കൂടുതൽ മോഹിതനായി വന്നു. അങ്ങനെ ക്വാഡ്രിൽ അവസാനിച്ചപ്പോഴേക്കും അവർ ശരിക്കും പ്രേമത്തിലായി.

ആ വിധവയെ ആരാധിച്ചിരുന്ന അലസനായ ഒരു പതിനെട്ടുകാരൻ യുവാവ്, ആ പ്രദേശത്തെ ഏറ്റവും സമ്പന്നനായ ജന്മിയുടെ പുത്രൻ, ക്വാഡ്രില്ലിന്റെ അവസാനത്തിൽ അവളുടെ അടുത്ത് വന്നു. (ഇതേ യുവാവിന്റെ കൈയിൽ നിന്നാണ് പ്രഭു കസേര പിടിച്ചെടുത്ത് മുമ്പ് അവൾക്ക് നൽകിയത്). അവൾ വളരെ തണുപ്പൻ മട്ടിലാണവനെ സ്വീകരിച്ചത്. പ്രഭു അവളിൽ ഉളവാക്കിയ വൈകാരികതയുടെ പത്തിലൊന്നു പോലും അവന് സൃഷ്ടിക്കാനായില്ല.

"നല്ല മനുഷ്യനാണ് നിങ്ങൾ!" അവൾ അവനോട് പറഞ്ഞു. അപ്പോൾ അവളുടെ കണ്ണുകൾ പതിഞ്ഞിരുന്നത് ടൂർബിന്റെ കോട്ടിന്റെ പിൻവശത്തായിരുന്നു. എത്ര വാര സ്വർണ്ണക്കസവ് നൂൽ അയാളുടെ കോട്ട്

തുന്നുന്നതിൽ ഉപയോഗിച്ചിട്ടുണ്ടാകുമെന്ന് കണക്ക് കൂട്ടുകയായിരുന്നു അവൾ. "നിങ്ങളൊരു നല്ല മനുഷ്യൻ തന്നെ! നിങ്ങൾ വന്ന് എന്നെ ഒരു കുതിരസവാരിക്ക് കൊണ്ടു പോകാമെന്നും എനിക്ക് കുറച്ച് ചോക്ലേറ്റ് കൊണ്ടുവരാമെന്നും, വാക്ക് തന്നിരുന്നതല്ലേ?

"ഞാൻ വന്നിരുന്നു, അന്നാഫിയോഡോറോവ്നാ. നിങ്ങൾ അപ്പോൾ വീട്ടിലുണ്ടായിരുന്നില്ല. ഞാൻ ഏറ്റവും നല്ല ചോക്ലേറ്റ് നിങ്ങൾക്കു വേണ്ടി വീട്ടിൽ കൊടുത്തേല്പിച്ചിരുന്നു." ആ യുവാവ് പറഞ്ഞു; പൊക്കമുള്ളവനായിരുന്നിട്ടും അവന്റെ ശബ്ദം ചെറിയതായിരുന്നു.

"നിങ്ങൾ എപ്പോഴും ഒഴിവുകഴിവുകൾ കണ്ടെത്തുന്നു. എനിക്ക് നിങ്ങളുടെ ചോക്ലേറ്റുകൾ വേണ്ട. ദയവായി എന്നെക്കുറിച്ച്...."

"എന്റെ നേരെയുള്ള നിങ്ങളുടെ മനോഭാവത്തിൽ വലിയ മാറ്റം വന്നതായി ഞാൻ മനസ്സിലാക്കുന്നു, അത് എന്തുകൊണ്ടാണെന്ന് എനിക്കറിയാം. അത് വളരെ തെറ്റായ രീതിയാണ്, അന്നാഫിയോഡൊറോവ്നാ" അവൻ കൂട്ടിച്ചേർത്തു. അവന് പിന്നെയും എന്തെല്ലാമോ പറയണമെന്നുണ്ടായിരുന്നു; മാനസിക വിക്ഷോഭം മൂലം ചുണ്ടുകൾ ഭയങ്കരമായി പിടച്ചിരുന്നതിനാൽ അവന് മിണ്ടാനായില്ല.

അന്നാഫിയോ ഡൊറോവ്നാ അവൻ പറഞ്ഞതൊന്നും ശ്രദ്ധിച്ചിരുന്നില്ല, അവളുടെ ദൃഷ്ടി മുഴുവൻ ടൂർബിനിലായിരുന്നു.

പല്ലില്ലാത്തവനാണെങ്കിലും കരുത്തനും രാജകീയ പ്രൗഢിയുള്ളവനുമായ ആതിഥേയൻ പ്രഭുവിന്റെ അടുത്ത് ചെന്ന് കരം ഗ്രഹിച്ച്, പുകവലിക്കാനും ഇഷ്ടമാണെങ്കിൽ അല്പം മദ്യപിക്കാനുമായി സ്റ്റഡിറൂമിലേക്ക് ക്ഷണിച്ചു. ടൂർബിൻ സ്ഥലം വിട്ടതോടെ ബാൾറൂം ശൂന്യമായതായി അന്നാ ഫിയോഡൊറോവ്നായ്ക്ക് തോന്നി. അവൾ ഉടനെ തന്റെ സുഹൃത്തും അവിവാഹിതയുമായൊരു യുവതിയോടൊപ്പം ഡ്രസ്സിംഗ് റൂമിലേക്ക് പോയി.

"കൊള്ളാം, നിനക്കയാളെ ഇഷ്ടമായോ?" സ്നേഹിത ചോദിച്ചു.

"അയാൾ എന്നോട് വല്ലാത്ത അടുപ്പം കാണിക്കുന്നു." കണ്ണാടിക്കു മുന്നിൽ പോയി നിന്ന്, അതിലേക്ക് തുറിച്ച് നോക്കിക്കൊണ്ട് അന്നാ ഫിയോഡൊറോവ്നാ പറഞ്ഞു.

അവളുടെ മുഖം പ്രകാശിച്ചു, കണ്ണുകൾ മന്ദഹസിച്ചു, ലജ്ജിക്കുക പോലും ചെയ്തു. തിരഞ്ഞെടുപ്പ് വേളയിൽ അവൾ കണ്ട ബാളിലെ നർത്തകരെ അനുകരിച്ചുകൊണ്ട്, പെട്ടെന്നവൾ കാലിന്റെ പെരുവിരലിൽ നിന്ന് ഒരു കറക്കം കറങ്ങുകയും മേലോട്ടൊരു ചാട്ടം വെച്ചു കൊടുക്കുകയും ചെയ്തു.

"പിന്നെ നിനക്കെന്ത് തോന്നുന്നു? ഓർമ്മിക്കാനായി എന്തെങ്കിലും നൽകാനയാൾ ആവശ്യപ്പെട്ടു" അവൾ പറഞ്ഞു. "ശ്ശൊ! അയാൾക്ക് 'യാതൊന്നും' കിട്ടാൻ പോകുന്നില്ല!" ഒരു വിരൽ ഗ്ലൗസിൽ കടത്തി പൊക്കിക്കാണിച്ച് ഒരു പാട്ടിന്റെ ഈണത്തിലവൾ പറഞ്ഞു.

സ്റ്റഡി റൂമിലേക്ക് ടൂർബിനെ മാർഷൽ കൂട്ടിക്കൊണ്ടുപോയപ്പോൾ, അവിടെ പലതരം വോഡ്കയും മദ്യവും ഷാമ്പെയിനും ഉണ്ടായിരുന്നു. നാട്ടുപ്രമാണിമാർ ആ പുക നിറഞ്ഞ അന്തരീക്ഷത്തിൽ ഇരുന്നും നടന്നും തിരഞ്ഞെടുപ്പിനെക്കുറിച്ച് ചർച്ച ചെയ്യുകയായിരുന്നു.

"നമ്മുടെ ഉയെസ്ദിലെ പ്രഭുവംശം മുഴുവൻ തിരഞ്ഞെടുപ്പിലൂടെ അദ്ദേഹത്തെ ആദരിച്ചെങ്കിൽ" കുടിച്ച് ഫിറ്റായിരുന്ന പുതുതായി തിര ഞ്ഞെടുക്കപ്പെട്ട പൊലീസ് ക്യാപ്റ്റൻ പറഞ്ഞു "തന്റെ ചുമതലകളിൽ നിന്ന് ഒഴിഞ്ഞ് മാറാൻ അദ്ദേഹത്തിനൊരവകാശവുമില്ല.."

പ്രഭു വന്നതോടെ ആ സംഭാഷണം തടസ്സപ്പെട്ടു. എല്ലാവരും അയാളു മായി പരിചയപ്പെട്ടു. പൊലീസ് ഓഫീസർ പ്രത്യേക സൗഹൃദത്തോടെ കൈപിടിച്ച് കുലുക്കി. ബാൾ ഡാൻസിനുശേഷം തന്റെ പുതിയ മദ്യ ശാലയിൽ തയ്യാറാക്കിയിട്ടുള്ള അത്താഴവിരുന്നിൽ പങ്കെടുക്കണമെന്ന് അഭ്യർത്ഥിച്ചു. അവിടെ ജിപ്സി ഗാനമേള ഉണ്ടായിരിക്കും. പ്രഭു അയാ ളുടെ ക്ഷണം സ്വീകരിച്ചു. അനേകം ഗ്ലാസ്സ് ഷാമ്പെയിൻ അയാൾ അക ത്താക്കി.

"എന്നാൽ, നിങ്ങൾ എന്താണ് ഡാൻസ് ചെയ്യാത്തത്, മാന്യരേ?" സ്റ്റഡിറൂമിൽ നിന്ന് പോകാൻ ഒരുങ്ങവേ അയാൾ ചോദിച്ചു.

"ഡാൻസിന്റെ കാര്യത്തിലേക്ക് വരുമ്പോൾ ഞങ്ങൾ വളരെ മോശ മാണ്." പൊലീസ് ക്യാപ്റ്റൻ ചിരിച്ചു."

കുപ്പിയിലാണ് ഞങ്ങൾ കൂടുതൽ നല്ല പ്രകടനം നടത്തുന്നത് പ്രഭു. അവരെല്ലാം എന്റെ മൂക്കിനുതാഴെ വളർന്നു വന്നവരാണ് ഈ യുവ മഹതികളെല്ലാം. വല്ലപ്പോഴും ഞാൻ എക്കോ സെസ്സ് നൃത്തം ചെയ്യാറുണ്ട് പ്രഭു - ഞാൻ ഇപ്പോഴും അതിന് പ്രാപ്തിയുള്ളവനാണ്, പ്രഭു."

"അപ്പോൾ, നമുക്ക് അങ്ങോട്ട് പോകാം" ടൂർബിൻ പറഞ്ഞു. "ജിപ്സി ഗാനമേള കേൾക്കാൻ പോകുന്നതിനു മുമ്പ് നമുക്കിവിടെ ഒന്ന് ആഘോ ഷിക്കാം."

"എന്തുകൊണ്ടില്ല, മാന്യരേ? നമ്മുടെ ആതിഥേയനെ പ്രീതിപ്പെടു ത്താനായി നമ്മൾക്കത് ചെയ്യാം."

ചുകന്ന മുഖമുള്ള മൂന്ന് മാന്യന്മാർ തങ്ങളുടെ ഗ്ലൗസുകൾ എടുത്തണി ഞ്ഞു. ബാൾ തുടങ്ങിയ സമയം മുതൽ അവർ സ്റ്റഡിറൂമിലിരുന്ന് മദ്യപി ക്കുകയായിരുന്നു. ഒരാൾ കറുത്ത കിഡ് ഗ്ലൗസും മറ്റുള്ളവർ സിൽക്ക് ഗ്ലൗസുമാണ് ധരിച്ചിരുന്നത്. അവർ ബാൾറൂമിലേക്ക് പോകാൻ നിൽക്കവേ, അന്നാഫിയാഡൊറോവ്നായോടൊപ്പം നൃത്തം ചെയ്തിരുന്ന പയ്യൻ അവരെ തടഞ്ഞു നിർത്തി. അയാളുടെ ചുണ്ടുകൾ വിളറി വെളു ത്തിരുന്നു. കണ്ണുനീർ തടഞ്ഞു നിർത്താൻ പ്രയാസപ്പെട്ടുകൊണ്ട് അവൻ ടൂർബിന്റെ അടുത്തേക്ക് ചെന്നു.

"നിങ്ങൾ ഒരു പ്രഭുവായതിനാൽ, ചന്തസ്ഥലത്തിലേതു പോലെ നിങ്ങൾക്ക് ആളുകളെ തള്ളി മാറ്റാമെന്നാണോ വിചാരം" ബുദ്ധിമുട്ടി കിതപ്പോടെ അവൻ പറഞ്ഞു. "അത് പ്രാകൃതമാണ്... പിന്നെ"

ചുണ്ടുകളുടെ വിറ കാരണം അവന്റെ വാക്കുകൾ പുറത്തുവന്നില്ല.

"എന്ത്?" ടൂർബിൻ ഒച്ചയിട്ടു. പെട്ടെന്നയാൾക്ക് കോപം വന്നു. "എന്ത്ടാ കൊച്ചുപയ്യൻ?" അവന്റെ കൈപിടിച്ച് ശക്തമായി ഞെരിച്ചു കൊണ്ടയാൾ അലറി. അപമാനത്തേക്കാളേറെ ഭയം മൂലം അവന്റെ മുഖത്തേക്ക് രക്തം ഇരച്ചുകയറി. "നിനക്കൊരു ദ്വന്ദ്വയുദ്ധം വേണോ? അതാണോ നീ ആഗ്രഹിക്കുന്നത്. ഞാനതിന് തയ്യാറാണ്."

ടൂർബിൻ അവന്റെ കൈ വിട്ട ഉടനെ രണ്ട് മാന്യന്മാർ ആ പയ്യനെ പിടിച്ച് പിൻവാതിലിലേക്ക് കൊണ്ടുപോയി.

"നിനക്ക് ഭ്രാന്താണോ?, നീ കണക്കില്ലാതെ കുടിച്ചുകാണും. ഞങ്ങൾ നിന്റെ അച്ഛനോട് പറയും. നിനക്കെന്ത് പറ്റി?" അവർ അവനോട് ചോദിച്ചു. "ഞാൻ കുടിച്ചിട്ടൊന്നുമില്ല. അയാൾ ആളുകളെ അങ്ങോട്ടുമിങ്ങോട്ടും തള്ളുന്നു, യാതൊരു ക്ഷമാപണവുമില്ലാതെ. അയാളൊരു പന്നിയാണ്, അത് തന്നെയാണയാൾ." കണ്ണുകൾ നിറച്ചുകൊണ്ടവൻ വിലപിച്ചു.

എന്നാൽ, അവന്റെ ആവലാതികൾ അവഗണിക്കപ്പെട്ടു; അവനെ അവർ വീട്ടിലേക്ക് കൊണ്ടുപോയി.

"അവനെ കാര്യമാക്കേണ്ട, പ്രഭു" പൊലീസ് ക്യാപ്റ്റനും സാവൽഷേവിസ്കിയും ടൂർബിനെ സാന്ത്വനപ്പെടുത്താനായി ഉത്കണ്ഠയോടെ പറഞ്ഞു. "അവൻ വെറുമൊരു ബാലനാണ്, ഇപ്പോഴും അടി വാങ്ങിക്കുന്നവൻ. വെറും പതിനാറ് വയസ്സേ ആയിട്ടുള്ളൂ അവന്. അവനെന്ത് പറ്റിയതാണാവോ? ഭ്രാന്ത് പിടിച്ചു കാണും. അവന്റെ അച്ഛൻ വളരെ ബഹുമാന്യനായൊരു വ്യക്തിയാണ് - ഞങ്ങളുടെ സ്ഥാനാർത്ഥി"

പ്രഭു ബാൾ റൂമിലേക്ക് വന്ന് സുന്ദരിയായ കൊച്ചുവിധവയോടൊപ്പം പതിവുപോലെ ആഹ്ലാദപൂർവം എക്കോസെസ്സ് നൃത്തം തുടരുകയും ചെയ്തു. സ്റ്റഡി റൂമിൽ നിന്നും തന്നോടൊപ്പം വന്ന മാന്യന്മാരുടെ പ്രകടനങ്ങൾ കണ്ട് രസിച്ചു. ഡാൻസ് ചെയ്യുന്ന ജോടികൾക്കിടയിൽ ക്യാപ്റ്റൻ മറിഞ്ഞുവീണപ്പോൾ ബാൾ റൂം മുഴുവൻ മാറ്റൊലികൊള്ളുമാറ് പൊട്ടിച്ചിരിച്ചു!

5

പ്രഭു സ്റ്റഡി റൂമിലേക്ക് പോയ സമയത്ത്, തനിക്ക് പ്രഭുവിനോട് പ്രത്യേക താത്പര്യമൊന്നുമില്ലെന്ന് പ്രകടിപ്പിക്കാനെന്നോണം അന്നാഫിയോഡൊറോവ്നാ തന്റെ സഹോദരന്റെ അടുത്ത് ചെന്ന് ഉദാസീനഭാവത്തിൽ ചോദിച്ചു "പറയൂ ചേട്ടാ, എന്നോടൊപ്പം ഡാൻസ് ചെയ്ത ആ ഹുസ്സാർ ആരാണ്?"

ടൂർബിൻ എത്ര മഹാനായൊരു ഹുസ്സാർ ആണെന്ന് തനിക്ക് കഴിയും വിധം കാവൽറി ഓഫീസർ വിവരിച്ചു കൊടുത്തു. അയാൾ ഈ പട്ടണത്തിൽ തങ്ങിയതും നൃത്തവിരുന്നിൽ പങ്കെടുത്തതും യാത്രാമദ്ധ്യേ, അയാളുടെ പണം തട്ടിയെടുക്കപ്പെട്ടതും. താൻ തന്നെ പ്രഭുവിന് നൂറ് റൂബിൾ കടം കൊടുത്തിട്ടുണ്ടെന്നും അത് ചെറിയൊരു തുക ആയതിനാൽ സഹോദരിക്ക് ഇരുന്നൂറ് റൂബിൾ കടം തരാനാകുമോ എന്നും അയാൾ ആരാഞ്ഞു. അതേ സമയം ഇക്കാര്യം അവൾ ആരോടും സൂചിപ്പിക്കരുതെന്നും അയാൾ ആവശ്യപ്പെട്ടു, പ്രത്യേകിച്ച് പ്രഭുവിനോട്. ആ പണം അന്ന് സന്ധ്യയ്ക്ക് തന്നെ ചേട്ടനെ ഏല്പിക്കാമെന്നും അക്കാര്യം രഹസ്യമായി സൂക്ഷിക്കാമെന്നും അന്നാ ഫിയോഡൊറോവ്നാ വാക്കു കൊടുത്തു. എന്നാൽ, എക്കോസൈസ് വേളയിൽ ആ രഹസ്യം അടക്കി വെക്കാനവൾ കഷ്ടപ്പെട്ടു. പ്രഭുവിന് ആവശ്യമുള്ളത്ര പണം താൻ നൽകാമെന്ന് പറയാനുള്ള അവളുടെ ആഗ്രഹം സ്വയം തടയുവാനായില്ല. അതിനുള്ള ധൈര്യം സംഭരിക്കാനവൾ കുറച്ചു സമയമെടുത്തു. അവളുടെ മുഖം തുടുത്തു, മടിച്ച് ഒടുവിൽ വളരെ കഷ്ടപ്പെട്ട്, വിഷയം അവതരിപ്പിച്ചു.

“നിങ്ങൾക്ക് വഴിക്കുവെച്ച് എന്തോ അനിഷ്ടസംഭവം ഉണ്ടായെന്നും നിങ്ങളുടെ പക്കൽ ഇപ്പോൾ പണമൊന്നുമില്ലെന്നും ചേട്ടൻ എന്നോട് പറഞ്ഞു. നിങ്ങൾക്ക് പണം ആവശ്യമുണ്ടെങ്കിൽ, എന്നിൽ നിന്നും സ്വീകരിക്കുമോ പ്രഭു? അതെന്നെ അങ്ങേയറ്റം സന്തോഷിപ്പിക്കും.”

അവളുടെ വായിൽനിന്ന് ആ വാക്കുകൾ പുറത്തുവന്ന ഉടനെ അന്നാ ഫിയോഡൊറോവ്നാ വല്ലാതെ പേടിച്ച് വിവശയായി. അവളുടെ മുഖം ചുകന്ന് തുടുത്തു. പ്രഭുവിന്റെ മുഖത്തെ ആഹ്ലാദമെല്ലാം ചോർന്നുപോയി.

“നിങ്ങളുടെ ചേട്ടൻ ഒരു മണ്ടനാണ്”. അയാൾ ഹ്രസ്വമായ രീതിയിൽ പറഞ്ഞു. “നിങ്ങൾക്കറിയാമല്ലോ, ഒരു മനുഷ്യൻ മറ്റൊരു മനുഷ്യനെ അപമാനിക്കുമ്പോൾ അയാളെ ദ്വന്ദ്വയുദ്ധത്തിന് വെല്ലുവിളിക്കുന്നു. എന്നാൽ ഒരു സ്ത്രീ ഒരു പുരുഷനെ അപമാനിക്കുമ്പോൾ എന്താണ് സംഭവിക്കുക എന്ന് നിങ്ങൾക്കറിയാമോ?”

ലജ്ജയാൽ തന്റെ കഴുത്തും കാതുകളും ജ്വലിക്കുന്നതുപോലെ പാവം അന്നാഫിയോഡൊറോവ്നായ്ക്ക് തോന്നി. അവൾ കണ്ണുകൾ താഴ്ത്തി. ഒരക്ഷരം ഉരിയാടിയില്ല.

“എല്ലാവരുടെയും സാന്നിദ്ധ്യത്തിൽ ആ സ്ത്രീയെ ചുംബിക്കുന്നു.” അവളുടെ കാതിലേക്ക് തലകുനിച്ച് പ്രഭു പറഞ്ഞു. “നിങ്ങളുടെ കൈയിൽ ചുംബിക്കുവാനെന്നെ അനുവദിക്കുക”. ചെറിയൊരു ഇടവേളയ്ക്കുശേഷം ആ സ്ത്രീയുടെ പരിഭ്രമത്തിൽ ദയ തോന്നി അയാൾ മെല്ലെ കൂട്ടിച്ചേർത്തു.

“ഓഹ്, എന്നാൽ ഇപ്പോൾ അല്ല” ഒരു ദീർഘനിശ്വാസത്തോടെ അന്നാ ഫിയോഡൊറോവ്നാ പറഞ്ഞു.

"എപ്പോൾ? നാളെ ഞാൻ അതിരാവിലെ പോകുകയാണ്. നിങ്ങൾക്ക് എന്നോട് ഈ കടം വീട്ടാനുണ്ട്."

"എന്നാൽ ഈ ചുറ്റുപാടിൽ എനിക്കത് വീട്ടാൻ കഴിയില്ല." അന്നാ ഫിയോഡൊറോവ്നാ ഒരു പുഞ്ചിരിയോടെ മറുപടി നൽകി.

"ഇന്ന് രാത്രി തന്നെ നിങ്ങളുടെ കൈയിൽ ചുംബിക്കാനൊരവസരം തരൂ. ഞാനത് സ്വയം കണ്ടെത്തിക്കൊള്ളാം."

"നിങ്ങൾ എങ്ങനെ കണ്ടെത്തും?"

"അതെന്റെ കാര്യം. നിങ്ങളെ കാണാൻവേണ്ടി ഞാൻ എന്തും ചെയ്യും. നിങ്ങൾ എതിർക്കില്ലല്ലോ?"

"ഇല്ല"

എക്കോസ്സെസ് ഡാൻസ് അവസാനിച്ചു. മറ്റൊരു വസൂക്കാഡാൻസ് അവർ ചെയ്തു. അതിൽ പ്രഭു അദ്ഭുതങ്ങൾ കാണിച്ചു, തൂവാലകൾ പിടിച്ചെടുക്കുക, ഒരു കാൽമുട്ടിൽ നിൽക്കുക, വാർസൊക്കാരുടേതായി ഒരു പ്രത്യേക ശൈലിയിൽ ബൂട്സുകളിലെ മുള്ളുകൾ കൂട്ടിമുട്ടിക്കുക തുടങ്ങിയവ. വൃദ്ധന്മാർ ചീട്ടുമേശ വിട്ട് ഡാൻസ് കാണാനെത്തി. ഏറ്റവും നല്ല ഡാൻസർ എന്ന് കീർത്തികേട്ട കാവൽറി ഓഫീസർ പോലും തോൽവി അംഗീകരിച്ചു. അത്താഴം നിരത്തി. അവസാനത്തെ 'ഗ്രാൻഡ് ഫാദർ' എന്ന ഡാൻസിനു ശേഷം അതിഥികൾ വിട പറയാൻ തുടങ്ങി. ഈ സമയമെല്ലാം ആ കൊച്ചുവിധവയുടെ മുഖത്തു നിന്ന് പ്രഭു കണ്ണെടുത്തിട്ടില്ല. അവൾക്കുവേണ്ടി, ഐസിൽ തുളയുണ്ടാക്കി. അതിലൂടെ ഊളിയിട്ടുപോകാൻ താൻ തയ്യാറാണെന്ന് പ്രഭു പറഞ്ഞത് ഒരു അത്യുക്തി ആയിരുന്നില്ല. പ്രേമമോ, ചാപല്യമോ, ദുർവാശിയോ, എന്തായാലും ശരി, ആ രാത്രിയിൽ ഒരു അഭിലാഷത്തിൽ മാത്രമാണയാളുടെ എല്ലാ കഴിവുകളും കേന്ദ്രീകരിക്കപ്പെട്ടത് - അവളെ കാണാനും പ്രേമസല്ലാപം നടത്താനും.

അന്നാ ഫിയോഡൊറോവ്നാ ആതിഥേയയോട് വിടവാങ്ങുന്നത് കണ്ടപ്പോൾ അയാൾ, കോട്ടുപോലും ധരിക്കാതെ ഭൃത്യരുടെ മുറിയിലൂടെ ഓടി വണ്ടികൾ കാത്തുനിൽക്കുന്ന റോഡരികിലെത്തി.

"അന്നാഫിയോഡൊറോവ്നാ, സെയിറ്റ് സെവായുടെ വണ്ടി!" അയാൾ വിളിച്ചു.

നാലുപേർക്ക് ഇരിക്കാവുന്ന വിളക്കുകൾ തൂക്കിയിട്ട പൊക്കമുള്ളൊരു കുതിരവണ്ടി ഗേറ്റിനടുത്തേക്ക് നീങ്ങി.

"നിർത്തൂ!" കാൽമുട്ടു വരെയുള്ള മഞ്ഞിലൂടെ ഓടിച്ചെന്ന് അയാൾ വണ്ടിക്കാരനോട് വിളിച്ചു പറഞ്ഞു. "നിങ്ങൾക്കെന്താണ് വേണ്ടത്?" വണ്ടിക്കാരൻ തിരിച്ചു ചോദിച്ചു.

"എനിക്ക് വണ്ടിയിൽ കയറണം." വണ്ടിയോടൊപ്പം ഓടിച്ചെന്ന്

വാതിൽ വലിച്ചു തുറന്ന്, വണ്ടിയിലേക്ക് ചാടിക്കയറാൻ ശ്രമിക്കവേ പ്രഭു മറുപടി നൽകി. “നിർത്തൂ നാശം! മരത്തലയാ!”

“നിർത്തൂ വാസ്കാ!” വണ്ടിക്കാരൻ സഹായിയോട് പറഞ്ഞു. കുതിരയെ പിടിച്ചുനിർത്തി. “നിങ്ങൾ എന്തിന് മറ്റുള്ളവരുടെ വണ്ടിയിൽ കയറണം? ഇത് അന്നാഫിയോഡൊറോവാനായുടെ വണ്ടിയാണ്, നിങ്ങളുടേതല്ല, യുവർ ഓണർ.”

“നിന്റെ വായ അടക്കൂ, ഇഡിയറ്റ്! ഇതാ ഈ പണം വാങ്ങി ഇറങ്ങി വന്ന് വാതിലടക്കൂ” പ്രഭു പറഞ്ഞു. വണ്ടിക്കാരൻ അനങ്ങിയില്ല. പ്രഭു പടികൾ വലിച്ചു പൊക്കി, ജനാല തുറന്ന് വാതിൽ ഒരു വിധത്തിൽ സ്വയം അടച്ചു. ആ വണ്ടി പഴയ വണ്ടികളുടേതുപോലെ (സുവർണ്ണ പട്ടുനൂൽ അലങ്കരിച്ചവ) പൂപ്പലിന്റേയും കരിഞ്ഞ രോമത്തിന്റെയും മണമുള്ളതായിരുന്നു. മുട്ടുവരെ മഞ്ഞ് നിറഞ്ഞിരുന്ന പ്രഭുവിന്റെ കാലിൽ മൃദുവായ ബൂട്സും സവാരിക്കാലുറയും മാത്രമേ ഉണ്ടായിരുന്നുള്ളൂ. അതിനാൽ, അയാൾ തണുത്ത് വിറയ്ക്കുകയായിരുന്നു. വണ്ടിക്കാരൻ പെട്ടിപ്പുറത്തിരുന്ന് എന്തോ പിറുപിറുത്തു. താഴേക്ക് ചാടി ഇറങ്ങാൻ പോകുകയാണെന്ന് തോന്നി. പ്രഭു ഒന്നും കേട്ടില്ല, ഒന്നും തോന്നിയതുമില്ല. അയാളുടെ മുഖം ജ്വലിച്ചു, ഹൃദയം കിടന്ന് പിടച്ചു. മഞ്ഞ പട്ടയിൽ പിടിച്ച് ഒരു വശത്തെ ജനാലയിലൂടെ തല പുറത്തേക്കിട്ട് നോക്കി. അയാൾ പ്രതീക്ഷയിൽ വിവശനായി ഇരിക്കയാണ്. അത് അധികനേരം നീണ്ടുനിന്നില്ല. ഗേറ്റിൽ ആരോ വിളിച്ചു പറഞ്ഞു. “മാഡം സെയിറ്റ് സേവായുടെ വണ്ടി!” വണ്ടിക്കാരൻ ചാട്ടവാറ് വീശി. വണ്ടി അതിന്റെ സ്പ്രിംഗിൽ നിന്ന് ആടി. വീട്ടിലെ വെളിച്ചമുള്ള ജനലുകൾ ഓരോന്നായി വണ്ടിയുടെ ജനാലകളെ കടന്നുപോയി.

“ഞാനിവിടെ ഉള്ള കാര്യം ആ പരിചാരകനോട് നീ മിണ്ടിപ്പോകരുത്, തെമ്മാടി” മുന്നിലെ ജനാലയിലൂടെ തല പുറത്തേക്കിട്ട് വണ്ടിക്കാരനോട് പ്രഭു പറഞ്ഞു. “നീ മിണ്ടിയാൽ ഞാൻ നിനക്ക് നല്ല അടി വെച്ചു തരും; ഇല്ലെങ്കിൽ, പത്ത് റൂബിൾ.”

ജനാല അടച്ചപ്പോഴേക്കും വണ്ടി ഒരു ആട്ടത്തോടെ നിന്നു. ഒരു മൂലയിലേക്ക് പിൻവാങ്ങി ശ്വാസമടക്കി കണ്ണുകൾ അടച്ച് ഇരുന്നു. തന്റെ വികാരതരളിതമായ ആശങ്കകൾ എന്തെങ്കിലും കാരണത്താൽ തട്ടിത്തെറിപ്പിക്കപ്പെടുമോ എന്നയാൾ ഭയപ്പെട്ടു. വാതിൽ തുറന്നു. ഓരോരോ പടികൾ ഒച്ചയോടെ താണു. ഒരു സ്ത്രീയുടെ ഗൗൺ ഉലയുന്ന ശബ്ദം പൂപ്പൽ മണമുള്ള വണ്ടിക്കുള്ളിൽ മുല്ലപ്പൂവിന്റെ സൗരഭ്യം തങ്ങിനിന്നു. കൊച്ചുപാദങ്ങൾ മെല്ലെ മെല്ലെ ശബ്ദമുണ്ടാക്കി പടികൾ കയറി. അന്നാഫിയോഡൊറോവ്നാ നിശ്ശബ്ദം ശ്വാസം പോലുംവിടാതെ പ്രഭുവിന്റെ അരികിൽ വന്നിരുന്നപ്പോൾ അവളുടെ ഉടുപ്പിന്റെ ഓരം പ്രഭുവിന്റെ കാലുകളിൽ ഉരസി.

അവൾ അയാളെ കണ്ടിട്ടുണ്ടോ, ഇല്ലയോ എന്ന് ആർക്കും പറയാൻ കഴിയില്ല. അന്നാഫിയോഡൊറോവ്നായ്ക്ക് പോലും; എന്നാൽ, അയാൾ

അവളുടെ കൈപിടിച്ച്, “ഇപ്പോൾ, തീർച്ചയായും ഞാൻ നിങ്ങളുടെ കൈയിൽ ചുംബിക്കും” എന്ന് മന്ത്രിച്ചപ്പോൾ, അവൾ യാതൊരു വിധ അസ്വസ്ഥത പ്രകടിപ്പിക്കുകയോ മിണ്ടുകയോ ചെയ്തില്ല. തൽക്ഷണം അവൾ നീട്ടിയ കൈപിടിച്ച് ഗ്ലൗസിന്റെ മുകളിലെ ഭാഗത്ത് അയാൾ തുരുതുരെ ചുംബിച്ചു. വണ്ടി മുന്നോട്ട് നീങ്ങി.

“എന്തെങ്കിലും പറയൂ. നിങ്ങൾ ദേഷ്യത്തില്ലല്ലോ, ആണോ?” അയാൾ അവളോട് ചോദിച്ചു.

അവൾ മൂലയിലേക്ക് കൂറെക്കൂടി പിൻവാങ്ങുക മാത്രം ചെയ്തു. പെട്ടെന്ന്, പറയത്തക്ക കാരണമൊന്നുമില്ലാതെ അവൾ പൊട്ടിക്കരയുകയും അവളുടെ ശിരസ്സ് അയാളുടെ മാറിലേക്ക് പതിയുകയും ചെയ്തു.

6

പുതുതായി തിരഞ്ഞെടുക്കപ്പെട്ട പൊലീസ് ക്യാപ്റ്റനും തന്റെ പാർട്ടിയും കാവൽറി ഓഫീസറും മറ്റ് മാന്യന്മാരും പുതിയ മദ്യശാലയിലിരുന്ന് ജിപ്സി ഗാനമേളയും കേട്ട് കുടി തുടങ്ങിയിട്ട് കുറെനേരമായി. അപ്പോഴാണ് അന്നാഫിയോഡൊറോവ്നായുടെ ഭർത്താവിന്റെ കരടിത്തോൽ ലൈനിംഗുള്ള നീല ഓവർക്കോട്ടും ധരിച്ച് പ്രഭു അവിടെ എത്തി. അവരോടൊപ്പം ചേർന്നത്.

“ആഹ്, യുവർ എക്സലൻസി. നിങ്ങൾ വരുമെന്ന പ്രതീക്ഷ ഞങ്ങൾ ഉപേക്ഷിച്ചിരിക്കുകയായിരുന്നു” കറുത്ത മുടിയുള്ള കോങ്കണ്ണൻ ജിപ്സി, തന്റെ വെളുത്ത പല്ലുകൾ കാട്ടി ചിരിച്ചു. പ്രഭുവിനെ അഭിവാദ്യം ചെയ്ത്, ഓവർക്കോട്ട് ഊരുന്നതിൽ സഹായിക്കാനായി വാതിൽക്കലേക്ക് ഓടി ച്ചെന്നു.

“ലെബെഡ്യാൻ വിട്ടശേഷം നിങ്ങളെ കണ്ടിട്ടേയില്ല. സ്റ്റേഷാ നിങ്ങൾക്കുവേണ്ടി ഉൽക്കണ്ഠാകുലയാണ്.”

സ്റ്റേഷായും അയാളെ കാണാനായി ഓടിയെത്തി. തുടുത്ത് തിളങ്ങുന്ന തവിട്ടു നിറമുള്ള കവിളുകളും കരിനീല നയനങ്ങളും (അതിന്റെ പ്രകാശം നീണ്ട കൺപീലികളുടെ നിഴൽ മൂലം മങ്ങിയിരിക്കുന്നു) ഉള്ള സുന്ദരിയായൊരു ജിപ്സി യുവതിയാണവൾ.

“ആഹ്. എന്റെ പ്രിയപ്പെട്ട പ്രഭു! എന്ത് അദ്ഭുതം! എത്ര ആനന്ദകരം!” സന്തോഷപൂർവം പുഞ്ചിരിച്ചുകൊണ്ടവൾ പിറുപിറുത്തു.

അയാളെ കാണാൻ സന്തോഷം നടിച്ച് ഇലിയൂഷ്കാപോലും ഓടിയെത്തി. വയസ്സായവർ, മദ്ധ്യവയസ്കകൾ, ചെറുപ്പക്കാരികൾ, എല്ലാവരും തുള്ളിച്ചാടി ഓടിവന്ന് അയാളെ വളഞ്ഞു. തങ്ങളുടെ കുഞ്ഞുങ്ങളുടെ തലതൊട്ടപ്പനായ അയാളെ അവരിൽ പലരും ബന്ധുവായി കണക്കാക്കി. മറ്റു പലരും അയാളുമായി കുരിശ് കൈമാറിയ ബന്ധം അവകാശപ്പെട്ടു.

എല്ലാ ജിപ്സി യുവതികളെയും ടൂർബിൻ ചുണ്ടിൽ ചുംബിച്ചു, വൃദ്ധ ജിപ്സികളും പുരുഷന്മാരും അയാളുടെ തോളിലും കൈയിലും ചുംബിച്ചു. പ്രഭുക്കന്മാരും അയാളെ കണ്ടപ്പോൾ വളരെ ആഹ്ലാദിച്ചു. പ്രത്യേകിച്ച്, ആഘോഷങ്ങൾ അതിന്റെ മൂർദ്ധന്യത്തിലെത്തി, ഓരോരുത്തനും മൂക്കറ്റം തിന്നുകയും കുടിക്കുകയും ചെയ്തുകഴിഞ്ഞിരുന്നു. അവരുടെ ഞരമ്പുകളെ ഉത്തേജിപ്പിക്കാൻ ഉള്ള ശക്തി വീഞ്ഞിന് നഷ്ടപ്പെട്ടു കഴിഞ്ഞു. കഴിയാവുന്ന വിധത്തിലെല്ലാം അവർ തിമർത്ത് ഉല്ലസിച്ച് തീർത്തതിനാൽ അതിഥികളെല്ലാം തളർന്നുകഴിഞ്ഞു. എല്ലാ പാട്ടുകളും പാടിക്കഴിഞ്ഞു. അതെല്ലാം അവരുടെ തലയ്ക്കുള്ളിൽ കൂടിക്കുഴഞ്ഞു. ശബ്ദവും ബഹളവും മാത്രം തലച്ചോറിൽ പതിഞ്ഞ് കിടന്നു. അപ്പോൾ കാണിച്ച കൗശലവിദ്യകളെല്ലാം എത്രതന്നെ അപൂർവവും സാഹസികവും ആയിരുന്നിട്ടുപോലും ആർക്കും അത് വിനോദകരമായി തോന്നിയില്ല. പൊലീസ് ക്യാപ്റ്റൻ അവലക്ഷണം പിടിച്ച നിലയിൽ ഒരു വൃദ്ധയുടെ കാൽക്കൽ കിടക്കുകയായിരുന്നു.

"ഷാമ്പെയിൻ!" കാലിട്ടടിച്ചു കൊണ്ടയാൾ അലറി.

"പ്രഭു വന്നു! ഷാമ്പെയിൻ! അദ്ദേഹം വന്നു! ഷാമ്പെയിൻ കൊണ്ടുവരൂ! ഞാനൊരു ബാത്ത്ടബിൽ ഷാമ്പെയിൻ നിറച്ച് അതിൽ കുളിക്കും! പ്രഭുക്കന്മാരായ മാന്യരേ ഇത്തരം തിരഞ്ഞെടുത്ത സമൂഹത്തിൽ കഴിയാൻ എനിക്കെന്ത് ഇഷ്ടമാണെന്നോ! സ്റ്റേഷാ, 'ദി ഓപ്പൺ റോഡ്!' പാടൂ".

കാവൽറി ഓഫീസറും കുടിച്ച് ഫിറ്റായിരുന്നെങ്കിലും, വ്യത്യസ്ത രീതിയിലാണയാൾ പ്രതികരിച്ചത്. പൊക്കമുള്ള സുന്ദരിയായ ല്യൂബാഷാ എന്ന ജിപ്സി പെൺകുട്ടിക്കരികിൽ സോഫായുടെ മൂലയ്ക്ക് ചുരുണ്ടുകൂടിയ അയാൾ, മദ്യലഹരി ഇറങ്ങാനായി കണ്ണുകൾ ചിമ്മുകയും തല കുലുക്കുകയും ചെയ്തുകൊണ്ടിരുന്നു. തന്നോടൊപ്പം ഒളിച്ചോടാൻ ആ പെൺകുട്ടിയോട് വീണ്ടും വീണ്ടും ഒരേ വാക്കുകളിൽ അയാൾ നിർബന്ധിച്ചു. അയാൾ പറയുന്നത് അങ്ങേയറ്റം രസകരവും അതേ സമയം അല്പം ദയനീയവും ആണെന്ന മട്ടിൽ ല്യൂബാഷാ പുഞ്ചിരിയോടെ അത് ശ്രദ്ധിക്കുകയും, ഇടയ്ക്കിടെ അവളുടെ മുന്നിൽ ഒരു കസേരയ്ക്ക് പിന്നിൽ നിൽക്കുന്ന കോങ്കണ്ണൻ ഭർത്താവ് സാഷായെ നോക്കുകയും ചെയ്യുന്നുണ്ട്. കാവൽറി ഓഫീസറുടെ പ്രേമാഭ്യർത്ഥനയ്ക്ക് മറുപടിയായി, അവൾ കുനിഞ്ഞ് ഒരു അഭ്യർത്ഥന മെല്ലെ നടത്തുന്നു. ആരുമറിയാതെ അവൾക്ക് കുറച്ച് റിബ്ബണുകളും സെന്റും വാങ്ങിച്ചു കൊടുക്കുവാൻ.

"ഹുറേ!" പ്രഭു എത്തിയപ്പോൾ കാവൽറി ഓഫീസർ വിളിച്ചുകൂവി.

ആ യുവകോമളൻ ഉത്കണ്ഠാഭാവത്തിൽ അസാധാരണമാം വിധം ഉറച്ച കാൽവെപ്പുകളോടെ അങ്ങോട്ടുമിങ്ങോട്ടും നടന്ന് 'ദി റിവോൾട്ട് ഇൻ സെറാഗ്ലിയോ'യിൽ നിന്നൊരു ട്യൂൺ മൂളി.

വൃദ്ധൻ കുടുംബനാഥൻ വന്നസമയം മുതൽ ഒരു സോഫയിൽ നീണ്ടു നിവർന്ന് കിടപ്പുണ്ട്. അയാൾ കൂടെ വന്നില്ലെങ്കിൽ യാതൊരു ആനന്ദവും അവർക്ക് ഈ പാർട്ടിയിൽ ഉണ്ടാകില്ലെന്നും അയാളില്ലെങ്കിൽ അവരും ഈ പാർട്ടിക്ക് പോകുന്നില്ലെന്നും പറഞ്ഞ് ആ പ്രഭുസംഘം അയാളെ പ്രലോഭിപ്പിച്ച് അങ്ങോട്ടു കൊണ്ടുവന്നതാണ്. പിന്നീടാരും അയാൾക്കുനേരെ ഒന്ന് നോക്കിയതുപോലുമില്ല. ഒരു ഗവൺമെന്റ് ഉദ്യോഗസ്ഥൻ തന്റെ ഫ്രോക്ക്കോട്ട് ഊരിവെച്ച്, മേശപ്പുറത്ത് കാല് കയറ്റിവെച്ച് ഇരിപ്പുണ്ട്, താനൊരു വല്ലാത്ത വിഷയലമ്പടനാണെന്ന് പ്രകടിപ്പിക്കാനായി മുടി പാറിപ്പറപ്പിച്ച് ഇട്ടിരിക്കയാണ് അയാൾ! പ്രഭു പ്രവേശിച്ച ഉടനെ അയാൾ. കോളറിന്റെ കുടുക്കുകൾ ഊരി മേശയുടെ പിന്നിലേക്ക് ചാഞ്ഞ് കിടന്നു. മൊത്തത്തിൽ, പ്രഭുവിന്റെ വരവോടെ ആ പാർട്ടി കൂടുതൽ ഊർജ്ജസ്വലമായി. മുറിയിൽ അങ്ങോട്ടുമിങ്ങോട്ടും നടന്നിരുന്ന ജിപ്സികൾ വീണ്ടും വട്ടത്തിൽ ഇരുന്നു. സോളോയിസ്റ്റ് ആയ സ്റ്റെഷായെ പ്രഭു തന്റെ മടിയിലിരുത്തി, ഷാമ്പെയിന് ഓർഡർ കൊടുത്തു.

ഇല്യൂഷ്കാ തന്റെ ഗിത്താറുമായി സോളോയിസ്റ്റിന്റെ മുന്നിൽ ഇരുന്ന് 'പ്ലയാസ്കാ' പാടുവാൻ ആംഗ്യം കാട്ടി. "ഞാൻ തെരുവിലൂടെ നടക്കുമ്പോഴെല്ലാം, ഏഹ് ഹുസ്സാർമാരെ! കേൾക്കുക, മനസ്സിലാക്കുക."ഈ പ്ലയാസ്കാ, സ്റ്റേഷാ മനോഹരമായി ആലപിച്ചു. മനോഹരവും മധുരവുമായ അവളുടെ ശബ്ദം ഹൃദയത്തിന്റെ അടിത്തട്ടിൽനിന്ന് വരുന്നതുപോലെ തോന്നി. ആകർഷണീയമായ അവളുടെ മന്ദഹാസം, വികാരം തുളുമ്പുന്ന കടാക്ഷം, ഗാനമാലപിക്കുമ്പോൾ അവളറിയാതെ താളം പിടിക്കുന്ന കൊച്ചു പാദങ്ങൾ, ഓരോ സംഘഗാനം ആരംഭിക്കുമ്പോഴെല്ലാം അവളിൽ നിന്നുയരുന്ന ആവേശകരമായ ആർപ്പുവിളി - ഇവയെല്ലാം അപൂർവമായൊരു ചലനം എല്ലാവരിലും സൃഷ്ടിച്ചു. അവൾ പാടിയ ഗാനങ്ങളെല്ലാം ഹൃദയംഗമമായിരുന്നു. പൂർണ്ണ ആത്മാവോടെ ഇല്യൂഷ്കാ അതിനോടൊപ്പം ഗിത്താർ വായിച്ചു. ഒരേ ലയത്തിൽ, അയാളുടെ ചലനങ്ങൾ പോലും അതിലലിഞ്ഞതുപോലെ കാണപ്പെട്ടു. അതേ രീതിയിലായിരുന്നു തലകുലുക്കവും പുഞ്ചിരിയുമെല്ലാം. അയാളുടെ കണ്ണുകൾ അവളിൽ തറച്ചു നിന്നു, ആകാംക്ഷയോടെ അവളുടെ ഗാനാലാപനം ശ്രദ്ധിച്ചു. ആ ഗാനം ഇതുവരെ അയാൾ കേട്ടിട്ടില്ലെന്നതുപോലെ. പാട്ട് അവസാനിച്ചതോടെ, പെട്ടെന്നയാൾ നിവർന്നിരുന്നു. ഈ ലോകത്തിലെ ഏതൊരുത്തനേക്കാൾ ഉന്നതനാണ് താനെന്ന ഭാവത്തിൽ. അന്തസ്സോടെ ഗിത്താർ മുകളിലേക്ക് കാൽമുട്ടുകൊണ്ട് തട്ടിത്തെറിപ്പിച്ചിട്ട്, ഉപ്പൂറ്റി കൊണ്ട് നിലത്ത് താളം പിടിച്ചുകൊണ്ടിരുന്നു. തലമുടി പിന്നാക്കം തെറിപ്പിച്ച്, നീരസഭാവത്തിൽ ഗായകസംഘത്തെ ഒന്ന് വീക്ഷിച്ച്. പിന്നെ, ഉജ്ജ്വലമായൊരു നൃത്തം ആരംഭിച്ചു. ഇരുപത് കരുത്തുറ്റ ശബ്ദങ്ങൾ ഒന്നിച്ച് പാടി. ഓരോന്നും പരസ്പരം മത്സരിക്കുന്നതുപോലെ. അത്രയ്ക്ക് അനുപമം. വൃദ്ധകൾ എഴുന്നേൽക്കാതെ തന്നെ പാട്ടിനൊത്ത് ചലിക്കുകയും, ഉറുമാലുകൾ വീശുകയും ഇളിക്കുകയും താളത്തിനൊപ്പം

ആർത്തുവിളിക്കുകയും ചെയ്തുകൊണ്ടിരുന്നു. തങ്ങളുടെ കസേരകൾക്കുപിന്നിൽ അണിനിരന്ന് പുരുഷന്മാർ തല ചെരിച്ച് ഘനഗംഭീരമായ സ്വരത്തിൽ പാടിയപ്പോൾ അവരുടെ ചങ്കിലെ ഞരമ്പുകൾ തടിച്ചു നിന്നു.

സ്റ്റേഷാ ഉയർന്ന പിച്ചിൽ പാടുമ്പോഴെല്ലാം അവളെ സഹായിക്കാനെന്നോണം ഇല്യൂഷ്കാ തന്റെ ഗിത്താർ അവളുടെ സമീപത്തേക്ക് കൊണ്ടുചെല്ലും. ഇപ്പോൾ അവളുടെ ഗാനം ഭംഗിയായി കേൾക്കാമെന്ന് ആ സുമുഖനായ യുവാവ് ആനന്ദമൂർച്ഛയോടെ വിളിച്ച് പറയും.

നൃത്തഗാനം ആലപിച്ചപ്പോൾ തോളും മാറും കുലുക്കിക്കൊണ്ട് ദുന്യാശാ ഇറങ്ങി വന്ന്, പ്രഭുവിനു ചുറ്റും കറങ്ങിയശേഷം ഹാളിന്റെ മദ്ധ്യത്തിലെത്തി. ടൂർബിൻ ചാടി എഴുന്നേറ്റ്, തന്റെ ജാക്കറ്റ് ഊരി എറിഞ്ഞ് അവളോടൊപ്പം നൃത്തം ചെയ്യാൻ തുടങ്ങി. അയാളുടെ ചുവടുവെപ്പുകൾ കണ്ട് ജിപ്സികൾ പരസ്പരം നോക്കി അംഗീകാരത്തിന്റേതായ പുഞ്ചിരികൾ കൈമാറി.

പൊലീസ് ക്യാപ്റ്റൻ ഒരു തുർക്കിയെപ്പോലെ ചമ്രം പടിഞ്ഞിരുന്ന്, കൈ ചുരുട്ടി നെഞ്ചത്തടിച്ച് അലറി "ബ്രേവോ!" പിന്നെ പ്രഭുവിന്റെ കാൽ പിടിച്ചു വലിച്ച്, അയാളോട് സ്വകാര്യം പറഞ്ഞു - താൻ രണ്ടായിരം റൂബിളുമായിട്ടാണ് ഇവിടെ വന്നതെന്നും ഇനിയും അഞ്ഞൂറ് റൂബിൾ ബാക്കിയുണ്ടെന്നും പ്രഭു പറഞ്ഞാൽ എന്ത് വേണമെങ്കിലും ചെയ്യാമെന്നും വൃദ്ധൻ ഗൃഹനാഥൻ ഉറക്കമുണർന്ന് വീട്ടിൽ പോകാനാഗ്രഹിച്ചു. അവർ അതിനനുസരിച്ചില്ല. ആ സുമുഖനായ യുവാവ് ഒരു ജിപ്സി പെണ്ണിനോട് വാൾട്സ് നൃത്തം ചെയ്യാൻ പ്രേരിപ്പിച്ചുകൊണ്ടിരുന്നു. കാവൽറി ഓഫീസർ പ്രഭുവിനോടുള്ള തന്റെ സൗഹൃദം പ്രകടിപ്പിക്കാനുള്ള മോഹത്തിൽ, താൻ ഇരുന്ന മൂലയിൽ നിന്നും എഴുന്നേറ്റു വന്ന് പ്രഭുവിനെ ആലിംഗനം ചെയ്തു.

"ആഹ്, എന്റെ പ്രിയ സുഹൃത്തേ" അയാൾ പറഞ്ഞു "നിങ്ങൾ എന്തിനുവേണ്ടിയാണ് ഞങ്ങളെ വിട്ടു പോയത്?" പ്രഭു ഒന്നും മിണ്ടിയില്ല. അയാളുടെ മനസ്സ് തീർച്ചയായും മറ്റെങ്ങോ ആയിരുന്നു. "നിങ്ങൾ എവിടെയാണ് പോയത്? നിങ്ങൾ ഒരു സൂത്രശാലിയാണ്, പ്രഭു! എനിക്കറിയാം നിങ്ങൾ എവിടെയാണ് പോയതെന്ന്."

എന്തുകൊണ്ടോ ഈ അടുപ്പം കാണിക്കൽ ടുർബിന് ഇഷ്ടപ്പെട്ടില്ല. അയാൾ കാവൽറി ഓഫീസറുടെ മുഖത്തേക്ക് ഗൗരവത്തോടെ, ഒരക്ഷരം മിണ്ടാതെ തുറിച്ചുനോക്കി. പെട്ടെന്ന് വൃത്തികെട്ട എന്തോ ശകാരവാക്ക് ഉച്ചരിച്ചു. കാവൽറി ഓഫീസർ ഒന്ന് ഞെട്ടി, അത് തമാശയാണോ അല്ലയോ എന്ന് മനസ്സിലാക്കാൻ അയാൾക്ക് കഴിഞ്ഞില്ല. ഒടുവിൽ അയാൾ ഒന്ന് പുഞ്ചിരിച്ച് തന്റെ ജിപ്സിപെണ്ണിന്റെ അരികിലേക്ക് തിരിച്ചു ചെന്നു. ഈസ്റ്ററിനു ശേഷം താൻ അവളെ വിവാഹം കഴിച്ചോളാമെന്നവൾക്ക് ഉറപ്പ് കൊടുത്തു.

ആ സംഘം മറ്റൊരു പാട്ട് പാടി, അതിനു ശേഷം മറ്റൊന്ന്, കുറേ ഡാൻസ് ചെയ്തു. ഓരോരുത്തരുടെയും ബഹുമാനാർത്ഥം പാട്ടുകൾ പാടി. അതൊരു ആനന്ദകരമായ അവസരമായി അവർ കരുതി. ഷാമ്പെയിൻ നിരന്തരമായി ഒഴുകി. പ്രഭു ഒരുപാട് കുടിച്ചു. അയാളുടെ കണ്ണുകൾ ഈറനണിഞ്ഞു, എന്നാലും കാലുകൾ ഇടറിയിരുന്നില്ല. എന്നത്തേക്കാളുമേറെ മനോഹരമായി അയാൾ ഡാൻസ് ചെയ്തു. ദൃഢസ്വരത്തിൽ സംസാരിച്ചു. ജിപ്സികൾ സംഘഗാനം ആലപിച്ചപ്പോൾ അയാളും അതിൽ ചേർന്നു. സ്റ്റേഷാ 'ദി ജന്റിൽ ഫ്ളട്ടർ ഓഫ് ലൗവ്സ് വിംഗ്സ്' പാടിയപ്പോൾ അയാൾ ഒപ്പം പാടി.

പാട്ടിനിടയിൽ ബാർ ഉടമ വന്ന്, അതിഥികളോട് പിരിഞ്ഞുപോകാൻ പറഞ്ഞു. കാരണം, അപ്പോൾ സമയം രാവിലെ മൂന്നുമണി ആയിക്കഴിഞ്ഞിരുന്നു. പ്രഭു അയാളുടെ പിടലിക്ക് പിടിച്ച്, അയാളോട് സ്ക്വാറ്റ് ഡാൻസ് ചെയ്യാൻ പറഞ്ഞു. അയാൾ വിസമ്മതിച്ചു. പ്രഭു ഒരു ഷാമ്പെയിൻ കുപ്പി പിടിച്ചുവാങ്ങി, ബാറുടമയെ തലകീഴായി നിർത്തി എല്ലാവരും കൂടി പിടിച്ച് ആർപ്പുവിളികളോടെ ആ കുപ്പി ഷാമ്പെയിൻ മുഴുവൻ അയാളുടെ മേൽ ഒഴിച്ചു.

അപ്പോഴേക്കും നേരം പുലർന്നു തുടങ്ങിയിരുന്നു. പ്രഭു ഒഴിച്ച് മറ്റെല്ലാവരും തളർന്ന് വിളർത്തു പോയി.

"എനിക്ക് മോസ്കോവിലേക്ക് പോകാൻ സമയമായി." അയാൾ പെട്ടെന്ന് ചാടി എഴുന്നേറ്റു. "എല്ലാവരും എന്നോടൊപ്പം ഹോട്ടലിലേക്ക് വരൂ, മാന്യരേ എന്നെ യാത്ര അയയ്ക്കൂ. നമ്മൾക്ക് ചായ കുടിക്കുകയും ചെയ്യാം."

ഉറങ്ങിക്കിടന്നിരുന്ന വൃദ്ധൻ ഒഴിച്ച് മറ്റെല്ലാവരും സമ്മതിച്ചു. അയാളെ അവിടെ ഉപേക്ഷിച്ച്, ഗേറ്റിൽ കിടന്നിരുന്ന മൂന്ന് വണ്ടികളിൽ ഞെരുങ്ങി ഇരുന്ന്, അവർ ഹോട്ടലിലേക്ക് പുറപ്പെട്ടു.

7

"**കു**തിരകളെ പൂട്ടൂ" ഹോട്ടലിന്റെ പബ്ലിക് റൂമിൽ എല്ലാ അതിഥികളോടും ജിപ്സികളോടും ഒപ്പം കയറവേ പ്രഭു വിളിച്ചുപറഞ്ഞു. "സാഷാ! - ജിപ്സി സാഷായല്ല, എന്റെ സാഷാ - സ്റ്റേഷൻ മാസ്റ്ററോട് പറയൂ, അയാൾ എനിക്ക് മോശം കുതിരകളെ തന്നാൽ ഞാനയാളുടെ തൊലി ഉരിയുമെന്ന്. പിന്നെ, ഞങ്ങൾക്ക് കുറച്ച് ചായ കൊണ്ടുവരൂ! സാവൽഷെവിസ്കി, ഞാൻ ഇലിയിന്റെ മുറിയിൽ പോയി അയാൾ എങ്ങനെയുണ്ടെന്ന് നോക്കി വരുമ്പോഴേക്കും നിങ്ങൾ ചായ ഏർപ്പാട് ചെയ്യൂ." ടൂർബിൻ പുറത്തെ ഇടനാഴിയിലൂടെ ഉഹ്ലാന്റെ മുറിയിലേക്ക് നടന്നു.

ഇലിയിൻ അപ്പോൾതന്നെ കളി നിർത്തിയിട്ടേയുള്ളൂ. അവസാന 'കോപെക്' വരെ അയാൾ നഷ്ടപ്പെടുത്തി. ഇപ്പോൾ, കീറിപ്പറിഞ്ഞ

കുതിരരോമം നിറച്ച സോഫയിൽ കിടന്ന്, രോമങ്ങൾ ഓരോന്നായി വലിച്ചെടുത്ത് വായിലിട്ട് ചവച്ചുതുപ്പിക്കൊണ്ടിരിക്കുന്നു! രണ്ട് മെഴുകുതിരികൾ ചീട്ടുകൾ ചിതറിക്കിടക്കുന്ന മേശയിൽ കത്തിനിൽക്കുന്നുണ്ട്. അതിലൊന്ന് അടിയിലെ കടലാസുവരെ കത്തിക്കഴിഞ്ഞിരിക്കുന്നു. അവയുടെ പ്രകാശം, ജനാലയിലൂടെ കടന്നുവരുന്ന അരുണോദയത്തിന്റെ പ്രകാശവുമായി മത്സരിക്കുന്നു. ഉഹ്ലാന്റെ മനസ്സിൽ യാതൊരു ചിന്തകളുമില്ല. അയാളുടെ മാനസികമായ കഴിവുകളെല്ലാം ചൂതുകളി ജ്വരത്തിന്റെ കട്ടിയുള്ള മൂടൽമഞ്ഞിൽ പൊതിഞ്ഞിരിക്കുന്നു. അയാൾക്ക് മനസ്സാക്ഷിക്കുത്ത് പോലും തോന്നിയില്ല. ഒരു സമയത്ത്, 'താൻ അടുത്തതായി എന്ത് ചെയ്യണം, എങ്ങനെ ഒറ്റ കോപെക് പോലുമില്ലാതെ ഈ സ്ഥലം വിട്ടു പോകും. റെജിമെന്റിന്റെ പതിനയ്യായിരം റൂബിൾ എങ്ങനെ തിരിച്ചു നൽകും. അമ്മ എന്ത് പറയും സുഹൃത്തുക്കൾ എന്ത് പറയും' എന്നയാൾ ചിന്തിക്കാൻ ശ്രമിച്ചു എന്നതൊരു സത്യമാണ്. പെട്ടെന്ന് അയാളെ ഭയവും വെറുപ്പും പിടികൂടി. എല്ലാം മറക്കാൻ വേണ്ടി അയാൾ ചാടി എഴുന്നേറ്റ്, വിടവുള്ള തറപ്പലകകളിലൂടെ മാത്രം നടക്കാൻ തുടങ്ങി. ഒരിക്കൽ കൂടി, താൻ കളിച്ച രീതി വളരെ വിശദമായി അയാൾ വിശകലനം ചെയ്തുനോക്കി; താൻ ജയിക്കാറായതാണ് എന്നയാൾ ഓർത്തു - അയാൾ ഒരു ഒമ്പതും, സ്പേഡ് രാജാവും വലിച്ചെടുത്ത്, അതിന്മേൽ രണ്ടായിരം റൂബിൾ വാത് വെച്ചു. വലതുവശത്ത് റാണി; ഇടത് എയ്സ്; വലത് ഡയമണ്ട് രാജാവ് പിന്നെ - എല്ലാം നഷ്ടപ്പെട്ടു. ആറ് വലതുവശത്തും ഡയമണ്ട് രാജാവ് ഇടതുവശത്തും ആയിരുന്നെങ്കിൽ തനിക്ക് എല്ലാം തിരിച്ചു പിടിക്കാൻ കഴിഞ്ഞേനേ. അതെല്ലാം പന്തയം വെച്ചിരുന്നെങ്കിൽ മറ്റൊരു പതിനയ്യായിരം ഉറപ്പ്. തന്റെ റെജിമെന്റ് കമാൻഡറിൽ നിന്ന് ഒരു സവാരിക്കുതിരയും, മറ്റൊരു ജോഡി കുതിരകളും വണ്ടിയും അയാൾ വാങ്ങിച്ചേനെ! പിന്നെ, എന്തെല്ലാം? എന്തുകൊണ്ട്... എന്തുകൊണ്ട്...? ഓഹ്, അത് തികച്ചും അതിശയകരമായേനേ, അതിശയകരം!

വീണ്ടും അയാൾ സോഫയിൽ കിടന്ന് രോമം ചവയ്ക്കാൻ തുടങ്ങി.

"എന്തുകൊണ്ടാണ് ഏഴാം നമ്പർ മുറിയിലവർ പാട്ടു പാടുന്നത്?" അയാൾ ചിന്തിച്ചു ടൂർബിൻ പാർട്ടി നടത്തുകയായിരിക്കും. ഞാനും അവരോടൊപ്പം ചേർന്ന് നന്നായി മദ്യപിച്ചെങ്കിലോ?

ആ സമയത്താണ് പ്രഭു അങ്ങോട്ട് കടന്നുചെന്നത്.

"ഒറ്റക്കാശുമില്ലാത്ത പരുവത്തിലായോ!" അയാൾ ചോദിച്ചു.

ഉറക്കം നടിച്ച് കിടക്കാം. ഇലിയിൻ ചിന്തിച്ചു. അല്ലെങ്കിൽ എനിക്ക് സംസാരിക്കേണ്ടി വരും, വല്ലാതെ തളർന്നിരിക്കുകയാണ്.

ടൂർബിൻ അയാളുടെ അടുത്തു ചെന്ന്, അയാളുടെ മുടിയിലൂടെ വിരലോടിച്ചു.

"അപ്പോൾ നിങ്ങളെ വൃത്തിയാക്കി, അല്ലേ, സ്നേഹിതാ? എല്ലാം നഷ്ടപ്പെട്ടു? സംസാരിക്കൂ."

ഇലിയിൻ മറുപടി നൽകിയില്ല.

പ്രഭു അയാളുടെ ഉടുപ്പിന്റെ കൈയിൽ പിടിച്ച് വലിച്ചു.

"അതെ, എനിക്ക് നഷ്ടപ്പെട്ടു. അതുകൊണ്ട് നിങ്ങൾക്കെന്താണ്?" ഉറക്കച്ചടവുള്ള സ്വരത്തിൽ ഇലിയിൻ മന്ത്രിച്ചു; ദേഷ്യവും താത്പര്യക്കുറവും ആ സ്വരത്തിൽ പ്രകടമായിരുന്നു.

"എല്ലാം?"

"അതെ. അതുകൊണ്ടെന്താണ്? എല്ലാം. നിങ്ങൾക്കെന്താ?"

"കേൾക്കൂ, ഒരു സുഹൃത്തെന്ന നിലയ്ക്ക് എന്നോട് സത്യം പറയൂ." പ്രഭു നിർബന്ധിച്ചു. വീഞ്ഞ് അയാളിൽ മൃദുലവികാരങ്ങൾ ഉണർത്തിയിരുന്നു. അയാൾ യുവാവിന്റെ മുടിയിൽ വിരലോടിച്ചു കൊണ്ടിരുന്നു. "ഞാൻ ശരിക്കും നിങ്ങളെ ഇഷ്ടപ്പെടുന്നു. എന്നോട് സത്യം പറയൂ; റെജിമെന്റിന്റെ പണമാണ് നിങ്ങൾക്ക് നഷ്ടമായതെങ്കിൽ, എനിക്ക് നിങ്ങളെ സഹായിക്കാൻ കഴിഞ്ഞേക്കും. കൂടുതൽ വൈകുന്നതിനു മുമ്പ് എന്നോട് പറയൂ; അത് റെജിമെന്റിന്റെ പണമാണോ?"

ഇലിയിൻ സോഫയിൽ നിന്ന് ചാടി എഴുന്നേറ്റു.

"ഞാൻ നിങ്ങളോട് പറയണമെന്ന് ശരിക്കും ആഗ്രഹിക്കുന്നുണ്ടെങ്കിൽ എന്നോട് ഇപ്രകാരം സംസാരിക്കല്ലേ... ദയവായി എന്നോട് സംസാരിക്കുകയേ വേണ്ട. ഇനി ഒരേ ഒരുകാര്യം മാത്രമേ എനിക്ക് ചെയ്യാനുള്ളൂ, എന്റെ തലയിലൂടെ ഒരു വെണ്ടിയുണ്ട പായിക്കുക." നിർവ്യാജമായ നിരാശയോടെ, കൈകളിൽ തല അമർത്തിവെച്ച് അയാൾ പൊട്ടിക്കരഞ്ഞു. ഒരു നിമിഷം മുമ്പ് മാത്രമാണയാൾ ഒരു സവാരിക്കുതിരയെ വാങ്ങിക്കുന്നതായി സ്വപ്നം കണ്ടത്!

"ശ്ശൊ, നിങ്ങൾ ഒരു പെൺകുട്ടിയെപ്പോലെ പെരുമാറുന്നു. ഞങ്ങൾ ഇതെല്ലാം കടന്നുപോയിട്ടുള്ളതാണ്. പ്രത്യേകം നാശമൊന്നും സംഭവിച്ചിട്ടില്ല. നമ്മൾക്കെല്ലാം നേരെയാക്കാമെന്ന് ഞാൻ കരുതുന്നു. എനിക്ക് വേണ്ടി ഇവിടെ കാത്തിരിക്കൂ."

പ്രഭു പുറത്തു പോയി.

"ആ ജന്മി ലൂഖ്നോവ് ഏത് മുറിയിലാണ് താമസിക്കുന്നത്?" ജോലിക്കാരൻ പയ്യനോടയാൾ ചോദിച്ചു. ആ പയ്യൻ മുറി കാണിച്ചുകൊടുത്തു.

തന്റെ യജമാനൻ അപ്പോൾ വന്നതേയുള്ളൂ എന്നും വസ്ത്രം മാറ്റുകയാണ് എന്നുമുള്ള ഭൃത്യന്റെ എതിർപ്പൊന്നും വകവെയ്ക്കാതെ പ്രഭു അകത്തേക്ക് കടന്നു. ലുഖ്നോവ് ഒരു മേശയ്ക്കരികിൽ ഡ്രസ്സിംഗ് ഗൗൺ ധരിച്ച് ഇരിക്കുകയാണ്; മേശയിൽ കിടക്കുന്ന ഒരു കുന്ന് ബാങ്ക് നോട്ടുകൾ എണ്ണി തിട്ടപ്പെടുത്തുന്നു. ഒരു കുപ്പി വീഞ്ഞും ഉണ്ട്, റൈൻ വീഞ്ഞ് അയാൾക്ക് വലിയ ഇഷ്ടമാണ്. തൻെറ വിജയം ഇത്തരം ആർഭാടത്തിൽ മുഴുകാൻ അയാളെ പ്രോത്സാഹിപ്പിച്ചു. പ്രഭുവിനെ അറിയില്ലെന്ന മട്ടിൽ, അയാൾ കണ്ണടയ്ക്കു മുകളിലൂടെ ഒരു തണുപ്പൻ നോട്ടമയച്ചു. "നിങ്ങൾ

എന്നെ തിരിച്ചറിഞ്ഞില്ലെന്ന് തോന്നുന്നു" ധീരതയോടെ മേശയ്ക്കടുത്തേക്ക് ചെന്ന് പ്രഭു പറഞ്ഞു. ലൂഖ്നോവ് പ്രഭുവിനെ തിരിച്ചറിഞ്ഞു, ചോദിച്ചു. "ഞാൻ നിങ്ങൾക്കു വേണ്ടി എന്താണ് ചെയ്യേണ്ടത്?" "ഞാൻ നിങ്ങളോടൊപ്പം ചീട്ട് കളിക്കാനാഗ്രഹിക്കുന്നു." സോഫയിൽ ഇരുന്ന്, ടൂർബിൻ പറഞ്ഞു.

"ഇപ്പോഴോ?"

"അതെ."

"മറ്റൊരവസരത്തിലായിരുന്നുവെങ്കിൽ എനിക്ക് വലിയ സന്തോഷമായേനേ, പ്രഭു; എന്നാൽ, ഇപ്പോൾ ഞാൻ വല്ലാതെ തളർന്നിരിക്കുന്നു; ഞാൻ ഉറങ്ങാൻ പോകുകയായിരുന്നു. നിങ്ങൾ അല്പം വീഞ്ഞ് കുടിക്കുന്നോ? ഒന്നാം തരം വീഞ്ഞ്."

"ഇപ്പോൾ കളിക്കാൻ ഞാൻ ആഗ്രഹിക്കുന്നു."

"ഇന്നു രാത്രി ഇനി കളിക്കാൻ ഞാൻ ഉദ്ദേശിക്കുന്നില്ല. ഒരുപക്ഷേ, മറ്റേതെങ്കിലും മാന്യന്മാർ നിങ്ങളോടൊപ്പം കളിച്ചേക്കും ഞാനില്ല, പ്രഭു. നിങ്ങൾ എന്നോട് ക്ഷമിക്കുമെന്ന് ഞാൻ വിശ്വസിക്കുന്നു."

"അപ്പോൾ നിങ്ങൾ കളിക്കില്ല?"

പ്രഭുവിന്റെ ആഗ്രഹം സാധിപ്പിക്കാൻ കഴിയാത്തതിൽ ഖേദമുണ്ടെന്ന മട്ടിൽ ലൂഖ്നോവ് തോള് കുലുക്കി.

"എന്ത് വന്നാലും"

മറ്റൊരു നേരിയ തോള് കുലുക്കൽ.

"ഞാൻ വളരെ ആത്മാർത്ഥമായി ചോദിക്കുകയാണ്; നിങ്ങൾ കളിക്കുന്നോ, ഇല്ലയോ?"

മൗനം.

"നിങ്ങൾ കളിക്കുമോ?" പ്രഭു ആവർത്തിച്ചു. "ചിന്തിക്കുക"

പിന്നെയും ലുഖ്നോവ് മൗനം പാലിച്ചു. പിന്നെ, പെട്ടെന്ന് കണ്ണടയ്ക്ക് മുകളിലൂടെ അയാൾ പ്രഭുവിന്റെ മുഖമൊന്ന് നോക്കി. അത് കറുക്കുന്നതയാൾ കണ്ടു.

"നിങ്ങൾ കളിക്കുമോ?" മേശപ്പുറത്ത് ശക്തമായി ഇടിച്ചുകൊണ്ട് പ്രഭു അട്ടഹസിച്ചു. റൈൻ വീഞ്ഞ് കുപ്പി വീണ., മേശപ്പുറം മുഴുവൻ വീഞ്ഞ് പരന്നു.

"കള്ളക്കളി കളിച്ചാണ് നിങ്ങൾ ജയിച്ചതെന്ന് നിങ്ങൾക്കു തന്നെ അറിയാം. നിങ്ങൾ കളിക്കുന്നോ? ഇത് മൂന്നാം പ്രാവശ്യമാണ് ഞാൻ നിങ്ങളോട് ചോദിക്കുന്നത്"

"ഞാൻ പറഞ്ഞല്ലോ, കളിക്കുന്നില്ലെന്ന്. നിങ്ങളുടെ പെരുമാറ്റം വളരെ വിചിത്രം തന്നെ പ്രഭു. ആദരണീയരായ മനുഷ്യർ മുറിയിൽ അതിക്രമിച്ചു

കടന്നുവന്ന്, ഒരാളുടെ ചങ്കിലേക്ക് കത്തി ചൂണ്ടുകയില്ല." കണ്ണുകൾ ഉയർത്താതെ ലൂഖ്നോവ് പ്രതികരിച്ചു.

അൽപനേരത്തെ ഇടവേള. പ്രഭുവിന്റെ മുഖം വിളർത്തുവന്നു. പെട്ടെന്ന് തന്റെ മുഖത്ത് ശക്തമായൊരു ഇടിയേറ്റ് ലൂഖ്നോവ് സ്തബ്ധനായിപ്പോയി. അയാൾ പണം മുഴുവൻ മാറോടണച്ചുകൊണ്ട് സോഫയിൽ വീണു. എപ്പോഴും അന്തസ്സും ശാന്തതയും പ്രകടപ്പിച്ചിരുന്ന ആ മനുഷ്യന് അനുയോജ്യമല്ലാത്ത രീതിയിൽ, ചീറുന്ന വിധം അയാൾ നിലവിളിച്ചു. അത്തരം ഒരു മനുഷ്യനിൽനിന്ന് ഒരിക്കലും പ്രതീക്ഷിക്കാത്തതായിരുന്നു അത്. ടൂർബിൻ പണം വാരിയെടുത്ത്, യജമാനന്റെ നിലവിളി കേട്ട് ഓടി എത്തിയ ഭൃത്യനെ തള്ളിമാറ്റി, വാതിൽക്കലേക്ക് നടന്നു.

"നിങ്ങൾക്ക് സന്തോഷമാണെങ്കിൽ, ഞാൻ നിങ്ങളുടെ സേവനത്തിന് തയ്യാർ. അരമണിക്കൂർകൂടി ഞാനെന്റെ മുറിയിൽ ഉണ്ടായിരിക്കും." വാതിൽക്കലെത്തിയപ്പോൾ പ്രഭു പറഞ്ഞു.

"കള്ളൻ! പിടിച്ചുപറിക്കാരൻ" എന്ന മുറവിളി മുറിക്കുള്ളിൽനിന്ന് കേൾക്കാമായിരുന്നു. "നിന്നെ ഞാൻ കോടതി കയറ്റും".

കാര്യങ്ങൾ ശരിപ്പെടുത്താമെന്നുള്ള പ്രഭുവിന്റെ വാഗ്ദാനത്തിന് യാതൊരു വിശ്വാസവും അർപ്പിക്കാതെ, നിരാശയുടേതായ കണ്ണുനീരിൽ വീർപ്പു മുട്ടി, അപ്പോഴും സോഫയിൽ കിടക്കുകയായിരുന്നു ഇലിയിൻ. മനസ്സിലെ സമ്മിശ്രവികാരങ്ങളിലേക്ക് പ്രഭുവിന്റെ മൃദുലമായ സഹാനുഭൂതി കടന്നു വന്നിരുന്നു. പ്രഭുവിന്റെ വാഗ്ദാനത്തെക്കുറിച്ച് തിരിച്ചറിവുണ്ടായി. അതിപ്പോഴും ഉള്ളിലുണ്ട്. അഭിലാഷങ്ങൾ നിറഞ്ഞ അയാളുടെ യൗവനം, അന്തസ്സ്, അയാളുടെ സുഹൃത്തുക്കളുടെ ആദരവ്, സൗഹൃദത്തേയും പ്രേമത്തെയും കുറിച്ചുള്ള അയാളുടെ സ്വപ്നങ്ങൾ - എല്ലാം എന്നന്നേക്കുമായി നഷ്ടപ്പെട്ടിരിക്കുന്നു. കണ്ണുനീർ പ്രവാഹം നിലച്ചുതുടങ്ങി; നിരാശാബോധം കൂടുതൽ ദൃഢമായി, അത് നിശ്ശബ്ദം അയാളെ ഗ്രസിച്ചു. ആത്മഹത്യാചിന്തകൾ കൂടുതൽ നിർബന്ധനബുദ്ധിയോടെ അയാളുടെ മനസ്സിനെ പിടികൂടി; ഇപ്പോൾ അത് ഭയമോ വൈമുഖ്യമോ ഉളവാക്കിയില്ല. അതേ നിമിഷത്തിലാണ് പ്രഭുവിന്റെ ആദ്യത്തെ കാലടിസ്വരം കേട്ടത്.

ടൂർബിന്റെ മുഖത്ത് അപ്പോഴും കോപത്തിന്റെ അംശം കാണാമായിരുന്നു; അയാളുടെ കൈകൾ നേരിയതായി വിറയ്ക്കുന്നുണ്ട്. എന്നാൽ അയാളുടെ കണ്ണുകളിൽ അനുകമ്പ നിറഞ്ഞു. സന്തോഷവും സംതൃപ്തിയും നിറഞ്ഞൊഴുകിയിരുന്നു. "ഇതാ, ഞാനത് കളിച്ച് തിരിച്ചു പിടിച്ചിരിക്കുന്നു!" ഒരു കുന്ന് നോട്ടുകൾ മേശപ്പുറത്തിട്ടുകൊണ്ട് അയാൾ പറഞ്ഞു "എണ്ണി നോക്കൂ, എല്ലാം ഉണ്ടോ എന്ന്. വേഗം പബ്ലിക് റൂമിലേക്ക് വരൂ. ഞാൻ പോകുകയാണ്." ഉഹ്ലാന്റെ മുഖത്തെ പ്രകടമായ ആനന്ദവും കൃതജ്ഞതയും ശ്രദ്ധിക്കാത്ത ഭാവത്തിൽ അയാൾ കൂട്ടിച്ചേർത്തു. അയാൾ ഒരു ജിപ്സിഗാനം ചൂളമടിച്ച് പുറത്തേക്ക് പോയി.

8

അരപ്പട്ട മുറുക്കിക്കെട്ടി എത്തിയ സാഷാ വന്ന് കുതിരകൾ റെഡിയാണെന്ന് പ്രഖ്യാപിച്ചു. ആദ്യം പോയി പ്രഭുവിന്റെ ഫർകോളർ പിടിപ്പിച്ച മുന്നൂറ് റൂബിൾ വിലയുള്ള ഓവർക്കോട്ട് തിരിച്ചു വാങ്ങിക്കണമെന്നയാൾ ആവശ്യപ്പെട്ടു. എന്നിട്ട് മാർഷെലിന്റെ നൃത്തപരിപാടിയിൽ വെച്ച് വൃത്തികെട്ട നീലക്കോട്ടുമായി വെച്ചുമാറിയ ദുഷ്ടന് കൊടുക്കണം. അതിന്റെ യാതൊരാവശ്യവുമില്ലെന്ന് പറഞ്ഞ് പ്രഭു തന്റെ മുറിയിലേക്ക് വേഷം മാറാനായി പോയി.

കാവൽറി ഓഫീസർ തന്റെ ജിപ്സി പെൺകുട്ടിക്കരികിൽ നിശ്ശബ്ദനായി ഇരുന്ന് എക്കിട്ടം വിടുകയാണ്. പൊലീസ് ഓഫീസർ വോഡ്കാ ഓർഡർ ചെയ്തു. എല്ലാ മാന്യന്മാരെയും അയാളോടൊപ്പം പ്രാതലിനായി വീട്ടിൽ വരുവാൻ ക്ഷണിച്ചു; തന്റെ ഭാര്യ ജിപ്സികളോടൊപ്പം ഡാൻസ് ചെയ്യുമെന്നും അയാൾ വാഗ്ദാനം ചെയ്തു. പിയാനോയാണ് കൂടുതൽ ജീവസ്സുറ്റതെന്നും ഗിത്താറിൽ താഴ്ന്ന പിച്ചിലുള്ള സ്വരങ്ങൾ വായിക്കാനാകില്ലെന്നുംഇല്യൂഷയെ പറഞ്ഞ് വിശ്വസിപ്പിക്കാനുള്ള ശ്രമത്തിലാണ് അയാൾ. സുമുഖനായ യുവാവ്. ഗവൺമെന്റ് ഓഫീസർ ഒരു മൂലയ്ക്കിരുന്ന് ചായ കുടിക്കുന്നു. ഇപ്പോൾ പകൽ വെളിച്ചം വ്യാപിച്ചപ്പോൾ, തന്റെ ധാർമ്മികാധഃപതനത്തിലയാൾ ലജ്ജിച്ചു. ജിപ്സികൾ സ്വന്തം ഭാഷയിൽ വാദപ്രതിവാദത്തിലേർപ്പെട്ടിരിക്കുന്നു - അവർ മാന്യന്മാരുടെ ബഹുമാനാർത്ഥം ഒരു ഗാനം കൂടി ആലപിക്കണമെന്ന് നിർബന്ധം പിടിക്കുന്നു; പ്രഭു കോപിച്ചെങ്കിലോ എന്ന് കരുതി, സ്റ്റേഷാ അതിനെ എതിർത്തു. ഒറ്റ വാക്കിൽ പറഞ്ഞാൽ, പാർട്ടിയുടെ ആത്മാവിന്റെ അവസാന ജ്വാലയും അണയാറായി.

"ശരി, വിട പറയുമ്പോൾ ഒരു ഗാനമാകാം; പിന്നെ എല്ലാവർക്കും വീട്ടിലേക്ക് പോകാം." യാത്രാവേഷവുമായി മുറിയിലേക്ക് വന്നപ്പോൾ പ്രഭു പറഞ്ഞു. അയാൾ അപ്പോൾ കൂടുതൽ ഉന്മേഷവാനും സുന്ദരനും ആഹ്ലാദവാനുമായി കാണപ്പെട്ടു.

അവസാന ഗാനമേളയ്ക്കായി ജിപ്സികൾ വട്ടത്തിൽ ഇരുന്ന നേരത്ത്, ഇലിയിൽ ഒരു കെട്ട് നോട്ടുമായി അവിടെ വന്ന്, പ്രഭുവിനെ ഒരു വശത്തേക്ക് കൊണ്ടുപോയി. "എന്റെ പക്കൽ റെജിമെന്റിന്റെ പണമായി പതിനയ്യായിരം റൂബിൾ മാത്രമേ ഉണ്ടായിരുന്നുള്ളൂ. നിങ്ങൾ പതിനാറായിരത്തി മുന്നൂറ് ആണ് എനിക്ക് തന്നത്." അയാൾ പറഞ്ഞു "ബാക്കിയുള്ളത് നിങ്ങളുടേതാണ്."

"ഉഗ്രൻ! ഞാനത് എടുക്കാം!"

ഇലിയിൽ പ്രഭുവിന് പണം കൈമാറുന്നതിനിടെ അദ്ദേഹത്തെ സങ്കോചത്തോടെ ഒന്ന് നോക്കി, എന്തോ പറയാനായി വായ തുറന്നു; എന്നാൽ, ഒന്നും പറയാനാവാതെ തുടുത്ത മുഖവുമായി നിറഞ്ഞ കണ്ണുകളോടെ പ്രഭുവിന്റെ കൈമുറുക്കി പിടിച്ച് നിന്നു.

“പൊയ്ക്കൊള്ളൂ, ഇല്യൂഷാ! കേൾക്കൂ ഇതാ കുറച്ച് പണം, പട്ടണ അതിർത്തിവരെ ഗാനമാലപിച്ചു വന്ന് എന്നെ യാത്രയാക്കൂ.” ഇലിയിൻ കൊടുത്ത ആയിരത്തി മുന്നൂറ് റൂബിൾ അയാൾ ജിപ്സിയുടെ ഗിത്താറിൽ വെച്ചു. എന്നാൽ തലേന്ന് രാത്രി കാവൽറി ഓഫീസറിൽനിന്നും കടം വാങ്ങിച്ച നൂറ് റൂബിൾ തിരിച്ചു കൊടുക്കുവാനയാൾ മറന്നു.

രാവിലെ പത്ത് മണിയായി. സൂര്യൻ മേൽക്കൂരകൾക്ക് മീതെ എത്തിയിരിക്കുന്നു. തെരുവിൽ ജനത്തിരക്ക് കൂടിവന്നു. നേരത്തെ തന്നെ കടകൾ തുറന്ന് കഴിഞ്ഞിരുന്നു. മാന്യന്മാരും ഗവൺമെന്റ് ജോലിക്കാരും വണ്ടികളിൽ ധൃതിപിടിച്ച് പായുന്നു. ആർക്കേഡിനുള്ളിൽ, ഒരു ഷോപ്പിൽ നിന്ന് മറ്റൊരു ഷോപ്പിലേക്ക് കയറി ഇറങ്ങി മഹതികൾ അലസരായി നടക്കുന്നു. ആ സമയത്ത്, ജിപ്സികൾ, പൊലീസ് ക്യാപ്റ്റൻ, കാവൽറി ഓഫീസർ, സുമുഖനായ യുവാവ്, ഇലിയിൻ, കരടിത്തോൽ ലൈനിംഗ് ഉള്ള നീലക്കോട്ട് ധരിച്ച പ്രഭു എന്നിവർ ഹോട്ടലിലെ ചവിട്ടുപടിയിലേക്ക് ഇറങ്ങി വന്നു. നല്ല വെയിലുള്ള ദിവസം. മഞ്ഞുരുകിക്കൊണ്ടിരിക്കുന്നു. മൂന്ന് കുതിരകൾ വലിക്കുന്ന വണ്ടികൾ മൂന്നെണ്ണം അവർക്കായി ഹോട്ടൽ ഗേറ്റിലേക്ക് നീങ്ങി നിന്നു. ആ ആഘോഷസംഘം മുഴുവൻ വണ്ടിയിൽ കയറി. പ്രഭു, ഇലിയിൻ, സ്റ്റേഷാ, ഇല്യൂഷ്കാ, പ്രഭുവിന്റെ ഭൃത്യൻ സാഷാ എന്നിവർ ആദ്യത്തെ വണ്ടിയിൽ കയറി. ബ്ലൂച്ചെർ വാലാട്ടുകയും കുതിരയെ നോക്കി കരയുകയും ചെയ്തു. ബാക്കി മാന്യന്മാരും ജിപ്സികളും മറ്റ് വണ്ടികളിൽ കയറി. മൂന്ന് വണ്ടികളും ഒപ്പത്തിനൊപ്പം ഓടി; ജിപ്സികൾ സംഘഗാനം ആലപിക്കാൻ തുടങ്ങി.

ഈ രീതിയിൽ, പാട്ടുകളും മണികിലുക്കവുമായി അവർ പട്ടണത്തിലൂടെ പാഞ്ഞ് പട്ടണാതിർത്തിയിലെ ഗേറ്റിലെത്തി. എതിരെ വന്നിരുന്ന വണ്ടികളെല്ലാം അവരുടെ വരവു കണ്ട് നടപ്പാതയിലേക്ക് ഒഴിഞ്ഞുമാറി.

കട ഉടമകളും കാൽനടക്കാരും പ്രത്യേകിച്ച് അവരെ അറിയുന്നവർ പട്ടാപ്പകൽ പട്ടണത്തിലൂടെ, ജിപ്സി പെൺകുട്ടികളും മദ്യപിച്ച ജിപ്സി പുരുഷന്മാരും കൂടി പാട്ടുപാടി പോകുന്ന ആദരണീയ വ്യക്തികളെ കണ്ട് അദ്ഭുതപ്പെട്ടുപോയി. പട്ടണാതിർത്തി കടന്നപ്പോൾ. വണ്ടികൾ നിന്നു; എല്ലാവരും പ്രഭുവിനോട് വിടപറഞ്ഞു.

പുറപ്പെടുന്നതിന് മുമ്പ് കണ്ടമാനം കുടിക്കുകയും സ്വയം കുതിരകളെ ഓടിക്കുകയും ചെയ്തിരുന്ന ഇലിയിൻ പെട്ടെന്ന് വിഷാദവാനായി. പ്രഭുവിനെ ഒരു ദിവസം കൂടി അവിടെ തങ്ങുവാനായി നിർബന്ധിച്ചു. അത് അസാദ്ധ്യമാണെന്ന് അയാൾക്ക് ബോധ്യം വന്നപ്പോൾ, അയാൾ അപ്രതീക്ഷിതമായി തന്റെ പുതിയ സുഹൃത്തിനു മേൽ ചാഞ്ഞ്, നിറഞ്ഞ കണ്ണുകളോടെ, ശപഥം ചെയ്തു – അയാൾ റെജിമെന്റിൽ തിരിച്ചെത്തിയ ഉടനെ ടൂർബിന്റെ ഹുസ്സാർ റെജിമെന്റിലേക്ക് തന്നെ സ്ഥലം മാറ്റാനായി അപേക്ഷ നൽകും. പ്രഭു നല്ല ആവേശത്തിലായിരുന്നു. അന്ന് രാവിലെ മുഴുവൻ തന്നോട് വളരെ അടുപ്പത്തിലായിരുന്ന കാവൽറി ഓഫീസറെ

അയാൾ മഞ്ഞുതിട്ടിലേക്ക് തള്ളിയിട്ടു. ബ്ലൂച്ചെറിനെ പൊലീസ് ക്യാപ്റ്റനുനേരെ ഓടിപ്പിച്ചു; അയാൾ സ്റ്റേഷായെ വാരിയെടുത്ത്, അവളെ മോസ്കോയിലേക്ക് കൊണ്ടു പോകുമെന്ന് ഭീഷണിപ്പെടുത്തി. ഒടുവിൽ, അയാൾ വണ്ടിയിലേക്ക് ചാടിക്കയറി ബ്ലൂച്ചെറിനെ തന്റെ അടുത്ത് പിടിച്ചിരുത്തി; നായയ്ക്ക് നിൽക്കാനായിരുന്നു ഇഷ്ടമെങ്കിലും.

പ്രഭുവിൻെറ ഓവർക്കോട്ട് കണ്ടെത്തി, അവർക്ക് അയച്ചു കൊടുക്കണമെന്ന് ഒരിക്കൽ കൂടി കാവൽറി ഓഫീസറോട് പറഞ്ഞ ശേഷം സാഷാ ഡ്രൈവറുടെ സീറ്റിലേക്ക് ചാടിക്കയറി. പ്രഭു ഉറക്കെ വിളിച്ചു പറഞ്ഞു. “ഞങ്ങൾ പോകട്ടെ!” അയാൾ തൊപ്പി ഊരി തലയ്ക്കു മീതെ വീശി. ഒരു കുതിരവണ്ടിക്കാരന്റെ ശൈലിയിൽ കുതിരകളോട് ചൂളമടിച്ചു. മൂന്ന് കുതിരവണ്ടികളും മൂന്ന് വ്യത്യസ്ത ദിശയിലേക്ക് പോയി.

ദൂരെ, ഒരേ പ്രകാരത്തിൽ പരന്നുകിടക്കുന്ന, മഞ്ഞ് നിറഞ്ഞ സമതലത്തിലേക്ക് പോകുന്ന, വൃത്തികെട്ട മഞ്ഞ റിബൺപോലെ വളഞ്ഞു പുളഞ്ഞു പോകുന്ന പാത നീണ്ടുകിടക്കുന്നു.

ഉരുകുന്ന മഞ്ഞുപടലത്തിൽ നൃത്തം ചെയ്യുന്ന, ജ്വലിക്കുന്ന സൂര്യകിരണങ്ങൾ മുഖത്തും പുറത്തും ഊഷ്മളമായൊരു വൈകാരികോന്മത്തത പകർന്നു. കുതിരകളുടെ വിയർക്കുന്ന പാർശ്വങ്ങളിൽനിന്ന് നീരാവി പൊങ്ങി. വണ്ടിയുടെ മണി കിലുങ്ങിക്കൊണ്ടിരുന്നു. നിറയെ സാധനങ്ങൾ കയറ്റിയ വണ്ടിയോടൊപ്പം ഓടിക്കൊണ്ടിരുന്ന ഒരു കർഷകൻ പ്രഭുവിന് വഴി കൊടുക്കുവാനായി പെട്ടെന്ന് കടിഞ്ഞാൺ പിടിച്ചു; അയാളുടെ ഷൂസ് റോഡുവക്കത്തെ ചളിയിൽ പൂണ്ടു. ചുകന്ന് തുടുത്ത മുഖമുള്ളൊരു തടിച്ച കൃഷിക്കാരി, തന്റെ ചെമ്മരിയാട്ടിൻതോൽകോട്ടിനുള്ളിൽ, നെഞ്ചത്തൊരു കുഞ്ഞിനെ കയറ്റിവച്ച്, മറ്റൊരു വണ്ടിയിൽ ഇരിക്കുന്നു; അവൾ തന്റെ വെള്ളക്കുതിരയുടെ പുറത്ത് കടിഞ്ഞാണിന്റെ അറ്റം കൊണ്ട് അടിച്ചു. പെട്ടെന്ന് പ്രഭു അന്നാഫിയോഡൊറോവ്നയെ ഓർത്തു. “പിൻതിരിയുക!” അയാൾ തന്റെ വണ്ടിക്കാരനോട് ഉറക്കെ വിളിച്ചു പറഞ്ഞു.

വണ്ടിക്കാരന് പിടി കിട്ടിയില്ല.

“പിൻതിരിയുക! പട്ടണത്തിലേക്ക് തിരിച്ചുവിടുക! പെട്ടെന്ന്!”

വണ്ടി തിരിച്ച്, പട്ടണകവാടം കടന്ന്, അതിവേഗം മാഡം സെയിറ്റ് സേവായുടെ വീടിന് മുന്നിലെത്തി. പ്രഭു കോണിപ്പടികൾ ഓടിക്കയറി, ഹാളും ഡ്രോയിംഗ് റൂമും കടന്ന്, കിടപ്പുമുറിയിലെത്തി. ആ കൊച്ചുവിധവ അപ്പോഴും കിടക്കയിലാണ്. അയാൾ അവളെ വാരിപ്പുണർന്ന്, ഉറക്കം തൂങ്ങുന്ന കണ്ണുകളിൽ ചുംബിച്ചു. പിന്നെ പുറത്തേക്കോടി, ചുണ്ടുകൾ നക്കിക്കൊണ്ട്. “എന്താണ് സംഭവിച്ചത്?” എന്ന് ഉറക്കത്തിൽ ചോദിക്കാനേ അന്നാഫിയോഡൊറോവ്നായ്ക്ക് കഴിഞ്ഞുള്ളൂ.

പ്രഭു വണ്ടിയിലേക്ക് ചാടിക്കയറി, വണ്ടിക്കാരനോട് വിടാൻ വിളിച്ചു പറഞ്ഞു; യാതൊരു താമസവും വരുത്താതെ, ലൂഖ്നോവിനെയോ,

കൊച്ചു വിധവയെയോ, സ്റ്റേഷായേയോ ഓർക്കാതെ, മോസ്കോയിൽ തന്നെ കാത്തിരിക്കുന്ന ജോലികൾ മാത്രം ചിന്തിച്ചുകൊണ്ട് അയാൾ 'കെ'പട്ടണം എന്നെന്നേക്കുമായി വിട്ടുപോന്നു.

9

ഇരുപത് വർഷങ്ങൾ കടന്നുപോയി. പാലത്തിനടിയിലൂടെ ഒരുപാട് വെള്ളം ഒഴുകിപ്പോയി – അതിനുശേഷം അനേകം സംഭവങ്ങൾ നടന്നു, നിരവധി പേർ മരിച്ചു, അനേകം പേർ ജനിച്ചു, പലരും വളർന്നു, വയസ്സായി. നിരവധി ആശയങ്ങൾ (മനുഷ്യരേക്കാളേറെ) ജനിക്കുകയും മരിക്കുകയും ചെയ്തു. പഴയ കാലത്തെ പല നന്മകളും തിന്മകളും അപ്രത്യക്ഷമായി. നൂതനമായ പല നല്ല കാര്യങ്ങൾ വളർന്ന് പക്വത പ്രാപിച്ചു. അതിലേറെ ചീത്തകാര്യങ്ങളും പുതുതായി പ്രത്യക്ഷപ്പെട്ടു.

ഫിയോഡോർ ടൂർബിൻ പ്രഭു മരിച്ചിട്ട് കുറച്ച് വർഷങ്ങളായി. ഒരു വിദേശിയെ റോഡിൽ വെച്ച് ചാട്ടകൊണ്ടടിച്ചതിനെ തുടർന്നുണ്ടായ ദ്വന്ദ്വയുദ്ധത്തിൽ അയാൾ കൊല്ലപ്പെട്ടു. അയാളുടെ തൽസ്വരൂപമായ മകന് ഇപ്പോൾ ഇരുപത്തിമൂന്ന് വയസ്സായി, കാവൽസേനാ ഓഫീസറാണ്. എന്നാൽ സ്വഭാവത്തിൽ അച്ഛന്റെ നേരെ വിപരീതമാണ് ഇളയ ടൂർബിൻ പ്രഭു. പഴയ തലമുറയുടെ സ്വഭാവസവിശേഷകളായ സാഹസികത, വൈകാരികത, മയമില്ലാത്ത മനോഭാവം, വിഷയാസക്തി എന്നിവയുടെ നിഴൽപോലും അയാളിൽ പതിഞ്ഞിട്ടില്ല. ബുദ്ധിശക്തിക്കു പുറമെ, കുലീനത, പാരമ്പര്യം എന്നിവയും അയാളിൽ നിറഞ്ഞുനിന്നു. അയാളുടെ ഏറ്റവും സവിശേഷ ഗുണങ്ങൾ ജീവിതത്തോടുള്ള സമീപനങ്ങളാണ്. മാന്യതയോടും സുഖസൗകര്യങ്ങളോടുമുള്ള സ്നേഹം, ജനങ്ങളെയും ചുറ്റുപാടുകളെയും തീർപ്പു കല്പിക്കുവാനുള്ള പ്രായോഗികമാർഗ്ഗം, കരുതലോടെയും വിവേകത്തോടെയുമുള്ള ജീവിത സമീപനം. ജോലിയിൽ യുവപ്രതിഭ പെട്ടെന്ന് മുന്നേറി, ഈ ഇരുപത്തിമൂന്നാം വയസ്സിൽത്തന്നെ ലഫ്റ്റനന്റ് ആയിരിക്കുന്നു.

യുദ്ധം തുടങ്ങിയപ്പോൾ, മുന്നണി സൈന്യത്തിലാണ് കൂടുതൽ പ്രമോഷൻ സാദ്ധ്യതകളെന്നറിഞ്ഞ് അയാൾ ഹുസ്സാർ റെജിമെന്റിലേക്ക് മാറ്റം വാങ്ങിച്ചു. അതിൽ ക്യാപ്റ്റനായി സേവനമനുഷ്ഠിച്ചു; അതിവേഗം ഒരു സ്ക്വാഡന്റെ ചുമതല വഹിച്ചു. 1848 ൽ മെയ് മാസത്തിൽ എസ്. എന്ന ഹുസ്സാർ റെജിമെന്റ് കെ. സ്റ്റേറ്റിലൂടെ കടന്നുപോയി. അന്ന് യുവാവായ ടൂർബിൻ പ്രഭുവിന്റെ നേതൃത്വത്തിലുള്ള സ്ക്വാഡന് മൊറോസോവ്ക്കായിൽ ഒരു രാത്രി ചെലവഴിക്കേണ്ടി വന്നു, അന്നാഫിയോഡൊറോവ്നായുടെ ഗ്രാമത്തിൽ. അന്നാഫിയോഡൊറോവ്നാ അപ്പോഴും ജീവിച്ചിരിപ്പുണ്ട്; അവൾ പോലും തന്റെ ചെറുപ്പം കഴിഞ്ഞെന്ന സത്യം മനസ്സിലാക്കിയിരിക്കുന്നു. ഒരു സ്ത്രീയെ സംബന്ധിച്ചിടത്തോളം അത്

നിസ്സാരകാര്യമല്ല. അവൾ നല്ല കരുത്തുറ്റവളാണ്, അത് ഒരു സ്ത്രീയുടെ പ്രായം കുറച്ച് കാണിക്കുമെന്നാണ് പറയപ്പെടുന്നത്. എന്നാൽ വെളുത്ത് തടിച്ച മൃദുശരീരത്തിൽ ചുളിവുകൾ വീണിരിക്കുന്നു. അതുകൊണ്ട് ഇപ്പോൾ അവൾ പട്ടണത്തിലേക്ക് സവാരി ചെയ്യാറില്ല. തീർച്ചയായും വണ്ടിയിൽ കയറാൻ അവൾക്ക് പ്രയാസമാണ്. എന്നാലും എന്നത്തേയുംപോലെ നല്ല സൗമ്യപ്രകൃതമാണവളുടേത്, നിഷ്കളങ്കതയും. സത്യം മറച്ചു വെയ്ക്കാനായി സൗന്ദര്യത്തിന്റേതായ വശ്യതയില്ലാത്തതിനാൽ അക്കാര്യം ഇപ്പോൾ നമുക്ക് സമ്മതിക്കാം. ഇരുപത്തി മൂന്നുകാരിയായ മകൾ ലിസായും (ഒരു റഷ്യൻ ഗ്രാമീണസുന്ദരി) നമ്മുടെ പരിചയക്കാരനായ കാവൽറി ഓഫീസറും (അവളുടെ സഹോദരൻ) അവളോടൊപ്പം കഴിയുന്നു. തനിക്ക് പരമ്പരാഗതമായി ലഭിച്ച സ്വത്ത് മുഴുവൻ ധൂർത്തടിച്ച് നശിപ്പിച്ച അയാൾക്ക് വയസ്സുകാലത്ത് സഹോദരിയെ ആശ്രയിച്ച് കഴിയേണ്ടി വന്നു. അയാളുടെ മുടി മുഴുവൻ നരച്ചു. മേൽച്ചുണ്ട് അകത്തേക്ക് കുഴിഞ്ഞു. എന്നാൽ, അതിൽ വളർന്ന് നിൽക്കുന്ന മീശ വളരെ ശ്രദ്ധയോടെ കറുപ്പിച്ചിട്ടുണ്ട്. അയാളുടെ കവിളുകളും നെറ്റിയും മാത്രമല്ല, മൂക്കും കഴുത്തും പോലും ചുളിഞ്ഞിരിക്കുന്നു; മുതുകിന് കൂന് വന്നിട്ടുണ്ട്, ആ ദുർബലവും വളഞ്ഞതുമായ കാലുകളിൽ ഇപ്പോഴും പഴയ കാവൽറി ഓഫീസറുടെ പഴയതെന്തോ സ്ഥിതി ചെയ്യുന്നുണ്ട്.

ഒരു ദിവസം സന്ധ്യയ്ക്ക് അന്നാഫിയോഡൊറോവ്നാ എല്ലാ കുടുംബാംഗങ്ങളോടും ജോലിക്കാരോടുമൊപ്പം ആ പഴയ വീട്ടിലെ ചെറിയ ഡ്രോയിംഗ് റൂമിൽ ഇരിക്കുകയായിരുന്നു. അതിന്റെ വരാന്തവാതിലും ജനാലകളും തുറക്കുന്നത് പഴയ ശൈലിയിലുള്ള, നാരങ്ങാച്ചെടികൾ നിറഞ്ഞ നക്ഷത്രാകൃതിയിലുള്ള തോട്ടത്തിലേക്കാണ്. മുടി നരച്ച അന്നാഫിയോഡൊറോവ്നാ, പരിമളമുള്ളൊരു കിൽറ്റുജാക്കറ്റു ധരിച്ച് ഒരു മഹാഗണി വട്ടമേശയ്ക്കു മുന്നിൽ സോഫയിലിരുന്ന് സോളിറ്റെയർ കളിക്കുകയാണ്. വൃത്തിയുള്ള വെളുത്ത കാലുറയും നീലക്കോട്ടും ധരിച്ച അവളുടെ വൃദ്ധ സഹോദരൻ ജനാലയ്ക്കരികിൽ ഇരുന്ന്, വെള്ള പരുത്തിനൂൽ കൊണ്ട് എന്തോ തുന്നിക്കൊണ്ടിരിക്കുന്നു; അയാളുടെ സഹോദരിപുത്രി അയാൾക്ക് പഠിപ്പിച്ച് കൊടുത്ത വിദ്യ അയാൾക്കിപ്പോൾ പ്രിയങ്കരമാണ്. കാരണം, കാര്യമായ ജോലിയൊന്നും ചെയ്യാൻ അയാൾക്ക് കഴിവില്ല. ഇഷ്ടപ്പെട്ട വിനോദമായ പത്രപാരായണത്തിനു പോലും കഴിയാതായി. കാഴ്ച വല്ലാതെ കുറഞ്ഞിരിക്കുന്നു. അന്നാഫിയോഡൊറോവ്നാ ദത്തെടുത്ത ഒരു കൊച്ചു പെൺകുട്ടി, പിമോച്ക അയാളുടെ അടുത്തിരുന്ന്. ലിസായുടെ മേൽനോട്ടത്തിൽ പാഠങ്ങൾ പഠിക്കുന്നു. അതേ സമയം ലിസാ അങ്കിളിനുവേണ്ടി ഒരു ജോടി ആട്ടിൻരോമ സോക്സ് തുന്നുന്നുമുണ്ട്. പതിവുപോലെ, അസ്തമയ സൂര്യകിരണങ്ങൾ നാരകച്ചെടികൾക്കിടയിലൂടെ ചാഞ്ഞു വന്ന്, അങ്ങേ അറ്റത്തെ ജനാലയെയും പ്രകാശിപ്പിക്കുന്നു. മുറിക്കകത്തും തോട്ടത്തിലും പരിപൂർണ്ണ നിശ്ശബ്ദത തളം കെട്ടിനിന്നു. ജനാലയ്ക്കപ്പുറത്ത് പറന്നുപോയ

കുരുവിയുടെ ചിറകടിയും അന്നാഫിയോഡൊറോവ്നായുടെ മൃദുവായ നെടുവീർപ്പും കാലുകൾ കൂട്ടിവെക്കുമ്പോഴുള്ള ആ വൃദ്ധന്റെ ഞരക്കവും വ്യക്തമായി കേൾക്കാം. "ഈ ചീട്ട് എവിടെയാണ് ചേർക്കേണ്ടത്? ദയ വായി കാണിച്ചുതരൂ, ലിസാ; ഞാൻ എപ്പോഴും മറക്കുന്നു". കളി നിർത്തി അന്നാഫിയോഡൊറോവ്നാ പറഞ്ഞു.

തുന്നൽ നിർത്താതെ തന്നെ ലിസ തന്റെ അമ്മയുടെ അടുത്ത് ചെന്ന്, ചീട്ടുകളിലേക്ക് നോക്കി.

"ഓഹ് ഡിയർ മമ്മാ, നിങ്ങൾ എല്ലാം കൂട്ടിക്കുഴച്ചിരിക്കുന്നു." അവൾ ചീട്ടുകൾ പുനഃക്രമീകരിച്ചു കൊണ്ട് പറഞ്ഞു. "ഇങ്ങനെയാണത് ഒതു ക്കേണ്ടത്. എന്നാലും അത് പുറത്ത് വരും, നിങ്ങളുടെ ഊഹം ശരിയാണ്." അമ്മയുടെ കണ്ണുവെട്ടിച്ച് ഒരു ചീട്ടെടുത്ത് കളഞ്ഞ്, അവൾ അഭിപ്രായ പ്പെട്ടു.

"നീ എപ്പോഴും എന്നെ വിഡ്ഢിയാക്കുന്നു, അത് പുറത്ത് വരുമെന്ന് എപ്പോഴും പറയുന്നു".

"ശരിക്കും അങ്ങനെയാണ്. നോക്കൂ, അങ്ങനെയാണത്."

"വളരെ നല്ലത്, വളരെ നല്ലത്. കൊച്ചുസൂത്രക്കാരി. നമ്മൾക്ക് ചായ കുടിക്കാൻ സമയമായില്ലേ!"

"സമോവർ ചൂടാക്കാൻ ഞാൻ നേരത്തെ പറഞ്ഞിട്ടുണ്ട്. ഞാൻ പോയി നോക്കാം. ഞാനത് ഇങ്ങോട്ടു കൊണ്ടുവരട്ടെ? നിന്റെ പാഠം വേഗം ചെയ്ത് തീർക്കൂ, പിമോച്കാ, പിന്നെ നമുക്കൊന്ന് നടക്കാൻ പോകാം."

ലിസാ വാതിലിലൂടെ അപ്രത്യക്ഷയായി. "ലിസാ! ലിസോച്കാ!" തന്റെ തുന്നൽ വേലയിൽ മിഴിനട്ട്, അവളുടെ അങ്കിൾ വിളിച്ചു "വീണ്ടും ഞാനൊരു തുന്നൽ വിട്ടെന്ന് തോന്നുന്നു. അതൊന്ന് നേരെയാക്കിത്തരൂ, എന്റെ പൊന്നുകുട്ടിയല്ലേ"

"ഒരു മിനിറ്റ്, ഒരു മിനിറ്റ്! ഞാൻ ഈ പഞ്ചസാരക്കട്ട പൊട്ടിക്കാനായി അവർക്ക് കൊടുത്ത് വരാം."

മൂന്ന് മിനിറ്റിനുള്ളിൽ അവൾ ആ മുറിയിൽ ഓടിയെത്തി, അങ്കിളിന്റെ അടുത്ത് ചെന്ന്, അയാളുടെ ചെവിക്ക് പിടിച്ചു.

"തുന്നൽ വിട്ടു കളഞ്ഞതിനുള്ളതാണിത്." അവൾ ചിരിച്ചുകൊണ്ട് പറഞ്ഞു."പഠിപ്പിച്ച പാഠം പോലും നിങ്ങൾ ചെയ്തുതീർത്തിട്ടില്ല."

"വരൂ, വരൂ; അത് നേരെയാക്കിത്തരൂ - എവിടെയോ ഒരു കെട്ട് വീണി ട്ടുണ്ടെന്ന് തോന്നുന്നു."

ലിസ സൂചിയെടുത്ത്, അവളുടെ ഉറുമാലിലെ പിൻ വലിച്ചൂരി. ജനാല യിലൂടെ കടന്നുവന്ന കാറ്റ് അത് പാറിപ്പറപ്പിച്ചു. അവൾ തുന്നൽ ഊരി, രണ്ടു മൂന്ന് പ്രാവശ്യം ചുറ്റിക്കെട്ടി, അത് അങ്കിളിന് തിരിച്ചു കൊടുത്തു. ഉറുമാൽ വീണ്ടും തലയിൽ കുത്തിവെക്കുന്നതിനിടെ, തന്റെ റോസ്

നിറമുള്ള കവിൾ കാട്ടിക്കൊണ്ടവൾ പറഞ്ഞു "എന്റെ ജോലിക്ക് ഒരു ഉമ്മ. ഇന്ന് നിങ്ങൾക്ക് റം ചേർത്ത ഒരു ചായ തരാം. ഇന്ന് വെള്ളിയാഴ്ച യാണെന്നറിയാമല്ലോ."

അവൾ വീണ്ടും ഡൈനിംഗ് റൂമിലേക്ക് പോയി. "വന്നു നോക്കൂ, അങ്കിൾ ഹുസ്സാറുകൾ വരുന്നു!" അവൾ ഉറക്കെ വിളിച്ചു പറഞ്ഞു.

അന്നാഫിയോഡൊറോവ്നായും സഹോദരനും ഡൈനിംഗ് റൂമി ലേക്ക് ചെന്നു; അതിന്റെ ജനലിലൂടെ ഗ്രാമം കാണാം. എന്നാൽ, അവ്യക്ത മായി കടന്നുപോകുന്നൊരു ജനക്കൂട്ടത്തെ പൊടിപടലത്തിലൂടെ കാണാനേ അവർക്ക് കഴിഞ്ഞുള്ളൂ.

"എന്തൊരു കഷ്ടമാണ്, അനിയത്തി" ലിസായുടെ അങ്കിൾ അന്നാ ഫിയോഡൊറോവ്നായോട് പറഞ്ഞു. "നമ്മുടെ വീട് വളരെ ചെറു തായിപ്പോയി, പുതിയ പാർശ്വം ഇനിയും പണിത് തീർന്നിട്ടുമില്ല. അല്ലെ ങ്കിൽ ചില ഓഫീസർമാരെ നമുക്ക് ക്ഷണിക്കാമായിരുന്നു. ഹുസ്സാർ ഓഫീസർമാർ എപ്പോഴും നല്ല ഉല്ലാസവാന്മാരായ യുവാക്കളായിരിക്കും. എനിക്കവരെ ഒന്ന് കാണണമെന്ന് മോഹമുണ്ട്."

"എനിക്കവരെ വിളിക്കുന്നതിൽ ഹൃദയംഗമമായ സന്തോഷമേ ഉള്ളൂ; എന്നാൽ, നിങ്ങൾക്കു തന്നെ അറിയാമല്ലോ ചേട്ടാ, നമ്മൾക്കവരെ താമസിപ്പിക്കാനിടമില്ലെന്ന്. എന്റെ കിടപ്പുമുറി, ലിസായുടെ കൊച്ചുമുറി. ഡ്രോയിംഗ് റൂം, പിന്നെ നിങ്ങളുടെ മുറി, അത്രയല്ലേ ഇവിടെ ഉള്ളൂ. നമ്മൾ എവിടെയാണവരെ താമസിപ്പിക്കുക? നിങ്ങൾ തന്നെ തീരുമാനി ക്കുക. മിഖെയ്ലൊ മാറ്റ്വെയേവ് ഗ്രാമത്തലവന്റെ വീട് അവർക്കുവേണ്ടി സജ്ജമാക്കിയിട്ടുണ്ട്. അത് വേണ്ടവിധം വൃത്തിയുള്ളതാണെന്നയാൾ പറ യുന്നു."

"ഞങ്ങൾ നിനക്കുവേണ്ടി ധീരനായൊരു ഹുസ്സാറിനെ അവരിൽ നിന്നും തിരഞ്ഞെടുക്കും, ലിസോച്ക്കാ" അങ്കിൾ പറഞ്ഞു.

"എനിക്ക് ഹുസ്സാറിനെ വേണ്ട, ഒരു ഉഹ്ലാനെയാണ് വേണ്ടത്. നിങ്ങൾ സേവിച്ചിരുന്നത് ഉഹ്ലാനിൽ ആയിരുന്നില്ലേ അങ്കിൾ? ആ ഹുസ്സാറുകളുമായി എനിക്കൊരു ഇടപാടുമില്ല. അവർ വീണ്ടു വിചാര മില്ലാത്ത സാഹസികരാണെന്നാണ് പറയപ്പെടുന്നത്."

നേരിയ ഒരു അരുണിമ ലിസായുടെ കവിളുകളിൽ വ്യാപിച്ചു; മണി നാദം പോലുള്ള അവളുടെ പൊട്ടിച്ചിരി മുഴങ്ങി.

"ഇതാ ഉസ്തിയുഷ്കാ ഓടിവരുന്നു; എന്താ അവൾ കണ്ടതെന്ന് നമ്മൾക്ക് അവളോട് ചോദിക്കാം".

അന്നാഫിയോഡൊറോവ്നാ ഉസ്തിയുഷ്കായെ വിളിപ്പിച്ചു.

"ഇവിടെ പണിയൊന്നുമില്ലാഞ്ഞിട്ടാണോ ഇങ്ങനെ ഓടി നടക്കുന്നത്? ശരി, നീ വേഗം പോയി ആ പട്ടാളക്കാരെ ഒന്ന് നോക്കി വരൂ" അന്നാ

ഫിയോഡൊറോവ്നാ പറഞ്ഞു. "ഓഫീസർമാരെ എവിടെയാണ് പാർപ്പിച്ചിരിക്കുന്നത്?"

"യെറെംകിന്റെ വീട്ടിൽ, മാഡം അവർ രണ്ടുപേരാണുള്ളത്, എന്ത് സുന്ദരന്മാർ! ഒരാൾ പ്രഭു ആണെന്നാണവർ പറയുന്നത്."

"അയാളുടെ പേരെന്താണ്?"

"കസാറോവ് എന്നോ, ടൂർബിൻ എന്നോ മറ്റോ ആണ് - എനിക്ക് ശരിക്ക് ഓർമ്മയില്ല, ക്ഷമിക്കണം."

"നീ ഒരു വിഡ്ഢിയാണ് - ഞങ്ങളോട് ഒന്നും പറയാൻ കഴിയാത്തവൾ. അയാളുടെ പേരെങ്കിലും നിനക്ക് അന്വേഷിച്ചറിയാമായിരുന്നു."

"വേണമെങ്കിൽ, ഞാൻ ഓടിപ്പോയി അത് ചോദിച്ചുവരാം."

"അക്കാര്യത്തിൽ നീ വലിയ മിടുക്കിയാണെന്ന് എനിക്കറിയാം. വേണ്ട, ഡാനിലോ പോകട്ടെ. അയാളോട് പോകാൻ പറയൂ ചേട്ടാ. ഓഫീസർമാർക്ക് എന്തെങ്കിലും ആവശ്യമുണ്ടോ എന്ന് ചോദിക്കട്ടെ; അവർക്കു വേണ്ടി എല്ലാ ഉപചാരങ്ങളും നമ്മൾ ചെയ്ത് കൊടുക്കണം. അവന്റെ യജമാനത്തിയാണവനെ അയച്ചതെന്ന് പറയണം."

അവർ ഇരുവരും ഡൈനിംഗ് റൂമിൽ വീണ്ടും ഇരുപ്പുറപ്പിച്ചു; പഞ്ചസാര എടുക്കാനായി ഭൃത്യരുടെ മുറിയിലേക്ക് ലിസാ പോയി. അവിടെ ഇരുന്ന് ഹുസ്സാറുകളെക്കുറിച്ച് സംസാരിക്കുന്ന ഉസ്തിയുഷ്കായെ അവൾ കണ്ടു.

"എന്റെ പ്രിയപ്പെട്ട യജമാനത്തി, ആ പ്രഭു എത്ര സുന്ദരനാണെന്നോ! നിങ്ങൾ ഒന്ന് കണ്ടിരുന്നുവെങ്കിൽ!" അവൾ പറഞ്ഞു. "ദൈവദൂതൻ തന്നെ! നിങ്ങൾക്കതു പോലെ ഒരു ഭർത്താവിനെ കിട്ടിയാൽ എത്ര മനോഹരമായൊരു ജോടി ആയിരുന്നേനെ."

മറ്റ് ഭൃത്യർ അതംഗീകരിച്ചുകൊണ്ട് പുഞ്ചിരിച്ചു. ജനാലയ്ക്കൽ ഇരുന്ന് സ്റ്റോക്കിംഗ്സ് തുന്നിക്കൊണ്ടിരുന്ന പ്രായമായ ഒരു ആയ നെടുവീർപ്പിട്ട്, പ്രാർത്ഥന മന്ത്രിച്ചു.

"അപ്പോൾ, അതാണ് ഹുസ്സാറുകൾ നിന്റെ മനസ്സിൽ സൃഷ്ടിച്ച മതിപ്പ്!" ലിസാ പറഞ്ഞു "ഇത്തരം കാര്യങ്ങളല്ലാതെ മറ്റൊന്നും നിനക്ക് പറയാനില്ലേ? ഞങ്ങൾക്ക് കുറച്ച് ഫ്രൂട്ട് ജ്യൂസ് കൊണ്ടുവരൂ, ഉസ്തിയുഷ്കാ - ഹുസ്സാറുകളെ സൽക്കരിക്കാനായി അല്പം പുളിപ്പുള്ളത് തന്നെയാകട്ടെ."

ചിരിച്ചുകൊണ്ട്, പഞ്ചസാരപ്പാത്രവുമായി ലിസാ പുറത്ത് കടന്നു.

"ആ ഹുസ്സാറിനെ ഒന്ന് കാണാനെനിക്ക് മോഹം തോന്നുന്നു." അവൾ ചിന്തിച്ചു. അയാൾ വെളുത്തിട്ടാണോ, കറുത്തിട്ടാണോ? ഞങ്ങളുമായി പരിചയപ്പെടുന്നതിൽ അയാൾക്ക് സന്തോഷമായിരിക്കുമെന്ന കാര്യത്തിൽ സംശയമില്ല. ഒരുപക്ഷേ, ഞാനിവിടെ ഉണ്ടെന്നും അയാളെക്കുറിച്ച്

ചിന്തിച്ചെന്നും അറിയാതെ, അയാൾ കടന്നുപോകുമോ? അയാളെപ്പോലെ എത്രപേർ എന്നെ കടന്നുപോയിരിക്കുന്നു! ആരും ഒരിക്കലും എന്നെ കാണാറില്ല, അങ്കിളിനെയും ഉസ്തിയുഷ്കായേയും മാത്രം കാണും. ഞാൻ മുടി എങ്ങനെ കെട്ടിവെച്ചാലും ഉടുപ്പിന്റെ കൈ എങ്ങനെ ഇട്ടാലും എന്താണ്? ആരും എന്നെ അഭിനന്ദിക്കാറൊന്നുമില്ല. അവൾ തന്റെ വെളുത്തുരുണ്ട കൊഴുത്ത കൈയിലേക്ക് കണ്ണോടിച്ച്, ഒരു നെടുവീർപ്പോടെ ചിന്തിച്ചു "വലിയ കണ്ണുകളും ചെറിയ കറുത്ത മീശയും ഉള്ള ഉയരമുള്ളൊരു മനുഷ്യനായിരിക്കും. ഒരുപക്ഷേ, അയാൾ. ഒന്നാലോചിച്ചു നോക്കൂ, ഇരുപത്തിമൂന്ന് വയസ്സായ എന്നെ ഇന്നുവരെ ആരും പ്രേമിച്ചിട്ടില്ല, ആ വസൂരിക്കലയുള്ള ഇവാൻ ഇപാറ്റിച്ച് ഒഴിച്ച്! നാല് വർഷങ്ങൾക്ക് മുമ്പ് ഞാൻ ഇന്നത്തേക്കാൾ സുന്ദരിയായിരുന്നു. എന്റെ ചെറുപ്പകാലം ആർക്കും ആനന്ദം പകരാതെ കടന്നു പോകാറായി. ഓഹ്! ഞാൻ എത്ര നിർഭാഗ്യവതിയാണ്! ഒരു പാവം ഗ്രാമീണ ബാലിക."

ചായ പകർന്നു കൊടുക്കാനായി അമ്മ വിളിച്ചപ്പോഴാണ് ആ ഗ്രാമീണ ബാലിക ചിന്തയിൽ നിന്നുണർന്നത്. അവൾ ചെറുതായി തലയൊന്ന് കുലുക്കി, ഡൈനിംഗ് റൂമിലേക്ക് പോയി.

യദൃച്ഛയാ സംഭവിക്കുന്നവയായിരിക്കും ഏറ്റവും നല്ല കാര്യങ്ങൾ. ഒരാൾ കൂടുതൽ ശ്രമിക്കും തോറും കാര്യങ്ങൾ കൂടുതൽ വഷളാവുകയേ ഉള്ളൂ. നാട്ടിൻപുറത്ത് കുട്ടികളുടെ വിദ്യാഭ്യാസത്തിന് യാതൊരു ശ്രദ്ധയും നൽകാറില്ല. അതുകൊണ്ട് മിക്കവാറും എല്ലാവർക്കും നല്ല വിദ്യാഭ്യാസം നേടാനാകുന്നുമില്ല. ലിസായുടെ കാര്യവും അതുതന്നെയായിരുന്നു. പരിമിതമായ വിവേകവും അലസമനോഭാവവും മൂലം അന്നാ ഫിയോഡൊറോവ്നാ ലിസായുടെ പഠനകാര്യത്തിൽ യാതൊരു താത്പര്യവും എടുത്തില്ല; അവൾ മകളെ സംഗീതമോ, ഒഴിച്ചുകൂടാനാകാത്ത ഫ്രഞ്ചോ പഠിപ്പിച്ചില്ല; തന്റെ പരേതനായ ഭർത്താവിന്, യദൃച്ഛയാ, അതിസുന്ദരിയും ആരോഗ്യവതിയുമായൊരു കുഞ്ഞിനെ സമ്മാനിച്ചു എന്ന് മാത്രം! - അവളെ വൈറ്റ് നേഴ്സിനെയും ആയയെയും എല്പിച്ചു. അവളെ ഊട്ടുകയും പരുത്തിത്തുണി കൊണ്ടുള്ള ഫ്രോക്കുകളും, ആട്ടിൻതോൽ ഷൂസും ധരിപ്പിച്ചു; അവളെ പുറത്ത് കളിക്കാനും ബെറികളും കൂണുകളും പെറുക്കാനും വിട്ടു. ഒരു ചെറുപ്പക്കാരൻ ബാലനെ എഴുത്തും വായനയും മാത്തമാറ്റിക്സും പഠിപ്പിക്കാനായി നിയോഗിച്ചു; അങ്ങനെ പതിനാറ് വയസ്സായപ്പോൾ, യദൃച്ഛയാ, ലിസായിൽ ഒരു നല്ല സുഹൃത്തിനെയും, ആഹ്ലാദവതിയും മൃദുലഹൃദയയും പരിശ്രമശീലയുമായൊരു വീട്ടുഭരണക്കാരിയെയും കണ്ടെത്തി. അന്നാഫിയോഡൊറോവ്നാ കരുണഹൃദയായൊരു സ്ത്രീയാണ്. എപ്പോഴും ഏതെങ്കിലും വേലക്കാരുടെ കുഞ്ഞുങ്ങളെയോ, അനാഥക്കുഞ്ഞുങ്ങളെയോ ദത്തെടുത്ത് വളർത്തിയിരുന്നു. പത്ത് വയസ്സു മുതൽ ലിസായാണ് ഈ അനാഥക്കുഞ്ഞുങ്ങളെ നോക്കിയിരുന്നത്. അവൾ അവരെ പഠിപ്പിച്ചു,

ഉടുപ്പണിയിച്ചു, പള്ളിയിലേക്ക് കൊണ്ടുപോയി, വികൃതി കാണിക്കുമ്പോൾ ശാസിച്ചു. പിന്നെ, വൃദ്ധനും നല്ലവനുമായ അങ്കിളിനെ, ഒരു കുഞ്ഞിനെപ്പോലെ ശുശ്രൂഷിക്കുന്നു. അതിനും പുറമെ വീട്ടുജോലിക്കാരെയും സ്വന്തം വേദനകളും വിഷമങ്ങളുമായി കൊച്ചുയജമാനത്തിയെ കാണാനെത്തുന്ന ഗ്രാമീണരേയും നോക്കണം.

എൽഡർപൂവിന്റെ വെള്ളവും പെപ്പർമിന്റും കർപ്പൂരത്തൈലവും കൊണ്ടവരെ ചികിത്സിച്ചു. ഇപ്പോൾ, തികച്ചും യാദൃച്ഛികമായി ഗൃഹഭരണം മുഴുവൻ അവളുടെ ചുമലിൽ വീണിരിക്കുകയാണ്. അവൾ തന്റെ സ്നേഹത്തിനുള്ള അഭിലാഷം പ്രകൃതിയിലേക്കും മതത്തിലേക്കും തിരിച്ചു വിട്ടിരിക്കുകയാണ്. അങ്ങനെ, സന്ദർഭവശാൽ ലിസാ തിരക്ക് പിടിച്ച, ആഹ്ലാദവതിയായ, സ്നേഹം നിറഞ്ഞ സ്വതന്ത്രയായ, പരിശുദ്ധയായ, അഗാധ മതഭക്തിയുള്ളവളായി തീർന്നു. 'കെ' പട്ടണത്തിൽ നിന്ന് വാങ്ങിച്ച ഫാഷനിലുള്ള തൊപ്പിയും ധരിച്ച് തന്റെ അയൽവാസികൾ പള്ളിയിലെത്തുമ്പോൾ നേരിയ അസൂയയുടെ വേദന അവൾക്കനുഭവപ്പെടാറുണ്ടെന്നതൊരു സത്യമാണ്. തന്റെ പരാതിക്കാരിയായ പ്രായമായ അമ്മയുടെ ചാപല്യങ്ങൾ മൂലം പലപ്പോഴും അവളുടെ കണ്ണുകൾ നിറയാറുണ്ട്; പ്രേമത്തെക്കുറിച്ചുള്ള അവളുടെ സ്വപ്നങ്ങൾ ചിലപ്പോൾ പൊരുത്തപ്പെടാത്തവയും പ്രാകൃതം പോലും ആയിരിക്കും- എന്നാൽ, ഒഴിച്ചുകൂടാനാകാത്ത ഉപയോഗപ്രദമായ അവളുടെ ജോലികൾ ഇത്തരം ചിന്തകളെയെല്ലാം ഇല്ലാതാക്കി. അങ്ങനെ, ഇരുപത്തിമൂന്നാം വയസ്സിലും യാതൊരു കളങ്കവുമേൽക്കാതെ, പവിത്രമായ ആ ആത്മാവിന് യാതൊരുവിധ പശ്ചാത്താപത്തിനും ഇട വരുത്താതെ, സദാചാരപരവും ശാരീരികവുമായ സൗന്ദര്യത്തിൽ പ്രകാശിച്ചുനിന്നു. ശരാശരി പൊക്കവും ആവശ്യത്തിന് പുഷ്ടിയുമുള്ള ശരീരമാണ് ലിസായുടേത്. തവിട്ടുനിറമുള്ള കണ്ണുകൾ. വളരെ വലുതല്ല. താഴത്തെ കൺപോളകൾക്ക് കീഴെ അല്പം ഇരുണ്ടിട്ടുണ്ട്. അവളുടെ മുടി നീളമുള്ളതും മനോഹരവുമാണ്. കാൽ നീട്ടിവെച്ച്, അനായാസമായി ആടിക്കൊണ്ടുള്ള നടത്തം. ജോലിത്തിരക്കിലായിരിക്കുമ്പോഴുള്ള അവളുടെ മുഖഭാവം തനിക്ക് യാതൊരു അല്ലലുമില്ലെന്ന് കാണുന്നവരോട് വിളിച്ചോതുന്നു. സ്നേഹിക്കാൻ ആരെങ്കിലുമുള്ളവർക്കും മനസ്സാക്ഷി പരിശുദ്ധമായിട്ടുള്ളവർക്കും ജീവിതം സുഖകരവും ആഹ്ലാദകരവുമാണ്. നിരാശയും ധാർമ്മികരോഷവും ആപച്ഛങ്കയും ദുഃഖവും തോന്നുന്ന നിമിഷങ്ങളിലും തന്റെ ആഗ്രഹങ്ങൾക്ക് വെല്ലുവിളിയെന്നോണം കണ്ണുകൾ നിറയുകയും ചുണ്ടുകൾ വിറയ്ക്കുകയും ഇടത് പുരികം ചുളിയുകയും ചെയ്യുമ്പോൾ പോലും കരുണാർദ്രവും നിഷ്കളങ്കവുമായ ഹൃദയത്തിന്റെ പ്രകാശം (പരിഷ്കാരത്താൽ നശിക്കാത്തത്) അവളുടെ കവിളുകളിലെ നുണക്കുഴികളിലും അധരങ്ങളുടെ കോണുകളിലും തിളങ്ങുന്ന കണ്ണുകളിലും കാണാം.

10

സ്ക്വാഡ്രൻ മൊറൊസൊവ്കായിൽ പ്രവേശിച്ചപ്പോൾ, സൂര്യൻ അസ്തമിച്ചിരുന്നെങ്കിലും നല്ല ചൂടായിരുന്നു. കൂട്ടം തെറ്റിയ ഒരു പുള്ളിപ്പശു അങ്ങ് ദൂരെ പൊടിപറക്കുന്ന ഗ്രാമീണറോഡിലൂടെ ഓടുന്നു. അത് ഭീതിയോടെ പിന്നാക്കം നോക്കികൊണ്ടിരിക്കുകയും ഇടയ്ക്കിടെ നിന്ന് അമറുകയും ചെയ്യുന്നു, കുതിരകൾക്ക് വഴി മാറി കൊടുക്കുക മാത്രമേ വേണ്ടൂ എന്ന കാര്യം ഊഹിക്കാനാവാത്തതു പോലെ വൃദ്ധരായ ഗ്രാമീണരും കുടുംബിനികളും കുട്ടികളും വീട്ടുവേലക്കാരും ഹുസ്സാറുകളെ കൗതുകത്തോടെ നോക്കി റോഡിന്റെ ഇരുവശത്തും കൂട്ടം കൂടി നിൽക്കുന്നു. കറുത്ത കുതിരകളുടെ പുറത്താണ് ആ ഹുസ്സാറുകൾ കനത്ത പൊടിപടലത്തിലൂടെ നീങ്ങുന്നത്. സ്ക്വാഡന്റെ വലതുവശത്തായി രണ്ട് ഓഫീസർമാർ സഞ്ചരിക്കുന്നു. അവരിലൊരാൾ കമാൻഡറായ ടൂർബിൻ പ്രഭുവാണ്. മറ്റവൻ അടുത്ത കാലത്ത് ഓഫീസറായ ഒരു യുവാവാണ്, പൊളോസോവ്.

ഗ്രാമത്തിലെ ഏറ്റവും നല്ല വീട്ടിൽ നിന്ന് വെള്ളവസ്ത്രം ധരിച്ച ഒരു ഹുസ്സാർ പുറത്തുവന്ന്, തൊപ്പി ഊരി ഓഫീസർമാരുടെ അടുത്തേക്ക് ചെന്നു.

“ഞങ്ങൾക്ക് എന്ത് സ്ഥലമാണ് താമസിക്കാനായി തയ്യാറാക്കിയിട്ടുള്ളത്?” പ്രഭു അയാളോട് ചോദിച്ചു. “യുവർ എക്സലൻസിക്കു വേണ്ടി?” ക്വാർട്ടർ മാസ്റ്റർ കുത്തനെ നിന്നുകൊണ്ട് മറുപടി നൽകി. “ഞങ്ങൾ ഈ വീട് അങ്ങേക്കു വേണ്ടി വൃത്തിയാക്കി - ഗ്രാമമുഖ്യന്റേത്. ബംഗ്ലാവിലെ ഒരു മുറിക്ക് വേണ്ടി ഞങ്ങൾ ചോദിച്ചു നോക്കി, എന്നാലത് നിരാകരിക്കപ്പെട്ടു. അതിലെ യജമാനത്തി നല്ല സ്ത്രീയല്ല.”

“ശരി” പ്രഭു കുതിരപ്പുറത്തുനിന്ന് താഴെ ഇറങ്ങി കാലുകൾ കുടഞ്ഞ്, ഗ്രാമമുഖ്യന്റെ വീട്ടിലേക്ക് നടന്നു.

“എന്റെ വണ്ടി വന്നോ?”

“വന്നു, യുവർ എക്സലൻസി” ഗേറ്റിൽ കിടക്കുന്ന വണ്ടി തന്റെ തൊപ്പി കൊണ്ട് ചൂണ്ടിക്കാട്ടി ക്വാർട്ടർ മാസ്റ്റർ മറുപടി നൽകി. ഓഫീസർമാരെ തുറിച്ചു നോക്കി നിന്നിരുന്ന ഒരു കർഷക കുടുംബത്തിന്റെ വീട്ടുവാതിൽക്കലേക്ക് അയാൾ ഓടിച്ചെന്നു. ധൃതിയിൽ വാതിൽ തുറക്കവേ ഒരു വൃദ്ധയെ തട്ടി മറിച്ചിടേണ്ടതായിരുന്നു അയാൾ. ഈയിടെ ഒഴിഞ്ഞു കൊടുത്ത ആ വീടിന്റെ വാതിൽക്കൽ നിന്ന് പ്രഭുവിനെ അകത്തേക്ക് കടത്തി വിട്ടു.

വീട് വലുതും വിശാലവുമായിരുന്നെങ്കിലും പൂർണ്ണമായും വൃത്തിയാക്കിയിരുന്നില്ല. മാന്യനെപ്പോലെ വേഷം ധരിച്ച ഒരു ജർമ്മൻ പരിചാരകൻ ഒരു ഇരുമ്പു കട്ടിൽ അവിടെ കൊണ്ടിട്ട്, യാത്രാസഞ്ചിയിൽ നിന്നും കിടക്കവിരി പുറത്തെടുക്കുകയായിരുന്നു.

“എന്തൊരു വൃത്തികെട്ട താമസസ്ഥലം!” പ്രഭു ദേഷ്യത്തോടെ പറഞ്ഞു. “ദ്യാദെങ്കൊ! ആ ബംഗ്ലാവിലെവിടെയെങ്കിലും ഞങ്ങളെ കൊണ്ടാക്കാൻ ശരിക്കും പറ്റില്ലെന്നാണോ?”

“യുവർ എക്സലൻസി, അപ്രകാരം ഉത്തരവ് തരുന്നെങ്കിൽ, ഞാൻ ആരെയെങ്കിലും അങ്ങോട്ട് വിടാം.” ദ്യാദെങ്കൊ മറുപടി നൽകി. “എന്നാൽ, അത് അത്ര നല്ലതൊന്നുമല്ല, ഈ വീടിനേക്കാൾ വലിയ ഗുണമൊന്നുമില്ല.”

“ഇപ്പോൾ വളരെ വൈകിപ്പോയി, വിട്ടേക്കൂ.”

തലയ്ക്കു കീഴിൽ കൈകൾ കോർത്തു വെച്ച് പ്രഭു കിടന്നു. “ജോഹൻ!” അയാൾ പരിചാരകനെ വിളിച്ചു. “കിടക്കയുടെ നടുവിൽ ഒരു മുഴയുണ്ട് ഇപ്പോഴും! നിനക്ക് വേണ്ട രീതിയിൽ ഒരു കിടക്ക വിരിക്കാൻ പോലും അറിയില്ലേ?”

ജോഹാൻ ആ മുഴ നേരെയാക്കാൻ പോകുകയായിരുന്നു.

“വേണ്ട. ഇപ്പോൾ വളരെ വൈകിപ്പോയി. എന്റെ ഡ്രസ്സിംഗ് ഗൗൺ എവിടെ?” പ്രഭു ദേഷ്യത്തോടെ പറഞ്ഞുകൊണ്ടിരുന്നു.

പരിചാരകൻ ഡ്രസ്സിംഗ് ഗൗൺ എടുത്ത് കൊടുത്തു. അത് ധരിക്കുന്നതിന് മുമ്പ് അയാൾ അതിന്റെ വക്ക് പരിശോധിച്ചു.

“ഞാനത് വിചാരിച്ചിരുന്നു. നീ ആ പാട് കളഞ്ഞിരുന്നില്ല. നിന്നേക്കാൾ മോശം വേലക്കാരനെ കാണാൻ കഴിയുമോ എന്നെനിക്കറിയില്ല.” ആ മനുഷ്യന്റെ കൈയിൽ നിന്നും ഗൗൺ തട്ടിപ്പറിച്ചെടുത്ത് ധരിച്ചു. “നീ ഇത് മനഃപൂർവം ചെയ്യുന്നതാണോ?”

“ചായ തയ്യാറായോ?”

“എനിക്കതിന് സമയം കിട്ടിയില്ല.” ജോഹൻ പറഞ്ഞു.

“മണ്ടൻ!”

ഇത്തരം അവസരങ്ങൾക്കായി കൊണ്ടുവന്നിരുന്ന ഒരു ഫ്രഞ്ച് നോവൽ പുറത്തെടുത്ത് കുറച്ചു നേരം പ്രഭു വായിച്ചു; ജോഹൻ സമോവർ ചൂടാക്കാനായി പുറത്ത് കടന്നു. പ്രഭു അസ്വസ്ഥനായിരുന്നെന്ന് വ്യക്തം. - ക്ഷീണവും മുഖത്ത് പറ്റിപ്പിടിച്ചിരുന്ന അഴുക്കും, ഇറുകിയ ഉടുപ്പും ഒഴിഞ്ഞ വയറുമാണതിന് കാരണം.

“ജോഹൻ!” അയാൾ വീണ്ടും അലറി വിളിച്ചു “ഞാൻ നിനക്ക് തന്ന പത്ത് റൂബിളിന്റെ കണക്ക് തരൂ. പട്ടണത്തിൽ നിന്ന് നീ എന്തൊക്കെയാണ് വാങ്ങിച്ചത്?”

അയാൾ കൊടുത്ത കണക്കിലേക്ക് പ്രഭു ഒന്ന് കണ്ണോടിച്ച്, അതൃപ്തി നിറഞ്ഞ ചില അഭിപ്രായങ്ങൾ പറഞ്ഞു. വാങ്ങിച്ച സാധനങ്ങൾക്കെല്ലാം എന്തൊരു വിലയാണ്!

“ഞാൻ ചായയോടൊപ്പം റം കുടിക്കാം.”

“ഞാൻ റം വാങ്ങിച്ചിട്ടില്ല.” ജോഹൻ പറഞ്ഞു.

“ഉജ്ജ്വലം! എത്ര പ്രാവശ്യമാണ് റം കരുതിവെക്കണമെന്ന് നിന്നോട് പറഞ്ഞിട്ടുള്ളത്?”

“എന്റെ കൈയിൽ ആവശ്യത്തിന് പണം ഇല്ലായിരുന്നു.”

“എന്തുകൊണ്ട് പൊളോസോവ് അത് വാങ്ങിയില്ല? അയാളുടെ ഭൃത്യനിൽ നിന്ന് നിനക്കത് വാങ്ങാമായിരുന്നു.”

“കോർനെറ്റ് പോളോസോവ്? എനിക്കറിയില്ല. അയാൾ ചായയും പഞ്ചസാരയും മാത്രമാണ് വാങ്ങിയത്.”

“നീചൻ! ഗെറ്റ്ഔട്ട്! നിന്നെപ്പോലെ ആരും എന്റെ ക്ഷമ പരീക്ഷിച്ചു കാണില്ല. നിനക്ക് നന്നായി അറിയാവുന്നതാണ്, യാത്രയിൽ ഞാൻ എപ്പോഴും റം ചേർത്താണ് ചായ കുടിക്കാറുള്ളതെന്ന്.”

“ഇതാ ,നിങ്ങൾക്ക് സ്റ്റാഫ് ഹെഡ് ക്വാർട്ടേഴ്സിൽ നിന്ന് വന്ന രണ്ട് കത്തുകൾ” ഭൃത്യൻ പറഞ്ഞു.

പ്രഭു കട്ടിലിൽ കിടന്ന്, കത്തുകൾ തുറന്ന് വായിക്കാൻ തുടങ്ങി. ആ സമയത്ത് സുസ്മേരവദനനായി കോർനെറ്റ് കടന്നു വന്നു; പട്ടാളക്കാരെ താമസസ്ഥലത്താക്കി വരികയാണ് അയാൾ.

“കൊള്ളാം, ടൂർബിൻ? അത്ര മോശം സ്ഥലമല്ലെന്ന് തോന്നുന്നു. എന്നാൽ, ഞാൻ വല്ലാതെ തളർന്നുവെന്ന് പറയട്ടെ. എന്തൊരു ചൂടുള്ള ദിവസം.”

“മോശം സ്ഥലമല്ലെന്നോ! വൃത്തികെട്ട നാറുന്ന സ്ഥലം, എനിക്ക് ചായയിലൊഴിച്ചു കഴിക്കാൻ റം ഇല്ല, അതിന് നിങ്ങൾക്ക് നന്ദി! നിങ്ങളുടെ ആ വിഡ്ഢി അത് വാങ്ങാൻ മറന്നു, എന്റെ ആളും അപ്രകാരം തന്നെ; നിങ്ങളുടെ ആളോട് നിങ്ങൾക്ക് പറയാമായിരുന്നു.”

അയാൾ കത്ത് വായന തുടർന്നു. ആദ്യത്തെ കത്ത് വായിച്ചശേഷം അതയാൾ ചുരുട്ടിക്കൂട്ടി നിലത്തേക്കെറിഞ്ഞു.

അതിനിടയ്ക്ക് ഇടനാഴിയിൽ ചെന്ന് തന്റെ ഭൃത്യനോട് കോർനെറ്റ് മെല്ലെ ചോദിച്ചു “നീ എന്തുകൊണ്ടാണ് കുറച്ച് റം വാങ്ങാതിരുന്നത്? നിന്റെ കൈയിൽ പണമുണ്ടായിരുന്നല്ലോ, അല്ലേ?”

“എന്തിന് നമ്മൾ എല്ലാ സാധനങ്ങളും വാങ്ങിക്കണം? ഞാനാണ് എല്ലാ ചെലവുകളും വഹിക്കുന്നത്. അദ്ദേഹത്തിന്റെ ആ ജർമ്മൻകാരൻ എപ്പോഴും ഒരു പൈപ്പ് വലിച്ചുകൊണ്ടിരിക്കും.”

രണ്ടാമത്തെ കത്ത് തീർച്ചയായും നല്ലതാണെന്ന് ഉറപ്പാണ്. കാരണം, അത് വായിച്ചപ്പോൾ പ്രഭു ഒന്ന് പുഞ്ചിരിച്ചു.

“ആരുടെ കത്താണത്?” മുറിയിലേക്ക് തിരിച്ചു വന്ന് തീച്ചൂളയ്ക്കടുത്ത് പലകകൾ നിരത്തി തനിക്കായി മെത്ത വിരിച്ചു കൊണ്ടിരിക്കവെ പൊളോസോവ് ചോദിച്ചു.

“മിന്നയുടേത്” പ്രഭു ആഹ്ലാദപൂർവം കത്ത് അയാൾക്ക് നീട്ടിക്കൊണ്ട് പറഞ്ഞു. “നിങ്ങൾക്ക് വായിക്കണമെന്നുണ്ടോ? എന്തൊരു വ്യക്തിത്വമുള്ള സ്ത്രീ! നമ്മുടെ പെൺകുട്ടികളേക്കാൾ എത്ര ഭേദം. എത്ര വിവേകവും വികാരവുമാണീ കത്തിൽ എന്ന് നോക്കൂ! മോശം കാര്യം. അവൾ പണം ആവശ്യപ്പെടുന്നു എന്ന് മാത്രം.”

“അതെ, അത് മോശമാണ്.” കോർനെറ്റ് അഭിപ്രായപ്പെട്ടു.

“തീർച്ചയായും ഞാനവൾക്ക് വാക്കു കൊടുത്തിരുന്നു; എന്നാൽ, അപ്പോഴല്ലേ ഈ മാർച്ച് തുടങ്ങിയത്. പിന്നെ ...? ശരി ...? മൂന്നു മാസം കൂടി ഈ സ്ക്വാഡ്രൻ എന്റെ കീഴിലാണെങ്കിൽ, ഞാനവൾക്ക് പണമയച്ചു കൊടുക്കും. എനിക്കതിനൊരു വൈമുഖ്യവുമില്ല; അവൾ മനം കവരുന്നവളാണ്, അല്ലേ?”

കത്ത് വായിക്കുമ്പോഴുള്ള പൊളോസോവിന്റെ മുഖഭാവം ശ്രദ്ധിച്ചുകൊണ്ടയാൾ പുഞ്ചിരിയോടെ ചോദിച്ചു.

“അത്ര വിദ്യാസമ്പന്നയല്ലെങ്കിലും, സുന്ദരിയാണ്, അവൾ നിങ്ങളെ ശരിക്കും പ്രേമിക്കുന്നെന്ന് തോന്നുന്നു.” കോർനെറ്റ് പറഞ്ഞു.

“തീർച്ചയായും! അവളെപ്പോലുള്ള സ്ത്രീകളാണ് യഥാർത്ഥത്തിൽ സ്നേഹിക്കുന്നവർ, അവർ പ്രേമിക്കുകയാണെങ്കിൽ.”

“മറ്റേ കത്ത് ആരുടേതാണ്?” താൻ വായിച്ചുതീർന്ന കത്ത് തിരിച്ചു കൊടുത്തുകൊണ്ട് കോർനെറ്റ് ചോദിച്ചു.

“അതോ? അതൊരു വൃത്തികെട്ട മനുഷ്യന്റേതാണ്, ചീട്ടുകളിച്ച് ഞാനയാളോട് തോറ്റു. കുറച്ച് പണം ഞാനയാൾക്ക് കൊടുക്കാനുണ്ട്. ഇത് മൂന്നാം പ്രാവശ്യമാണ് എന്നെ ഓർമ്മിപ്പിക്കുന്നത്. തൽക്കാലം എനിക്കത് തിരിച്ചു കൊടുക്കാൻ നിർവാഹമില്ല. ഒരു വിവേകശൂന്യമായ കത്ത്.” പ്രഭു പറഞ്ഞു. ആ ഓർമ്മയിൽ അസഹ്യതയുണ്ടെന്ന് വ്യക്തം.

അതിനുശേഷം രണ്ട് ഓഫീസർമാരും അല്പനേരത്തേക്ക് ഒന്നും മിണ്ടിയില്ല. പ്രഭുവിന്റെ വൈകാരികനില തന്നിലും സ്വാധീനം ചെലുത്തിയതുപോലെ കോർനെറ്റ് നിശ്ശബ്ദം ചായ കുടിച്ചുകൊണ്ടിരുന്നു. സംഭാഷണം തുടങ്ങാനയാൾക്ക് പേടി തോന്നി. അയാൾ ടൂർബിന്റെ സുന്ദരമായ മുഖത്തേക്ക് ഇടക്കിടെ ദൃഷ്ടി പായിച്ചുകൊണ്ടിരുന്നു; അയാൾ ദൃഢചിത്തനായി ജനാലയ്ക്ക് പുറത്തേക്ക് നോക്കി. ചിന്താവിഷ്ടനായി ഇരിക്കുകയാണ്.

“ഓഹ്, കൊള്ളാം, എല്ലാം നേരെയാകും” പൊളോസോവിനു നേരെ തിരിഞ്ഞ്, തല ചെറുതായൊന്ന് കുലുക്കി, പെട്ടെന്ന് പ്രഭു പറഞ്ഞു. “ഇക്കൊല്ലം നമ്മുടെ റെജിമെന്റിലുള്ളവർക്കെല്ലാം പ്രമോഷൻ ലഭിക്കുകയും നമ്മൾ യുദ്ധരംഗത്തേക്ക് പോകുകയും ചെയ്താൽ ഗാർഡ് സേനയിലെ എന്റെ കൂട്ടുകാരും ക്യാപ്റ്റന്മാരുമായ സുഹൃത്തുക്കളുടെ മുന്നിൽ ഞാൻ എത്തും.”

സംഭാഷണം ഈ നിലയിൽ മുന്നേറുമ്പോൾ, രണ്ടാമത്തെ ഗ്ലാസ്സ് ചായ കുടിച്ചുകൊണ്ടിരിക്കവെ അന്നാഫിയോഡൊറോവ്നായുടെ സന്ദേശവുമായി ഡാനിലൊ എത്തി.

"യുവർ ഓണർ ഫിയോഡോർ ഇവാനോവിച്ച് ടൂർബിൻ പ്രഭുവിന്റെ പുത്രനല്ലേ എന്ന് ചോദിക്കുവാൻ യജമാനത്തി എന്നോട് കല്പിച്ചിരിക്കുന്നു." ഓഫീസറുടെ പേര് കേൾക്കുകയും നിര്യാതനായ പ്രഭുവിന്റെ 'കെ' പട്ടണത്തിലെ സന്ദർശനത്തെക്കുറിച്ചോർക്കുകയും ചെയ്തപ്പോൾ ഡാനിലൊ സ്വന്തം വകയായി കൂട്ടിച്ചേർത്തു, "ഞങ്ങളുടെ യജമാനത്തിക്ക് അദ്ദേഹത്തെ തീർച്ചയായും നന്നായി അറിയുമായിരുന്നു."

"അദ്ദേഹം എന്റെ പിതാവാണ് അവരുടെ അന്വേഷണത്തിൽ ഞങ്ങൾ അങ്ങേ അറ്റം കൃതജ്ഞരാണെന്ന് നിങ്ങളുടെ യജമാനത്തിയോട് പറയൂ. ഞങ്ങൾക്ക് ഒന്നും ആവശ്യമില്ല, എന്നാൽ ഒരു കാര്യം പറയുക, അവർക്ക് ബംഗ്ലാവിലോ, മറ്റെവിടെയെങ്കിലുമോ, കൂടുതൽ വൃത്തിയുള്ളൊരു മുറി ഞങ്ങൾക്ക് വേണ്ടി കണ്ടെത്താൻ കഴിഞ്ഞാൽ ഞങ്ങൾ വളരെ നന്ദിയുള്ളവരായിരിക്കുമെന്ന്."

"എന്തിനാണ് നിങ്ങൾ അങ്ങനെ പറഞ്ഞത്?" ഡാനിലൊ പോയപ്പോൾ പൊളൊസോവ് ചോദിച്ചു. "എന്ത് വ്യത്യാസമാണതുകൊണ്ട് ഉണ്ടാകാൻ പോകുന്നത്? നമ്മൾ ഒരു രാത്രിയല്ലേ ഇവിടെ തങ്ങുന്നുള്ളൂ? എന്തിനാണ് നമ്മൾ അവർക്ക് ഇത്രയും അസൗകര്യം ഉണ്ടാക്കുന്നത്?"

"നിങ്ങളും നിങ്ങളുടെ തത്ത്വദീക്ഷയും! ചെറ്റപ്പുരയിൽ കിടന്നുറങ്ങി മതിയായില്ലേ? നിങ്ങൾ ഒരു പ്രായോഗിക മനുഷ്യനല്ലെന്ന് തെളിഞ്ഞിരിക്കുന്നു. ഒരു രാത്രി മാത്രമാണെങ്കിലും സുഖമായി ഉറങ്ങാനുള്ള ഒരവസരം എന്തുകൊണ്ട് പ്രയോജനപ്പെടുത്തിക്കൂടാ? അവർക്കാണെങ്കിൽ അത് വലിയ അന്തസ്സായി അനുഭവപ്പെടുകയും ചെയ്യും. ഒരു കാര്യം മാത്രമാണ് എനിക്ക് ഇഷ്ടപ്പെടാത്തത്; എന്റെ പപ്പയെ അവർ അറിയുമെന്ന് പറഞ്ഞ്." തന്റെ തിളങ്ങുന്ന വെള്ളപ്പല്ലുകൾ പുറത്തുകാട്ടി മെല്ലെ പുഞ്ചിരിച്ചു കൊണ്ട് പ്രഭു തുടർന്നു."എന്റെ പപ്പായുടെ ഓർമ്മയിൽ ഞാൻ എപ്പോഴും ലജ്ജിക്കുന്നു. എപ്പോഴും എന്തെങ്കിലും ദുഷ്പേര് അല്ലെങ്കിൽ കടം! അതുകൊണ്ട് അദ്ദേഹത്തിന്റെ പഴയ പരിചയക്കാരുടെ അടുത്ത് പോകാൻ എനിക്ക് വിഷമമാണ്. എന്നാൽ ആ കാലവും അത്തരത്തിലുള്ളതായിരുന്നു". അയാൾ സഗൗരവം കൂട്ടിച്ചേർത്തു. "ഞാൻ നിങ്ങളോട് പറയാൻ മറന്നു". പൊളോസോവ് പറഞ്ഞു "ഞാൻ ഒരിക്കൽ ഉഹ്ലാൻ ബ്രിഗേഡിന്റെ കമാൻഡർ ഇലിയിനെ കണ്ടുമുട്ടി. അയാൾക്ക് നിങ്ങളെ കാണാൻ വലിയ ജിജ്ഞാസയായിരുന്നു; നിങ്ങളുടെ അച്ഛനോടയാൾക്ക് വലിയ ഭക്തിയാണ്."

"ആ ഇലിയിൻ ഒന്നിനും കൊള്ളാത്തൊരു വ്യക്തി ആയിരിക്കുമെന്നാണെനിക്ക് തോന്നുന്നത്. എന്റെ അച്ഛനോട് പരിചയമുള്ളവരാണെന്ന് അവകാശപ്പെട്ട് എന്നോട് അടുക്കാൻ ശ്രമിക്കുന്നവരെല്ലാം

അദ്ദേഹത്തെക്കുറിച്ച് എന്നോട് പറഞ്ഞ കഥകൾ കേട്ട് ഞാൻ ലജ്ജിച്ചു പോയിട്ടുണ്ട്, അവ ആകർഷണീയമായ അനുഭവ കഥകളായിട്ടാണവർ ചിത്രീകരിക്കുന്നതെങ്കിലും എനിക്കത് നിഷേധിക്കാനാവില്ല. ഞാൻ എപ്പോഴും ശാന്തവും വസ്തുനിഷ്ഠവുമായി കാര്യങ്ങൾ വീക്ഷിക്കുന്നവ നാണ്, ചിലപ്പോൾ അദ്ദേഹം ചെയ്യാൻ പാടില്ലാത്തത് ചെയ്തിട്ടുണ്ട്. എന്നാൽ അതെല്ലാം ആ കാലത്തിന്റെ പ്രത്യേകത മൂലമാണ്. നമ്മുടെ കാലത്തായിരുന്നെങ്കിൽ അദ്ദേഹം വളരെയേറെ വിജയശ്രീലാളിതനായേനേ. അദ്ദേഹത്തോട് നീതി പാലിക്കണമെങ്കിൽ, അദ്ദേഹം അങ്ങേ അറ്റം സമർത്ഥ നായിരുന്നെന്ന് പറയണം."

കാൽ മണിക്കൂറിനു ശേഷം ഡാനിലൊ തിരിച്ചെത്തി. തന്റെ യജ മാനത്തിയിൽ നിന്നും അവരുടെ വീട്ടിൽ അന്ന് രാത്രി താമസിക്കാനുള്ള ക്ഷണം അവർക്കായി കൊണ്ടുവന്നിരുന്നു.

11

യുവഹുസ്സാർ ഓഫീസർ, ഫിയോഡോർ ടൂർബിൻ പ്രഭുവിന്റെ പുത്ര നാണെന്നറിഞ്ഞപ്പോൾ അന്നാഫിയോഡൊറോവ്നാ ആവേശഭരിതയായി. "ദൈവമേ! നിന്നെ അനുഗ്രഹിക്കട്ടെ, ഡാനിലൊ! വേഗം തിരിച്ചു പോയി യജമാനത്തി അവരെ ഇങ്ങോട്ട് ക്ഷണിക്കുന്നതായി പറയൂ". അവർ ചാടി യെഴുന്നേറ്റ്, വേലക്കാരികളുടെ മുറിയിലേക്ക് ഓടിച്ചെന്ന് പറഞ്ഞു. "ലിസോച്ക്കാ! ഉസ്തിയുഷ്കാ! നമ്മൾക്ക് മുറി തയ്യാറാക്കണം, ലിസാ. നീ അങ്കിളിന്റെ മുറിയിലേക്ക് മാറണം; നിങ്ങൾ, ഈ രാത്രി ഡ്രോയിംഗ് റൂമിൽ ചെലവഴിക്കണം. ഒരു രാത്രിയുടെ കാര്യമല്ലേ, ബുദ്ധിമുട്ടാ വില്ലല്ലോ."

"തീർച്ചയായും, യാതൊരു കുഴപ്പവുമില്ല, അനിയത്തി, ഞാൻ നിലത്ത് കിടന്നോളാം."

"അച്ഛനെപ്പോലെയാണെങ്കിൽ, തീർച്ചയായും അവനൊരു സുന്ദരനാ യിരിക്കണം. ഓഹ്, അവനെ ഒരു നോക്കുകാണാൻ, ഡാർലിംഗ്! നീ കാത്തിരുന്ന് കാണൂ, ലിസാ! അവന്റെ അച്ഛൻ എത്ര സുന്ദരനായിരുന്നു ന്നെന്നോ! എവിടേക്കാണ് നീ മേശകൊണ്ടു പോകുന്നത്! അതിവിടെ ഇട്ടേക്കൂ." ബഹളം വെച്ച് ഓടി നടക്കുന്നതിനിടയിൽ ഫിയോഡൊ റോവ്നാ വിളിച്ചു പറഞ്ഞു. "രണ്ട് കട്ടിലുകൾ കൊണ്ടുവരൂ. ഒരെണ്ണം കാര്യസ്ഥന്റെ മുറിയിൽ നിന്നെടുക്കാം. ചേട്ടൻ എനിക്ക് പിറന്നാൾ സമ്മാനമായിത്തന്ന പളുങ്ക് മെഴുകുതിരിക്കാൽ എടുത്ത്, അതിലൊരു മെഴുകുതിരി കത്തിച്ചു വെക്കൂ."

ഒടുവിൽ, എല്ലാം തയ്യാറായി. അമ്മയുടെ ഇടപെടൽ ഉണ്ടായിട്ടും ലിസാ അവളുടെ മുറി, തന്റെ അഭിരുചി അനുസരിച്ച് ആ രണ്ട് ഓഫീ സർമാർക്കു വേണ്ടി സജ്ജീകരിച്ചു.

പുത്തൻ വിരിപ്പുകൾ കൊണ്ടു വന്ന് സുഗന്ധതൈലം തെളിച്ച്, അവൾ കിടക്ക വിരിച്ചു. ഒരു പാത്രത്തിൽ വെള്ളവും മെഴുകുതിരിയും കിടക്ക കൾക്ക് അടുത്തുള്ള മേശകളിൽ വെച്ചു. ഭൃത്യകളുടെ മുറിയിൽ സുഗ ന്ധമുള്ള കടലാസുകൾ കത്തിച്ചു; സ്വന്തം കിടക്ക അവൾ അമ്മാവന്റെ മുറിയിൽ വിരിച്ചു. അന്നാഫിയോഡൊറോവ്നായുടെ മനസ്സ് സമനില പ്രാപിച്ചപ്പോൾ അവൾ തന്റെ പതിവു സ്ഥലത്തിരുന്ന് ചീട്ട് കൈയിലെ ടുത്തു. എന്നാൽ, അവ നിരത്തുന്നതിനു മുമ്പ് അവൾ തന്റെ കൊഴുത്ത കൈമുട്ടുകൾ മേശമേൽ ഊന്നി സ്വപ്നം കാണാൻ തുടങ്ങി. “എത്ര വേഗമാണ് കാലം പറക്കുന്നത്!” അവൾ മന്ത്രിച്ചു “അത് ഇന്നലെ നടന്ന തുപോലെ തോന്നുന്നു... എനിക്കിപ്പോൾ അദ്ദേഹത്തെ കാണാം... എന്തൊരു സാഹസികനായിരുന്നു അദ്ദേഹം!” അവളുടെ കണ്ണുകൾ നിറഞ്ഞു “ഇപ്പോൾ അത് ലിസോച്കായുടെ ഊഴമാണ് - എന്നാൽ ഞാൻ അവളുടെ പ്രായത്തിൽ ഉണ്ടായിരുന്നതു പോലെയല്ല അവൾ. സുന്ദരിയായ പെൺകുട്ടി, എന്നാൽ, ഞാൻ ആയിരുന്നതു പോലല്ല”.

“ലിസോച്കാ, ഇന്നു വൈകുന്നേരം നീ നിന്റെ മസ്‌ലിൻ ഉടുപ്പ് ഇട്ടാൽ മതി.”

“നിങ്ങൾ അവരെ സൽക്കരിക്കാനുദ്ദേശിക്കുന്നുണ്ടോ, മമ്മാ? ഓഹ് അത് വേണ്ടായിരുന്നു.” ഓഫീസർമാരെ കാണുന്നതിനോടുള്ള എതിർപ്പ് മറച്ചു വെക്കാനാവാതെ അവൾ പറഞ്ഞു “അവരെ നിങ്ങൾ സൽക്കരി ക്കേണ്ടതില്ല എന്നാണ് ഞാൻ കരുതുന്നത്.”

യഥാർത്ഥത്തിൽ, അവരെ കാണാനുള്ള ആഗ്രഹത്തേക്കാളേറെ ഭയ മാണവളിലുണ്ടായിരുന്നത്. മുന്നിട്ടുനിന്നത്; കാരണം, എന്തോ വലിയ ക്ഷോഭകരമായ ആനന്ദം തനിക്കു വേണ്ടി കാത്തിരിക്കുന്നതായി അനു ഭവപ്പെട്ടു.

“ഒരു പക്ഷേ, അവർക്ക് നമ്മളുമായി പരിചയപ്പെടണമെന്ന് ആഗ്രഹ മുണ്ടായിരിക്കാം; ലിസോച്കാ” തന്റെ മകളുടെ മുടിയിലൂടെ വിരലോ ടിച്ച് ചിന്താധീനയായി അവൾ പറഞ്ഞു. “നിന്റെ പ്രായത്തിൽ എന്റെ മുടി ഇങ്ങനെ ആയിരുന്നില്ല. ഓഹ്, ലിസോച്കാ, ഞാൻ നിനക്ക് വേണ്ടി ആഗ്രഹിക്കുന്നത്...” അവൾ തീർച്ചയായും മകൾക്കു വേണ്ടി എന്തോ ആഗ്ര ഹിച്ചു. എന്നാൽ, യുവപ്രഭുവുമായിട്ടുള്ള അവളുടെ വിവാഹം അവൾക്ക് ആശിക്കാൻ കഴിയില്ല. താനും മൂത്ത പ്രഭുവുമായുണ്ടായിരുന്ന തരം ബന്ധം മകൾക്കുണ്ടാകാനവൾ ആഗ്രഹിച്ചില്ല. എന്നാലും എന്തെല്ലാമോ അവൾ മോഹിച്ചു, അതും വളരെ ഉൽക്കടമായി. ഒരുപക്ഷേ, നിര്യാതനായ പ്രഭുവിൽ നിന്ന് താൻ അനുഭവിച്ച വികാരങ്ങൾ, പുത്രിയിലൂടെ പുനർജ്ജീവിപ്പിക്കുവാൻ അവൾ ആഗ്രഹിച്ചിരിക്കാം.

പ്രഭുവിന്റെ വരവിൽ വൃദ്ധനായ കാവൽറി ഓഫീസറും ആവേശ ഭരിതനായിരുന്നു. അയാൾ സ്വന്തം മുറിയിൽ പോയി വാതിലടച്ചിരുന്നു.

കാൽ മണിക്കൂറിന് ശേഷം മുറിക്ക് പുറത്ത് വന്നത് മിലിട്ടറി ഉടുപ്പും നീല സവാരി - കാൽച്ചട്ടയും ധരിച്ചുകൊണ്ടായിരുന്നു. ആദ്യമായി ബാൾറൂം വേഷം ധരിച്ച ഒരു യുവതിയെപ്പോലെ അന്തസ്സോടും സന്തോഷത്തോടും കൂടിയായിരുന്നു അയാൾ അതിഥികൾക്കുവേണ്ടി സജ്ജീകരിച്ച മുറിയിലേക്ക് പോയത്.

"പുതിയ തലമുറ ഹുസ്സാറുകൾ എങ്ങനെയാണെന്ന് നമ്മൾക്ക് കാണാം അനിയത്തി. പരേതനായ പ്രഭു ഒരു യഥാർത്ഥ ഹുസ്സാർ ആയിരുന്നു അങ്ങനെയൊന്ന് ഉണ്ടെങ്കിൽ. നമ്മൾക്ക് കാണാം, നമ്മൾക്ക് കാണാം!"

തങ്ങൾക്ക് തയ്യാറാക്കി വെച്ച മുറിയിലേക്ക് ഓഫീസർമാർ പിന്നിലെ വാതിലിലൂടെ കയറി.

"ഞാൻ എന്താണ് നിങ്ങളോട് പറഞ്ഞത്?" പൊടിപിടിച്ച ബൂട്സ് ഊരാതെ പുത്തൻ മെത്തയിൽ കിടന്നുകൊണ്ട് പ്രഭു പറഞ്ഞു "വണ്ടുകൾ നിറഞ്ഞ ആ കുടിലിനേക്കാൾ നല്ലതല്ലേ ഇത്?"

"തീർച്ചയായും ഇത് നല്ലതാണ്. എന്നാൽ നമ്മുടെ ആതിഥേയരോട് നമ്മൾ കടപ്പാട് വരുത്തിവെച്ചില്ലേ?"

"മനുഷ്യൻ എപ്പോഴും കാര്യങ്ങൾ പ്രായോഗിക കാഴ്ചപ്പാടോടെ കാണണം. അവർക്ക് സന്തോഷമായിരിക്കുമെന്ന് നിങ്ങൾക്ക് കാണാം. ഞാൻ പറയുന്നു." അയാൾ ഉറക്കെ പറഞ്ഞു "രാത്രി തണുപ്പടിക്കാതിരിക്കാനായി ആ ജനാലയ്ക്കു മീതെ എന്തെങ്കിലും ഞാത്തി ഇടാനാവശ്യപ്പെടുക!"

ഈ സമയത്ത് ഓഫീസർമാരെ പരിചയപ്പെടാനായി ആ വൃദ്ധൻ കടന്നുവന്നു. സ്വാഭാവികമായും അല്പം തുടുത്ത മുഖത്തോടെയാണെങ്കിലും, പരേതനായ പ്രഭു തന്റെ സുഹൃത്തായിരുന്നെന്ന കാര്യം അദ്ദേഹത്തിന് പറയാതിരിക്കാൻ കഴിഞ്ഞില്ല. പ്രഭുവിന് അയാളെ വലിയ ഇഷ്ടമായിരുന്നുവെന്നും പല ഉദാരമായ സേവനങ്ങൾക്കും തന്നോട് അദ്ദേഹം കടപ്പെട്ടിരുന്നുവെന്നും മറ്റും. ഉദാരമായ സേവനങ്ങളിൽ അയാളുടെ മനസ്സിലുണ്ടായിരുന്നത് കടം വാങ്ങിയ നൂറ് റൂബിൾ തിരിച്ചുതരാതിരുന്നതോ, മഞ്ഞ് തിട്ടിലേക്ക് തന്നെ തള്ളിയിട്ടതോ, ഏതാണെന്ന് പറയാൻ പ്രയാസമാണ്. വൃദ്ധൻ അവ വിവരിക്കാൻ നിന്നില്ല. യുവപ്രഭു കാവൽറി ഓഫീസറോട് അങ്ങേയറ്റം ഉപചാരപൂർവം പെരുമാറുകയും അവർക്ക് താമസസൗകര്യം ചെയ്തു തന്നതിൽ നന്ദി പ്രകടിപ്പിക്കുകയും ചെയ്തു.

"ഇത് വലിയ ആഢംബരമൊന്നുമില്ലാത്തതാണെന്നതിന് ക്ഷമിക്കണം, പ്രഭു" (അയാൾ 'യുവർ എക്സലൻസി' എന്ന് പറയാൻ ഭാവിച്ചതാണ്, പദവിയുള്ള ആളുകളെ അഭിസംബോധന ചെയ്യുന്ന രീതി പതിവില്ലാത്തതായിതീർന്നിരുന്നു) "എന്റെ അനിയത്തിയുടെ വീട് വളരെ

ചെറിയതാണ്. ഞങ്ങൾ ജനാലയിൽ എന്തെങ്കിലും ഞാത്തിയിടാം. അങ്ങനെ എല്ലാം സുഖകരമാക്കാം". അയാൾ കൂട്ടിച്ചേർത്തു. പിന്നെ കർട്ടൻ കൊണ്ടുവരാൻ പോകുകയാണെന്ന നാട്യത്തിൽ അയാൾ ഇഴഞ്ഞ് വലിഞ്ഞ് നടന്നുപോയി.

ജനലിൽ ഞാത്തിയിടാനായി യജമാനത്തിയുടെ ഷാളുമായി സുന്ദരിയായ കൊച്ചു ഉസ്തിയുഷ്കാ ഉള്ളിലേക്ക് വന്നു. ആ മാന്യന്മാരോട് ചായ കുടിക്കുന്നതിൽ വിരോധമില്ലല്ലോ എന്ന് ചോദിക്കാനും യജമാനത്തി അവളെ ഏല്പിച്ചിരുന്നു.

താമസിക്കാൻ അന്തസ്സുള്ളൊരു മുറി കിട്ടിയ പ്രഭു ഉല്ലാസവാനായി മാറി എന്നത് ഉറപ്പാണ്. അയാൾ പുഞ്ചിരിക്കുകയും ഉസ്തിയുഷ്കായോട് ആഹ്ലാദപൂർവം തമാശ പറയുകയും ചെയ്തു; അവൾ അയാളെ തോന്ന്യാസി എന്ന് വിളിക്കുകപോലും ചെയ്തു. അവളുടെ ചെറിയ യജമാനത്തി സുന്ദരിയാണോ എന്നയാൾ അവളോട് ചോദിച്ചു; ചായ കൊണ്ടുവരുന്നതിൽ വിരോധമുണ്ടോ എന്നവൾ ചോദിച്ചപ്പോൾ, അതിന് എതിർപ്പില്ലെന്നും അത്താഴം തയ്യാറായിട്ടില്ലാത്തതിനാൽ വോഡ്കായും അതോടൊപ്പം കഴിക്കാനായി എന്തെങ്കിലും ഉണ്ടെങ്കിൽ അതും കൊണ്ടുവരാം; അവരുടെ പക്കൽ ഷെറിയുണ്ടെങ്കിൽ അതും ആയിക്കോട്ടെ.

യുവപ്രഭുവിന്റെ പെരുമാറ്റം ലിസയുടെ അമ്മാവനെ അങ്ങേയറ്റം ആഹ്ലാദിപ്പിച്ചു. പുതിയ തലമുറയെ വാനോളം പുകഴ്ത്തി. അവർ തങ്ങളുടെ പിതാക്കന്മാരെക്കാൾ ശ്രേഷ്ഠരാണെന്ന കാര്യത്തിൽ തർക്കമില്ല. അന്നാഫിയൊഡൊറോവ്നാ അതംഗീകരിച്ചില്ല. ഫിയോഡോർ ഇവാനോവിച് പ്രഭുവിനേക്കാൾ ശ്രേഷ്ഠനായൊരു വ്യക്തിയെ കാണാൻ കഴിയില്ല. ഒടുവിൽ അവൾക്ക് ദേഷ്യം വന്നു, അവൾ തണുപ്പൻ മട്ടിൽ അഭിപ്രായപ്പെട്ടു. "നിങ്ങൾക്ക് ചേട്ടാ, നിങ്ങളോട് ദയാപൂർവം പെരുമാറുന്നവനാണ് ഏറ്റവും നല്ലവൻ. തീർച്ചയായും എല്ലാവർക്കും അറിയാം, ആളുകൾ കൂടുതൽ വിവേകശാലികളായി മാറിക്കഴിഞ്ഞിട്ടുണ്ടെന്ന്. എന്നാൽ, ഫിയോഡോർ ഇവാനോവിച്ച് എത്ര ഉപചാരമുള്ളവനായിരുന്നു, എത്ര മനോഹരമായാണ് എക്കോസെസ്സ് നൃത്തം ചെയ്തത്. എല്ലാവരും അതിൽ മയങ്ങിപ്പോയില്ലേ? എന്നിട്ടും എന്നെയല്ലാതെ മറ്റാരെയും അദ്ദേഹം ശ്രദ്ധിച്ചതുപോലുമില്ല. അപ്പോൾ നിങ്ങൾക്ക് മനസ്സിലാകുന്നോ, പണ്ട് കാലത്തും നല്ല മനുഷ്യർ ഉണ്ടായിരുന്നു."

ആ സമയത്താണ് വോഡ്കയ്ക്കും ഭക്ഷണത്തിനും ഷെറിക്കുമുള്ള അഭ്യർത്ഥന എത്തിയത്.

"ഇപ്പോൾ മനസ്സിലായോ, ചേട്ടാ! നിങ്ങൾക്ക് ഒരിക്കലും നേരായ വിധത്തിൽ കാര്യങ്ങൾ ചെയ്യാൻ കഴിയില്ല! നിങ്ങൾ അത്താഴം ഉണ്ടാക്കാൻ പറയേണ്ടതായിരുന്നു." അന്നാഫിയോഡൊറോവ്നാ പറഞ്ഞു. "ലിസാ! വേണ്ടതെന്താണെന്നു വെച്ചാൽ ചെയ്യൂ, എന്റെ ഡിയർ!"

ലിസ കൂണും വെണ്ണയും എടുക്കുവാനായി സ്റ്റോർ മുറിയിലേക്ക് ഓടി. കുറച്ച് സ്റ്റീക് പൊരിക്കാൻ പാചകക്കാരിക്ക് ഓർഡർ കൊടുത്തു.

"ഷെറി വല്ലതും ബാക്കിയുണ്ടോ ചേട്ടാ?"

"ഇല്ല, അനിയത്തി. ഞാൻ ഒരിക്കലും അതെടുത്തിട്ടില്ല."

"അതെങ്ങനെയാണ്? നിങ്ങൾ ചായയിലൊഴിച്ച് എന്തോ കുടിക്കാറില്ലേ?"

"റം, അന്നാഫിയോഡൊറോവ്നാ."

"എന്ത് വ്യത്യാസമാണുള്ളത്? അതവർക്ക് കൊടുക്കൂ... അത് .... എർ....റം, അതുകൊണ്ട് കുഴപ്പമൊന്നുമില്ല. എന്നാൽ, അവരെ നമ്മൾ ഇങ്ങോട്ട് ക്ഷണിക്കുന്നതല്ലേ നല്ലത്, ചേട്ടാ? നിങ്ങൾക്കറിയാമല്ലോ ഏതാണ് ശരിയെന്ന്. അവർക്കതിൽ എതിർപ്പുണ്ടാവില്ലല്ലോ, അല്ലേ?"

ഉദാരനായ പ്രഭു ഒരിക്കലും നമ്മളുടെ ക്ഷണം നിരസിക്കില്ലെന്ന് തനിക്കുറപ്പാണെന്ന് കാവൽറി ഓഫീസർ വിളിച്ചുപറഞ്ഞു. അവരെ തീർച്ചയായും വിളിച്ചുകൊണ്ടുവരാമെന്നയാൾ ഏറ്റു. നല്ല ഉടുപ്പും പുതിയ തൊപ്പിയും ധരിക്കാനായി അന്നാഫിയോഡൊറോവ്നാ പോയി. എന്നാൽ, ലിസാ വളരെ തിരക്കിലായിരുന്നതിനാൽ, അവൾക്ക് താൻ ധരിച്ചിരുന്ന അയഞ്ഞ കൈയുള്ള റോസ്‌ലിനൻ ഡ്രെസ്സ് മാറ്റാൻ സമയം കിട്ടിയില്ല. അവൾ വല്ലാത്ത പരിഭ്രമത്തിലുമായിരുന്നു; ആശ്ചര്യകരമായതെന്തോ സംഭവിക്കാൻ പോകുന്നു എന്നൊരു തോന്നൽ അവൾക്കനുഭവപ്പെട്ടു. സുന്ദരനായ ആ ഹുസ്സാർ പ്രഭു വിഭാവനം ചെയ്യാൻ പറ്റാത്ത പുതുമയാർന്നൊരു സൃഷ്ടിയാണെന്നവൾക്ക് തോന്നി. അയാളുടെ രീതികളും പെരുമാറ്റവും സംസാരവും – അയാളെ സംബന്ധിച്ചുള്ളതെല്ലാം താൻ മുമ്പൊരിക്കലും അറിയാത്തതാണെന്നും അയാൾ ചിന്തിച്ചതും പറഞ്ഞതുമെല്ലാം ബുദ്ധിപൂർവവും സത്യസന്ധവുമായിരിക്കണം. അയാൾ ചെയ്യുന്നതെല്ലാം ശരിയായിരിക്കണം; അയാളുടെ രൂപം അതിസുന്ദരമായിരിക്കണം. അവൾക്ക് അതിൽ യാതൊരു സംശയവുമില്ല. അയാൾ ഭക്ഷണവും ഷെറിയും മാത്രമല്ല, ഒരു സുഗന്ധതൈല സ്നാനം ആവശ്യപ്പെട്ടിരുന്നെങ്കിൽ പോലും അവൾ ആശ്ചര്യപ്പെടുകയോ, അയാളെ കുറ്റപ്പെടുത്തുകയോ ചെയ്യുമായിരുന്നില്ല. അതാണ് ശരിയായ രീതിയെന്നവൾ ദൃഢമായി ബോധ്യം വരുത്തിയേനേ.

കാവൽറി ഓഫീസർ വന്ന് അന്നാഫിയൊഡോറോവ്നായുടെ ക്ഷണം അറിയിച്ച ഉടനെ പ്രഭു അത് സ്വീകരിച്ചു. അയാൾ മുടി ചീകി കോട്ടെടുത്ത് ധരിച്ച്, സിഗാർപെട്ടിയും കൈയിലെടുത്തു.

"വരൂ" അയാൾ പൊളൊസോവിനോട് പറഞ്ഞു. "നമ്മൾ പോകണമെന്ന് ഞാൻ കരുതുന്നില്ല." കോർനറ്റ് മറുപടി നൽകി. "നമ്മളെ സൽക്കരിക്കാനായി കൈയിലുള്ള പണം മുഴുവനും അവർ ചെലവഴിച്ചുകാണും."

“നോൺസെൻസ്. അതവർക്ക് ആഹ്ലാദപ്രദമായിരിക്കും. ഞാൻ നേരത്തെത്തന്നെ അന്വേഷിച്ചിരുന്നു. ആ മഹതിക്കൊരു സുന്ദരിയായ മകളുണ്ടെന്ന് തോന്നുന്നു. വരൂ” പ്രഭു ഫ്രഞ്ചിൽ പറഞ്ഞു.

“വരൂ മാന്യരേ!” കാവൽറി ഓഫീസർ ഫ്രഞ്ചിൽ അവരെ വിളിച്ചു; തനിക്ക് ഫ്രഞ്ച് അറിയാമെന്നും അവർ പറഞ്ഞത് താൻ മനസ്സിലാക്കി എന്നറിയാനും വേണ്ടിയായിരുന്നു അയാൾ അപ്രകാരം ചെയ്തത്.

12

തുടുത്ത മുഖത്തോടെ കണ്ണുകൾ താഴ്ത്തി ചായപ്പാത്രം നിറയ്ക്കുന്നതിൽ മുഴുകിയിരിക്കയാണെന്ന ഭാവത്തിൽ ലിസ നിന്നു. കാരണം, ഓഫീസർമാർ മുറിയിൽ വന്നപ്പോൾ, അവരുടെ നേരെ നോക്കാനവൾ ഭയപ്പെട്ടു. നേരെ മറിച്ച്, അന്നാഫിയൊഡോറോവ്നാ ചാടി എഴുന്നേറ്റ്, ആദരവോടെ വണങ്ങുകയും പ്രഭുവിന്റെ മുഖത്തുനിന്നും കണ്ണെടുക്കാതെ, അച്ഛനെപ്പോലെത്തന്നെയാണ് മകൻ എന്നഭിപ്രായപ്പെടുകയും മകളെ അയാൾക്ക് പരിചയപ്പെടുത്തി കൊടുക്കുകയും അയാൾക്ക് ചായ, ജാം, നാടൻ പഴച്ചാറ് എന്നിവ നൽകുകയും ചെയ്തു. വിനീതനായ കോർനറ്റിനെ ആരും ശ്രദ്ധിച്ചില്ല. അതിൽ അയാൾ സത്യത്തിൽ നന്ദിയുള്ളവനായിരുന്നു. കാരണം, ലിസയുടെ സൗന്ദര്യം പരമാവധി മാന്യതയോടെ വിശദമായി പഠിക്കാൻ അത് അയാൾക്ക് അവസരം നൽകി. അവളുടെ സൗന്ദര്യം അയാളുടെ മനസ്സിൽ പതിഞ്ഞു. തന്റെ അനിയത്തിയുടെ പ്രഭുവുമായുള്ള സംഭാഷണം അവസാനിക്കാനായി അങ്കിൾ കാത്തിരുന്നു; വളരെ ബുദ്ധിമുട്ടിയാണ് അയാൾ സ്വയം അടക്കി നിർത്തിയത്. തന്റെ കാവൽറി ജീവിതത്തിന്റെ ഓർമ്മകൾ പുതുക്കുവാൻ അയാൾ ആകാംക്ഷ പൂണ്ടു. പ്രഭു ഒരു സിഗാർ കൊളുത്തി; കടുപ്പമുള്ള അതിന്റെ ഗന്ധം ലിസായെ ചുമപ്പിച്ചു. അയാൾ ഭയങ്കര വാചാലനും ഉപചാര ശീലമുള്ളവനുമായിരുന്നു. തുടക്കത്തിൽ അന്നാഫിയൊഡൊറോവ്നായുടെ സംഭാഷണപ്രവാഹത്തിൽ ഇടയ്ക്കിടെ ഓരോ വാക്കുകൾ പറയുകയേ ചെയ്തിരുന്നുള്ളൂ എങ്കിലും പിന്നീട് സംസാരം പൂർണ്ണമായും ഏറ്റെടുത്തു.

ഒരു കാര്യം - പ്രഭുവിന്റെ സംസാരം കേൾക്കുന്നവർക്ക് അത് ഏറെക്കുറെ വിചിത്രമായി തോന്നി. പദപ്രയോഗങ്ങൾ അയാളുടെ സമൂഹത്തിൽ നിരുപ്രദവമായി കണക്കാക്കപ്പെട്ടിരുന്നുവെങ്കിലും ഇവിടെ ഞെട്ടിപ്പിക്കുന്നതായിരുന്നു. അന്നാഫിയൊഡൊറോവ്നായെ അത് പേടിപ്പിച്ചു ലിസയുടെ മുഖം അരുണിമയാണ്ടു. എന്നാൽ, പ്രഭു അത് ശ്രദ്ധിക്കാതെ ശുദ്ധമായ ദയാലുവായ രീതിയിൽ സംഭാഷണം തുടർന്നു. ലിസ നിശ്ശബ്ദം ഗ്ലാസ്സുകളിൽ ചായ പകർന്നുകൊടുത്തിരുന്നു. അതിഥികളുടെ കൈയിൽ കൊടുക്കുന്നതിനുപകരം അത് കൈയെത്താവുന്ന ദൂരത്ത്

മേശമേൽ വെച്ചതേയുള്ളൂ. എന്നാലും വലിയ ആവേശത്തോടെ, പ്രഭുവിന്റെ ഓരോ വാക്കും അവൾ ആസക്തിയോടെ കേട്ടു. വിരസമായ അയാളുടെ കഥകളും വിക്കിവിക്കിക്കൊണ്ടുള്ള സംസാരശൈലിയും അവൾക്ക് ആത്മസംയമനം നേടിക്കൊടുക്കുവാൻ സഹായകരമായി. അയാളിൽ നിന്ന് പ്രതീക്ഷിച്ച വിവേകപൂർവമായ സംസാരമൊന്നും അവൾക്ക് കേൾക്കുവാൻ കഴിഞ്ഞില്ല. അയാൾ എല്ലാ പ്രകാരങ്ങളിലും പ്രകടിപ്പിക്കുമെന്ന് അവ്യക്തമായി സങ്കല്പിച്ച ചാരുതയൊന്നും കണ്ടെത്താനായില്ല. മൂന്നാമത്തെ ഗ്ലാസ്സ് ചായ കുടിച്ചു കൊണ്ടിരിക്കവേ. അവൾ ലജ്ജയോടെ തന്റെ കണ്ണുകൾ അയാൾക്കു നേരെ തിരിച്ചു. അയാൾ അവളെ മിഴിച്ചു നോക്കി സംഭാഷണം തുടർന്നെന്നു മാത്രമല്ല, അവളെ നോക്കി പുഞ്ചിരിക്കുകയും ചെയ്തു. അവൾക്ക് ഉള്ളിൽ അയാളോട് അല്പം വിദ്വേഷം തോന്നി. അയാളിൽ അസാധാരണമായി യാതൊന്നുമില്ലെന്നും യാതൊരു രീതിയിലും അയാൾ മറ്റുള്ളവരിൽ നിന്ന് വ്യത്യസ്തനല്ലെന്നും അതിവേഗം മനസ്സിലാക്കാൻ കഴിഞ്ഞു. അതുകൊണ്ട് അയാളെ ഭയപ്പെടേണ്ട യാതൊരു കാരണവുമില്ല. അയാളുടെ നഖങ്ങൾ ശ്രദ്ധയോടെ സൂക്ഷിച്ചുവളർത്തിയിട്ടുണ്ടെന്നതൊരു സത്യമാണെങ്കിലും അയാൾക്ക് പതിവിലേറെ സൗന്ദര്യമൊന്നുമില്ല. പെട്ടെന്ന് തന്റെ സ്വപ്നങ്ങൾ തകർന്നല്ലോയെന്ന് കഠിനവേദനയോടെ കണ്ടെത്തിയെങ്കിലും ലിസ ശാന്തയായി. ഇപ്പോൾ അവളെ വിഷമിപ്പിച്ച ഒരേയൊരു കാര്യം നിശ്ശബ്ദനായ കോർനറ്റിന്റെ മിഴിച്ചുനോട്ടം മാത്രമായിരുന്നു. "ഒരുപക്ഷേ, അയാളല്ല, ഇയാളായിരിക്കും ആ വ്യക്തി" അവൾ ചിന്തിച്ചു.

13

ചായയ്ക്കുശേഷം അതിഥികളെ മറ്റേ മുറിയിലേക്ക് വൃദ്ധ ക്ഷണിച്ചു. അവൾ തന്റെ പതിവുസ്ഥലത്തിരുന്നു. "നിങ്ങൾക്ക് വിശ്രമിക്കണമെന്നുണ്ടോ, പ്രഭു?" അവൾ ചോദിച്ചു.

"നിങ്ങൾക്ക് എന്ത് വിനോദത്തിലാണ് താത്പര്യം എന്റെ പ്രിയ അതിഥികളേ," പ്രഭു വിശ്രമിക്കുന്നില്ലെന്ന് മറുപടി കൊടുത്തപ്പോൾ അവൾ തുടർന്നു. "നിങ്ങൾ ചീട്ട് കളിക്കുമോ, പ്രഭു? ചേട്ടാ, നിങ്ങൾ അതിനുള്ള ഒരുക്കങ്ങൾ ചെയ്യൂ. ഒരു കൈ നോക്കാം." "എന്നാൽ നിങ്ങൾ 'പ്രഫറൻസ്' അല്ലേ കളിക്കുന്നത.,"

ചേട്ടൻ മറുപടി നൽകി "നമ്മൾക്കൊന്ന് കളിച്ചാലോ? നിങ്ങൾക്കിഷ്ടമാണോ, പ്രഭു?"

ആതിഥേയർക്ക് ഇഷ്ടമുള്ള ഏത് കളിയും കളിക്കാനവർ തയ്യാറാണെന്ന് ഓഫീസർമാർ പ്രഖ്യാപിച്ചു.

ലിസ ഒരു പെട്ടി പഴയ ചീട്ട് എടുത്തു കൊണ്ടുവന്നു; ഭാവി പ്രവചിക്കാനായി അവൾ ഉപയോഗിക്കുന്ന ചീട്ടാണത് - അന്നാഫിയൊഡൊറോവ്നായുടെ പല്ലുവേദന വേഗം മാറുമോ, എപ്പോഴാണ് അങ്കിൾ പട്ടണയാത്ര കഴിഞ്ഞ് തിരിച്ചെത്തുക, അയൽവാസി എപ്പോൾ വിരുന്നുവരും തുടങ്ങിയ കാര്യങ്ങൾ. രണ്ടുമാസമായി അതുപയോഗത്തിലാണെങ്കിലും അന്നാഫിയൊഡൊറോവ്നാ ഭാവി പ്രവചിക്കാൻ ഉപയോഗിക്കുന്ന ചീട്ടിനേക്കാൾ വൃത്തിയുള്ളതാണ്.

"ചെറിയ തുകയ്ക്ക് പന്തയം വയ്ക്കുന്നതിൽ നിങ്ങൾക്ക് വിരോധമില്ലല്ലോ?" അങ്കിൾ ചോദിച്ചു. "അന്നാഫിയൊഡൊറോവ്നായും ഞാനുമൊരു പോയിന്റിന് അരകോപ്പക്സായാണ് കളിക്കാറ്. എന്നിട്ടും അവൾ ഞങ്ങളെയെല്ലാം അടിച്ചു വീഴ്ത്തും!"

"ഓഹ്, നിങ്ങളുടെ ആഗ്രഹം പോലെ, എനിക്കതിൽ സന്തോഷമേയുള്ളൂ." പ്രഭു പറഞ്ഞു.

"എന്നാൽ ഒരു കോപ്പക്സിന് ആകട്ടെ - നോട്ട്. ഇത്തരം വിശിഷ്ടാതിഥികൾക്ക് അതുതന്നെയാകട്ടെ - അവർ എന്നെപ്പോലെയുള്ള ഒരു വൃദ്ധയെ പിച്ച തെണ്ടിക്കട്ടെ." തന്റെ ചാരുകസേരയിൽ സുഖമായി ഇരിപ്പുറപ്പിച്ച്, ഷാൾ വലിച്ചിട്ടുകൊണ്ട് അന്നാഫിയൊഡൊറോവ്നാ ആത്മഗതമായി പറഞ്ഞു "ഒരുപക്ഷേ ഞാനവരിൽ നിന്ന് ഒരു റൂബിൾ ജയിച്ചേക്കും." വയസ്സുകാലത്ത് ചൂതാട്ടജ്വരം ചെറുതായി അവളിൽ കടന്നുകൂടിയിരുന്നു.

"നിങ്ങൾക്ക് ഇഷ്ടമാണെങ്കിൽ 'ഓണേഴ്സും' 'മിസറിയും' പഠിപ്പിച്ചു തരാം. വളരെ രസകരമാണ്."

സെന്റ് പീറ്റേഴ്സ്ബർഗിൽ പ്രചാരത്തിലുള്ള പുതിയ കളി എല്ലാവരെയും ആഹ്ലാദിപ്പിച്ചു. ഒരുകാലത്ത് തനിക്കിത് അറിയാമായിരുന്നെന്നും 'ബോസ്റ്റൻ' പോലുള്ളൊരു കളിയാണിതെന്നും എന്നാൽ താനത് കുറേശ്ശെ മറന്നുപോയെന്നും അങ്കിൾ പറഞ്ഞു. അന്നാഫിയൊഡോറോവ്നായ്ക്ക് ഒന്നും പിടികിട്ടിയില്ല. കുറേനേരം കഴിഞ്ഞിട്ടും ഒന്നും മനസ്സിലാകാത്തതിനാൽ പുഞ്ചിരിയോടെ തലയാട്ടിക്കൊണ്ട് ഇപ്പോൾ എല്ലാം മനസ്സിലായി എന്നും എല്ലാം വ്യക്തമായി എന്നും പ്രഖ്യാപിക്കുന്നതാണ് വിവേകം എന്ന് കരുതി. ഒരിക്കൽ ' ആസും' 'രാജാവും' കൈയിൽ വച്ച് അന്നാഫിയൊഡൊറോവ്നാ 'മിസറി' എന്ന് വിളിച്ചു പറഞ്ഞത് വലിയ പൊട്ടിച്ചിരിക്ക് ഇടയാക്കി. അവൾ തികച്ചും പരിഭ്രാന്തയായിരുന്നു. ഇളിഞ്ഞ ഒരു ചിരിയോടെ പുതിയതരം കളി തനിക്കിനിയും പരിചയമായിട്ടില്ലെന്നവൾക്ക് ഉറപ്പിച്ചു പറയേണ്ടിവന്നു. അവൾക്ക് വളരെ പോയിന്റുകൾ നഷ്ടപ്പെട്ടു. പ്രത്യേകിച്ച് വലിയ തുക പന്തയം വെച്ച് കളിച്ച് ശീലിച്ച പ്രഭു വളരെ കരുതലോടെയാണ് കളിച്ചത്, കൃത്യമായി കണക്കുകൾ വച്ചു, മേശയ്ക്കു കീഴിലൂടെ കോർനറ്റ് തന്നെ തട്ടിയതിന്റെ അർത്ഥം അയാൾക്ക് മനസ്സിലായില്ല, അയാൾ കാണിച്ച വലിയ മണ്ടത്തരങ്ങളും.

ലിസ, കുറെക്കൂടി പഴച്ചാറും മൂന്നുതരം ജാമുകളും സവിശേഷമായൊരു തരം അച്ചാറിട്ട ആപ്പിളുകളും കൊണ്ടുവന്നു. അമ്മയുടെ കസേരയ്ക്ക് പിന്നിൽ നിന്നുകൊണ്ട് അവൾ കളി കണ്ടു. ഇടയ്ക്കിടെ ഓഫീസർമാരെ നോക്കി അവൾ ദൃഷ്ടി പായിച്ചു. പ്രത്യേകിച്ച്, ചീട്ട് വലിക്കുമ്പോൾ പ്രഭുവിന്റെ വെളുത്ത കൈകളിലേക്കും റോസ് നിറമുള്ള നഖങ്ങളിലേക്കും അവൾ കണ്ണോടിച്ചു. പ്രഭു അതിവിദഗ്ധമായി ചീട്ടുകൾ ഒതുക്കി, ഭംഗിയായി ആത്മവിശ്വാസത്തോടെ കളിക്കുന്നതവൾ കണ്ടു. മറ്റുള്ളവരെ തകർക്കാനുള്ള വ്യഗ്രതയിൽ ലക്ഷ്യമില്ലാതെ പതറി, അമ്മ ചിന്തിക്കാതെ, കരുതലില്ലാതെ കളിക്കുകയാണ്. ഏഴ് വിളിച്ച് നാലു മാത്രം നേടി. സഹോദരന്റെ ആവശ്യപ്രകാരം ദുർഗ്രാഹ്യമായ എന്തോ ചില അക്കങ്ങൾ സ്കോർഷീറ്റിൽ കുറിച്ചു വെച്ചു.

“സന്തോഷത്തോടെ ഇരിക്കൂ, മമ്മാ, നിങ്ങൾ അതെല്ലാം തിരിച്ച് പിടിക്കും.” അമ്മ അകപ്പെട്ട പരിഹാസ്യമായ നിലയിൽനിന്നും അവരെ രക്ഷിക്കാൻ ശ്രമിച്ചുകൊണ്ട് ലിസ പുഞ്ചിരിയോടെ പറഞ്ഞു.

“നീ അമ്മാവന്റെ കാർഡ് പിടിച്ചോളൂ, അതോടെ അമ്മാവന്റെ പണി തീരും.” “നീ എന്റെ സഹായത്തിനായി വരൂ, ലിസോച്ക്കാ.” അവളെ പരിഭ്രമത്തോടെ നോക്കി അന്നാഫിയൊഡൊറോവ്നാ പറഞ്ഞു “എങ്ങനെയെന്നെനിക്കറിയില്ല.....”

“ഈ റൂളുകൾ അനുസരിച്ചുള്ള കളി എനിക്കും അറിയില്ല.”അമ്മയുടെ നഷ്ടം പെട്ടെന്ന് മനസ്സിൽ കണക്ക്കൂട്ടി ലിസ പറഞ്ഞു. “എന്നാൽ, ഈ നിലയ്ക്ക് പോയാൽ നിങ്ങൾക്ക് എല്ലാം നഷ്ടപ്പെടും, മമ്മാ. പിമോച്കായ്ക്ക് ഒരു ഫ്രോക്ക് വാങ്ങാനുള്ള പണം പോലും അവശേഷിക്കില്ല.” അവൾ തമാശ പറഞ്ഞു.

“തീർച്ചയായും ഈ രീതിയിൽ പോയാൽ ചുരുങ്ങിയത് പത്ത് വെള്ളി റൂബിൾ എങ്കിലും നിഷ്പ്രയാസം പോയിക്കിട്ടും.” ലിസായെ മിഴിച്ചു നോക്കിക്കൊണ്ട്, അവളുമായി സംഭാഷണം തുടങ്ങാൻ ആഗ്രഹിച്ച് കോർനറ്റ് പറഞ്ഞു.

“എന്തുകൊണ്ട്, നമ്മൾ നോട്ടുവെച്ചല്ലേ കളിക്കുന്നത്?” കളിക്കാരെ നോക്കിക്കൊണ്ട് അന്നാഫിയൊഡൊറോവ്നാ ചോദിച്ചു.

“ആയിരിക്കാം” പ്രഭു പറഞ്ഞു “എന്റെ കാര്യം പറഞ്ഞാൽ, ഈ നോട്ട് കണക്കുകൂട്ടാനെനിക്ക് അറിയില്ല. നിങ്ങൾ എങ്ങനെയാണ് ചെയ്യുന്നത്? അതായത്, എന്താണ് ഈ നോട്ട്?”

“ഇക്കാലത്ത് ആരും നോട്ട് വെച്ച് കളിക്കാറില്ല.” ജയിച്ചു കൊണ്ടിരുന്ന അങ്കിൾ പറഞ്ഞു.

അന്ന കുറച്ച് പഴം ജ്യൂസ് വരുത്തിച്ചു. രണ്ട് ഗ്ലാസ്സ് കുടിച്ചു. മുഖം തുടുത്തു. നിരാശയോടെ കൈകൾ പൊക്കി. തന്റെ തൊപ്പിക്കുള്ളിൽ നിന്നും പുറത്തേക്ക് വന്ന നരച്ച മുടിച്ചുരുൾ അകത്തേക്കാക്കാൻ പോലും

അവൾ തുനിഞ്ഞില്ല. തനിക്ക് ലക്ഷങ്ങൾ നഷ്ടപ്പെട്ടെന്നും താൻ പാപ്പ രായൊരു സ്ത്രീയാണെന്നും തോന്നി. വീണ്ടും വീണ്ടും മേശയ്ക്കടി യിലൂടെ പ്രഭുവിനെ കോർനറ്റ് കുത്തിക്കൊണ്ടിരുന്നു. പ്രഭു നഷ്ട ങ്ങളെല്ലാം അപ്പഴപ്പോൾ കൃത്യമായി കുറിച്ചുവെച്ചു.

ഒടുവിൽ കളി കഴിഞ്ഞു. സ്വന്തം മനസ്സാക്ഷിക്കെതിരായിട്ടാ ണെങ്കിലും, തന്റെ കണക്ക് കൂട്ടിനോക്കുമ്പോൾ തെറ്റ് പറ്റിയതുപോലെ അന്നഫിയൊഡൊറോവ്നാ നടിച്ചു. തനിക്ക് കണക്ക് കൂട്ടാനറിയില്ലെ ന്നവൾ പറഞ്ഞു നോക്കി. എന്തൊക്കെയായിട്ടും ഒടുവിൽ അവൾക്ക് തൊള്ളായിരത്തി ഇരുപത് പോയിന്റ് നഷ്ടമായെന്ന് കണക്കാക്കപ്പെട്ടു. “നോട്ടിൽ അത് കണക്കാക്കുമ്പോൾ ഒമ്പത് റൂബിൾ അല്ലേ?” അവൾ പല പ്രാവശ്യം ചോദിച്ചു. അവൾക്ക് മുപ്പത്തിരണ്ടര റൂബിൾ നഷ്ടമാ യെന്നും, അത് ഉടനെ കൊടുക്കണമെന്നും അവളുടെ ചേട്ടൻ പറയു ന്നതുവരെ തന്റെ നഷ്ടത്തിന്റെ വ്യാപ്തി മനസ്സിലാക്കാൻ അവൾക്ക് കഴിഞ്ഞിരുന്നില്ല.

കളി കഴിഞ്ഞപ്പോൾ, പ്രഭു തന്റെ നേട്ടമൊന്നും കണക്കുകൂട്ടാൻ നിൽക്കാതെ എഴുന്നേറ്റ് ജനാലയ്ക്കരിലേക്ക് ചെന്നു. ലിസ അത്താഴ ത്തിനുള്ള കൂണും മറ്റ് വിഭവങ്ങളും പ്ലേറ്റിൽ നിരത്തുകയായിരുന്നു. വൈകുന്നേരം മുഴുവൻ കോർനറ്റ് ചെയ്യാൻ ആഗ്രഹിച്ചിരുന്നതും എന്നാൽ ചെയ്യാൻ കഴിയാതിരുന്നതുമായ കാര്യങ്ങളെല്ലാം തികഞ്ഞ ലാഘവ ത്തോടെ ചെയ്തു. അയാൾ ലിസയുമായി കാലാവസ്ഥയെക്കുറിച്ച് സംഭാ ഷണം ആരംഭിച്ചു.

കോർനറ്റ് ആ സമയത്ത് മാനസികമായി ഏറ്റവും തകർന്ന അവസ്ഥ യിലായിരുന്നു. പ്രഭുവും അതുവരെ അന്നാഫിയൊഡൊറോവ്നായ്ക്ക് ആവേശം പകർന്നു കൊണ്ടിരുന്ന ലിസായും പുറത്തേക്ക് പോയപ്പോൾ അവർക്ക് വികാരങ്ങൾ നിയന്ത്രിക്കാനായില്ല.

“നിങ്ങളുടെ പണം ഞങ്ങൾ നേടിയെടുത്തതിൽ എനിക്ക് വളരെ ഖേദ മുണ്ട്.” എന്തെങ്കിലും പറയണമല്ലോ എന്ന് കരുതി പൊളോസോവ് പറഞ്ഞു. “അത് മര്യാദകേടായിപ്പോയി.”

“നിങ്ങളുടെ ആ ‘ഓണേഴ്സും’ ‘മിസറിയു’മെല്ലാം ഓർത്തിരിക്കുക. ആ കളി എനിക്കറിയില്ല. നോട്ടിൽ എത്ര പണമാണ് ഞാൻ തരേണ്ടതെ ന്നാണ് നിങ്ങൾ പറഞ്ഞത്?” അവൾ ചോദിച്ചു.

“മുപ്പത്തി രണ്ട് റൂബിൾ. മുപ്പത്തി രണ്ടര.” കളിയിൽ ജയിച്ച കാവൽറി ഓഫീസർ ആഹ്ലാദത്തോടെ പറഞ്ഞു. “ഞങ്ങൾക്ക് പണം തരൂ അനി യത്തി. വേഗം തരൂ.”

“നിങ്ങൾക്ക് ഈ തരുന്നത് അവസാനത്തേതാണ്. ഇനി ഒരിക്കലും ഇത്രയും തുക ജയിക്കാനാകുമെന്ന് എനിക്കൊരിക്കലും പ്രതീക്ഷിക്കാൻ കഴിയില്ല.”

രണ്ട് ഹുസ്സാറുകൾ

അന്നാഫിയൊഡൊറോവ്നാ തന്റേതായ ശൈലിയിൽ ധൃതിപിടിച്ച് കുലുങ്ങി നടന്ന് ഒമ്പത് കറൻസിനോട്ടുകളുമായി തിരിച്ചെത്തി. ചേട്ടന്റെ നിർബന്ധം മൂലം മാത്രമാണ് അവൾ മുഴുവൻ തുകയും കൊടുത്തത്.

താൻ കൂടുതൽ സംസാരിച്ചാൽ അന്നാഫിയൊഡൊറോവ്നാ ശകാരിച്ചെങ്കിലോ എന്ന നേരിയ ഭയം പൊളോസോവിന് ഉണ്ടായിരുന്നു. അതുകൊണ്ട് അയാൾ നിശ്ശബ്ദം അവിടന്ന് വഴുതി മാറി പ്രഭുവിന്റെയും ലിസായുടെയും അടുത്തെത്തി. അവർ ഇരുവരും ജനാലയ്ക്കൽ സംസാരിച്ചു കൊണ്ട് നിൽക്കുകയായിരുന്നു.

അത്താഴം നിരത്തിയ മേശപ്പുറത്ത് രണ്ട് മെഴുകുതിരികൾ ഉണ്ട്. മെയ് മാസരാവിന്റെ മന്ദമാരുതനേറ്റ് ആ മെഴുകുതിരിജ്വാലകൾ ഇളകുന്നു. ജനാലയിലൂടെ വരുന്ന പ്രകാശമാണ് തോട്ടത്തിൽ പതിച്ചിരുന്നത്; അകത്തെ വെളിച്ചവുമായി അത് തികച്ചും വ്യത്യസ്തമാണ്. നാരകമരത്തിന് മുകളിലൂടെ പൂനിലാവ്. അതിനെ മറച്ചുകൊണ്ട് നീങ്ങുന്ന സുതാര്യമായ വെള്ളമേഘങ്ങൾക്കുമേൽ നിലാവ് കൂടുതൽ കൂടുതൽ വെളിച്ചം പകർന്നു. താഴെ കുളത്തിൽ തവളക്കൂട്ടങ്ങൾ കരഞ്ഞു. വൃക്ഷങ്ങൾക്കിടയിലൂടെ, നിലാവിൽ തിളങ്ങുന്ന വെള്ളത്തിന്റെ ശകലം കാണാം. ജനാലിനരികിൽ സുഗന്ധമുള്ള ലൈലാക് കുറ്റിക്കാട്ടിൽ പക്ഷികൾ ചാടിച്ചാടി നീങ്ങുകയും, തൂവലുകൾ കുടഞ്ഞു കൊണ്ടിരിക്കുകയും ചെയ്യുന്ന ശബ്ദം കേൾക്കാം.

“എത്ര നല്ല കാലാവസ്ഥ.” ലിസായുടെ അടുത്തായി, താഴ്ന്ന ജനൽപ്പടിയിലിരുന്ന് പ്രഭു പറഞ്ഞു. “നിങ്ങൾ ഇടയ്ക്കിടെ നടക്കാൻ പോകാറുണ്ടെന്ന് ഞാൻ കരുതുന്നു.”

“ഉവ്വ്” ലിസ മറുപടി നൽകി. എന്തുകൊണ്ടോ പ്രഭുവുമായി സംസാരിക്കുന്നതിൽ യാതൊരു അമ്പരപ്പും അവൾക്ക് തോന്നിയില്ല. “രാവിലെ ഏഴുമണിക്ക് വീട്ടുജോലി ചെയ്യുന്നതിന്റെ ഭാഗമായി കുറച്ചുനേരം നടക്കും. പിന്നെ, മമ്മാ ദത്തെടുത്ത കൊച്ചുപെൺകുട്ടി പിമോച്കായോടൊപ്പവും നടക്കാറുണ്ട്.”

“നാട്ടിൻപുറത്ത് ജീവിക്കുവാൻ എന്ത് രസമാണ്!” തന്റെ ഒറ്റച്ചില്ല് കണ്ണട വെച്ച് ഇടയ്ക്കിടെ തോട്ടത്തിലേക്കും ലിസയുടെ മുഖത്തേക്കും നോക്കി പ്രഭു പറഞ്ഞു. “നിങ്ങൾ എപ്പോഴെങ്കിലും നിലാവിൽ നടക്കാൻ പോകാറുണ്ടോ?”

“ഈയിടെ പോകാറില്ല. മൂന്ന് വർഷങ്ങൾക്കു മുമ്പ് ഞാനും അങ്കിളും കൂടി നിലാവുള്ള എല്ലാ രാത്രിയും നടക്കാൻ പോകാറുണ്ട്. പിന്നീട്, അങ്കിളിന് വിചിത്രമായൊരു അസുഖം പിടിപ്പെട്ടു. ഉറക്കമില്ലായ്മ. പൗർണ്ണമി ദിവസം അദ്ദേഹത്തിന് ഒരിക്കലും ഉറങ്ങാൻ കഴിയില്ല. അദ്ദേഹത്തിന്റെ മുറി - ദാ, അവിടെ കാണുന്നതാണ്. നേരെ തോട്ടത്തിലേക്ക് തുറക്കുന്നത്, ജനൽ വളരെ താഴ്ന്നത്. ചന്ദ്രൻ നേരെ മുഖത്തടിക്കും.”

“വിചിത്രം” പ്രഭു അഭിപ്രായപ്പെട്ടു “ഞാൻ വിചാരിച്ചു അത് നിങ്ങളുടെ മുറിയാണെന്ന്.”

“ഞാൻ അവിടെ ഇന്ന് രാത്രി മാത്രമേ താങ്ങുകയുള്ളൂ. നിങ്ങൾ ഉപയോഗിക്കുന്നതാണ് ശരിക്കും എന്റെ മുറി.”

“ശരിക്കും? ദൈവമേ! നിങ്ങൾക്ക് അസൗകര്യമുണ്ടാക്കിയത് പൊറുക്കാനാവാത്ത ഒരപരാധമാണ്.” തന്റെ ആത്മാർത്ഥത പ്രകടിപ്പിക്കാനെന്നോണം അയാൾ കണ്ണട എടുത്തുമാറ്റി. “ഞങ്ങളുടെ സാന്നിദ്ധ്യം നിങ്ങൾക്ക് ഇത്രമാത്രം അസൗകര്യം സൃഷ്ടിക്കുമെന്ന് ഞാൻ അറിഞ്ഞിരുന്നെങ്കിൽ.....”

“അസൗകര്യങ്ങളൊന്നുമില്ല, മറിച്ച് സന്തോഷമേയുള്ളൂ. അങ്കിളിന്റെ മുറി വളരെ ആകർഷണീയമാണ്. വളരെ ലളിതവും ആഹ്ലാദകരവും. താഴ്ന്ന ജനലുള്ളത്. എനിക്ക് ഉറക്കം വരുന്നതുവരെ ഞാനതിൽ ഇരിക്കും. ചിലപ്പോൾ അതിലൂടെ ഇറങ്ങി തോട്ടത്തിലെത്തി, ഉറങ്ങാൻ പോകുന്നതുവരെ നടക്കും.”

“എന്ത് ഓമനത്തമുള്ള പെൺകുട്ടി.” പ്രഭു ചിന്തിച്ചു. അവളെ നന്നായി കാണാൻ വേണ്ടി അയാൾ വീണ്ടും കണ്ണട എടുത്ത് വെച്ചു. അയാൾ ജനൽപ്പടിയിൽ ഇരുന്നപ്പോൾ, തന്റെ പാദം കൊണ്ട് അവളുടെ കാലിൽ സ്പർശിക്കാൻ ശ്രമിച്ചു.

“എനിക്കാഗ്രഹമുണ്ടെങ്കിൽ അവളെ ജനാലയ്ക്കൽ ചെന്നു കാണാമെന്ന് എത്ര തന്ത്രപൂർവമാണവൾ എന്നെ അറിയിച്ചത്!” ഇത്ര പെട്ടെന്നവൾ തന്റെ ആഗ്രഹങ്ങൾക്ക് കീഴ്പ്പെട്ടല്ലോ എന്ന തോന്നൽ അവളുടെ ആകർഷണീയത കുറയ്ക്കാനിടയാക്കി.

ഇരുളിലേക്ക് ദൃഷ്ടി പായിച്ചുകൊണ്ടയാൾ പറഞ്ഞു. “താൻ ആരാധിക്കുന്ന ഒരുവളോടൊപ്പം ഈ തോട്ടത്തിൽ ഒരു രാത്രി ചെലവഴിക്കാൻ എന്ത് രസമായിരിക്കും!”

ഈ വാക്കുകളും സന്ദർഭവശാൽ സംഭവിച്ചതാണെന്ന മട്ടിലുള്ള അയാളുടെ കാലുകൊണ്ടുള്ള സ്പർശനവും ലിസയെ അമ്പരപ്പിച്ചു. തന്റെ അമ്പരപ്പ് ഒളിപ്പിക്കാനായി, ഒന്നും ചിന്തിക്കാതെ അവൾ ധൃതിയിൽ പറഞ്ഞു “അതേ, നിലാവിൽ നടക്കാൻ നല്ല രസമാണ്.” അസ്വസ്ഥതയോടെ കൂൺ വെച്ചിരുന്ന ജാർ അടച്ച്, അതുമായി പെട്ടെന്ന് സ്ഥലം വിടാൻ തുനിഞ്ഞപ്പോഴാണ് കോർനറ്റ് വന്നത്. ഉടനെ, അയാൾ ഏത് തരക്കാരനാണെന്നറിയാനുള്ള മോഹം അവളിൽ ഉദിച്ചു.

“എത്ര മനോഹരമായ രാത്രി.” അയാൾ പറഞ്ഞു. “അവർ കാലാവസ്ഥയെക്കുറിച്ചല്ലാതെ മറ്റൊന്നും സംസാരിക്കുന്നില്ല.” ലിസ ചിന്തിച്ചു. എന്തൊരു ആകർഷണീയ ദൃശ്യം.” കോർനറ്റ് തുടർന്നു. “എന്നാൽ നിങ്ങൾ അതുകണ്ട് മടുത്തിരിക്കും എന്ന് ഞാൻ കരുതുന്നു.” തനിക്ക്

വളരെ അധികം ഇഷ്ടമുള്ളവരോട് അസുഖകരമായ എന്തെങ്കിലും പറയുന്നത് എപ്പോഴും അയാളുടെ ഒരു ശീലമാണ്.

“നിങ്ങൾ എന്തുകൊണ്ടാണങ്ങനെ കരുതുന്നത്? ഒരാൾ ഒരേ സാധനങ്ങൾ ഭക്ഷിക്കുമ്പോഴോ, ഒരേ വസ്ത്രം ധരിക്കുമ്പോഴോ അയാൾക്ക് മടുപ്പ് തോന്നും. എന്നാൽ, ഒരാൾ ഒരിക്കലും മനോഹരമായൊരു പൂന്തോട്ടത്തെ മടുക്കില്ല; പ്രത്യേകിച്ച്, ചന്ദ്രൻ ഉദിച്ച് പൊങ്ങുമ്പോൾ, അമ്മാവന്റെ മുറിയിൽനിന്ന് നോക്കുമ്പോൾ, ആ കുളം പൂർണ്ണമായും കാണാം, ഞാൻ ഇന്ന് അത് നോക്കിയിരിക്കും.”

“ഇവിടെ രാപ്പാടികൾ ഇല്ലെന്ന് തോന്നുന്നു, അല്ലേ?” സന്ധിക്കാനുള്ള ഒരുക്കങ്ങൾ പൂർത്തിയാക്കാൻ പോകുന്ന സമയത്ത് പൊളോസോവ് കടന്നു ചെന്നതിൽ വല്ലാത്ത അനിഷ്ടത്തോടെ പ്രഭു പറഞ്ഞു.

“ഇല്ല. ആദ്യം ഉണ്ടായിരുന്നു; എന്നാൽ കഴിഞ്ഞ വർഷം ഒരു വേട്ടക്കാരൻ ഒന്നിനെ പിടിച്ചു. ഈ വർഷം - സത്യത്തിൽ , കഴിഞ്ഞയാഴ്ച - ഒരെണ്ണം മധുരമായി പാടുന്നത് ഞാൻ കേട്ടു. ഒരു കോൺസ്റ്റബിൾ, കുതിരപ്പുറത്ത്, മണികിലുക്കി ഓടിച്ചു പോയപ്പോൾ, അത് പേടിച്ച് പറന്നു പോയി. അതിന് മുമ്പത്തെ കൊല്ലം തോട്ടത്തിലെ നടപ്പാതയിലിരുന്ന്, അവയുടെ ഗാനങ്ങൾ കേട്ട് മണിക്കൂറുകളോളം ഇരുന്നിട്ടുണ്ട്.”

“ഈ കൊച്ചുകിലുക്കാംപെട്ടി എന്താണ് നിങ്ങളോട് പറയുന്നത്?” അവരുടെ അടുത്തേക്ക് വന്ന അങ്കിൾ ചോദിച്ചു.“എന്തെങ്കിലും കഴിക്കേണ്ടേ മാന്യരേ?”

അത്താഴസമയത്ത് പ്രഭു ഭക്ഷണത്തെ പുകഴ്ത്തുകയും, വിശപ്പോടെ ആഹാരം കഴിക്കുകയും ചെയ്തപ്പോൾ, അന്നാഫിയൊഡൊറോവ്നായുടെ മാനസികനില കുറച്ച് മെച്ചപ്പെട്ടു. അത്താഴത്തിനുശേഷം ഓഫീസർമാർ സ്വന്തം മുറിയിലേക്ക് പോയി. പ്രഭു അങ്കിളിന്റെ കൈപിടിച്ച് കുലുക്കി; അന്നാഫിയൊഡൊറോവ്നായെ പ്രഭു കൈയിൽ ചുംബിക്കാതെ പിടിച്ച് കുലുക്കിയത് അവളെ ആശ്ചര്യപ്പെടുത്തി. അയാൾ ലിസായുടെ കൈ പോലും പിടിച്ച് കുലുക്കി. ആ സമയത്ത്, അവളുടെ കണ്ണുകളിലേക്ക് നേരെ മിഴിച്ച് നോക്കി നേരിയൊരു സുന്ദരമായ പുഞ്ചിരി നൽകുകയും ചെയ്തു! വീണ്ടും അയാളുടെ നോട്ടം അവളെ അമ്പരപ്പിച്ചു.

“അയാൾ സുമുഖനാണ്” അവൾ ചിന്തിച്ചു “എന്നാൽ സ്വയം വളരെ വലിയവനാണെന്ന് കരുതുന്നവൻ.”

14

“**നി**ങ്ങൾക്ക് ലജ്ജയില്ലേ?” ഓഫീസർമാർ അവരുടെ മുറിയിലെത്തിയപ്പോൾ പൊളോസോവ് പറഞ്ഞു “നമ്മൾ കളിയിൽ തോല്ക്കാൻ വേണ്ടി

ഞാൻ പരമാവധി ശ്രമിച്ചു; മേശയ്ക്കടിയിലൂടെ നിങ്ങളെ കാലിൽ ഞാൻ തട്ടിക്കൊണ്ടിരുന്നു. നിങ്ങൾക്ക് യാതൊരു മനസ്സാക്ഷിയുമില്ല. ആ വൃദ്ധ വല്ലാത്ത മനപ്രയാസത്തിലാണ്."

പ്രഭു പൊട്ടിച്ചിരിച്ചു.

"അവർ ചിരിപ്പിച്ച് കൊല്ലും. അവരത് മനസ്സിൽ വെച്ചിരിക്കയാണ്!"

വീണ്ടും അയാൾ പൊട്ടിച്ചിരിച്ചു; അതുകണ്ട് അടുത്ത് നിന്നിരുന്ന ജോഹൻ പോലും തലതാഴ്ത്തി പുഞ്ചിരിച്ചുപോയി.

"പഴയ കുടുംബസുഹൃത്തിന്റെ പുത്രൻ! ഹാ, ഹാ, ഹാ!" പ്രഭു പൊട്ടിച്ചിരി തുടർന്നു.

"സത്യത്തിൽ, അത് മോശമായിപ്പോയി, എനിക്കവരെയോർത്ത് വേദന തോന്നി." കോർനറ്റ് പറഞ്ഞു.

"അസംബന്ധം! നിങ്ങൾ ഇപ്പോഴും ഒരു കൊച്ചുകുട്ടിയാണ്! ഞാൻ നഷ്ടപ്പെടണമെന്നാണോ നിങ്ങൾ ഉദ്ദേശിച്ചത്? എന്തിന്? എങ്ങനെ കളിക്കണമെന്ന് പഠിക്കുന്നതുവരെ എനിക്കും നഷ്ടം വന്നിട്ടുണ്ട്. ആ പത്ത് റൂബിളിന് നല്ല പ്രയോജനമുള്ള കാര്യങ്ങൾ എന്തെങ്കിലും ഞാൻ കണ്ടെത്തും. എന്റെ സ്നേഹിതാ, വിഡ്ഢികളോടൊപ്പം ചേരേണ്ടെങ്കിൽ ജീവിതത്തിൽ പ്രായോഗികമായൊരു കാഴ്ചപ്പാട് സ്വീകരിക്കണം."

പൊളോസോവ് നിശ്ശബ്ദത പാലിച്ചു. അയാൾ തന്നിലേക്ക് തന്നെ ഉൾവലിയാനാഗ്രഹിച്ചു. സ്തുത്യർഹമാംവിധം പരിശുദ്ധയും അഴകുള്ളവളുമായ ലിസയെക്കുറിച്ച് ചിന്തിച്ചിരിക്കാനയാൾ ആഗ്രഹിച്ചു. അയാൾ ഉടുപ്പു മാറ്റി, തനിക്കായി സജ്ജമാക്കിയ മൃദുവും വൃത്തിയുമുള്ള കിടക്കയിൽ കിടന്നു.

"പട്ടാളജീവിതത്തിലെ അന്തസ്സും പ്രതാപവുമെല്ലാം എത്ര അസംബന്ധം. നോൺസെൻസ്!" നിലാവ് പതിക്കുന്ന ഷാൾ വിരിച്ച ജനാലയിലേക്ക് മിഴിച്ചു നോക്കികൊണ്ടയാൾ ചിന്തിച്ചു. "ഇതാണ് പരമാനന്ദം. നിഷ്കപടയും വിവേകശാലിയും സുന്ദരിയുമായ ഭാര്യയോടൊപ്പം ഏതെങ്കിലും ശാന്തമായ ഏകാന്തസ്ഥലത്ത് ജീവിക്കുക. ഇതാണ് സ്ഥായിയായ ആനന്ദം."

എന്തുകൊണ്ടോ, തന്റെ ചിന്തകൾ സുഹൃത്തിനോടയാൾ വെളിപ്പെടുത്തിയില്ല. ആ നാടൻ പെൺകുട്ടിയോട് തനിക്ക് തോന്നിയ അഭിനിവേശത്തെക്കുറിച്ച് സൂചിപ്പിച്ചില്ല പ്രഭുവും അവളെക്കുറിച്ച് ചിന്തിക്കുകയായിരിക്കുമെന്ന് അയാൾക്ക് ഉറപ്പുണ്ടായിരുന്നെങ്കിലും.

"നിങ്ങൾ എന്താണ് ഉടുപ്പ് മാറ്റാത്തത്?" മുറിയിൽ അങ്ങോട്ടുമിങ്ങോട്ടും നടന്നു കൊണ്ടിരുന്ന പ്രഭുവിനോട് അയാൾ ചോദിച്ചു.

"എന്തോ, എനിക്കുറങ്ങാൻ തോന്നുന്നില്ല. നിങ്ങൾ വേണമെങ്കിൽ വിളക്ക് കെടുത്തിക്കോളൂ. എനിക്കതിന്റെ ആവശ്യമില്ല."

അയാൾ ഉലാത്തൽ തുടർന്നു.

"ഉറങ്ങാൻ തോന്നുന്നില്ല?" പോളോസോവ് ആവർത്തിച്ചു. വൈകുന്നേരത്തെ സംഭവങ്ങൾ, എന്നത്തേക്കാളേറെ വിദ്വേഷം പ്രഭുവിനോടയാൾക്ക് തോന്നിച്ചു. തന്റെ മേലുള്ള പ്രഭുവിന്റെ സ്വാധീനത്തെ ചെറുത്തുനിൽക്കാനയാൾ തീരുമാനിച്ചു. "നിങ്ങളുടെ മിനുസമുള്ള തലയ്ക്കുള്ളിലൂടെ കടന്നുപോകുന്ന ചിന്തകൾ എന്താണെന്ന് ഊഹിക്കാൻ യാതൊരു പ്രയാസവുമില്ല!" അയാൾ ടൂർബിനോട് മനസ്സിൽ പറഞ്ഞു. "അവളെക്കുറിച്ച് നിങ്ങൾക്ക് മോഹമുണ്ടെന്ന് ഞാൻ മനസ്സിലാക്കി. നിഷ്കളങ്കയും സത്യസന്ധയുമായൊരു സൃഷ്ടിയെ മനസ്സിലാക്കാൻ കഴിവില്ലാത്തവനാണ് നിങ്ങൾ, മിന്നാരുമാരെയാണ് നിങ്ങൾക്ക് വേണ്ടത്, കേണലിന്റെ അലങ്കാരങ്ങളും. ഇപ്പോൾ അവളെ ഇഷ്ടപ്പെട്ടോ എന്ന് ഞാൻ ചോദിച്ചെങ്കിലോ?"

പൊളോസോവ് തലതിരിച്ച് പ്രഭുവിനോട് അക്കാര്യം ചോദിക്കാൻ പോകുമ്പോഴേക്കും അയാളുടെ മനസ്സ് മാറി. താൻ ഉദ്ദേശിച്ചതു തന്നെയാണ് ലിസായെക്കുറിച്ചുള്ള പ്രഭുവിന്റെയും അഭിപ്രായം എങ്കിൽ, തനിക്ക് അയാളുടെ പ്രവൃത്തിയെ പ്രതിഷേധിക്കാൻ കഴിയില്ലെന്നു മാത്രമല്ല, അയാളോട് യോജിക്കേണ്ടിയും വന്നേക്കും. അത്രമാത്രം അയാൾ പ്രഭുവിന്റെ സ്വാധീനവലയത്തിലകപ്പെട്ട് പോയിരുന്നു. ഓരോ ദിവസം കടന്നുപോകുംതോറും അത് തീർത്തും അസഹ്യവും അന്യായവുമായി അയാൾക്ക് അനുഭവപ്പെട്ടുതുടങ്ങി.

"നിങ്ങൾ എങ്ങോട്ടാണ് പോകുന്നത്?" പ്രഭു തൊപ്പിയണിഞ്ഞ് വാതിൽക്കലേക്ക് നടക്കവേ, അയാൾ ചോദിച്ചു.

"കുതിരലായംവരെ. എല്ലാം നേരെത്തന്നെയാണോ എന്ന് ഉറപ്പാക്കണം."

"വിചിത്രം"കോർനെറ്റ് ചിന്തിച്ചു. അയാൾ മെഴുകുതിരി കെടുത്തി തിരിഞ്ഞുകിടന്നു. തന്റെ മുൻസ്നേഹിതൻ ഉണർത്തിവിട്ട പരിഹാസ്യമായ അസൂയയും ശത്രുതയോടെയുള്ള ചിന്തയും മനസ്സിൽ നിന്ന് ഓടിപ്പിക്കാനയാൾ പണിപ്പെട്ടു.

അതിനിടയിൽ അന്നാഫിയോഡൊറോവ്നാ, തന്റെ ചേട്ടനെയും പുത്രിയെയും വളർത്തുപുത്രിയെയും പതിവുപോലെ വാത്സല്യപൂർവം ചുംബിച്ച്, കുരിശു വരച്ച്, മുറിയിലേക്ക് പോയി. ഇത്രയേറെ പ്രകമ്പനങ്ങൾ അവൾക്ക് അനുഭവപ്പെട്ടിട്ട് കാലം കുറേയായി. ശാന്തമായി പ്രാർത്ഥിക്കാൻ പോലും കഴിഞ്ഞില്ല. പരേതനായ പ്രഭുവിനെക്കുറിച്ചും, തന്നിൽ നിന്നും നിർലജ്ജം പണം തട്ടിയെടുത്ത ഈ പച്ച സുന്ദരനായ യുവാവിനെക്കുറിച്ചുമുള്ള വിഷാദചിന്തകൾ അത്രയ്ക്ക് വിഷമിപ്പിച്ചിരുന്നു. എന്നിട്ടും അവൾ വസ്ത്രം മാറി. പതിവുപോലെ കട്ടിലിനരികിലെ കൊച്ചുമേശപ്പുറത്ത് അവൾക്കായി വെച്ച അരഗ്ലാസ്സ് ക്വാസ്സ് കുടിച്ച് കട്ടിലിൽ

കയറിക്കിടന്നു. അവളുടെ പ്രിയപ്പെട്ട പൂച്ച മെല്ലെ മുറിയിലേക്ക് കടന്നുചെന്നു. അന്നാഫിയൊഡോറോവ്നാ അടുത്ത് വിളിച്ചു കിടത്തി, അതിനെ തട്ടിക്കൊണ്ട്, അതിന്റെ കുറുങ്ങൽ കേട്ട്, ഉറങ്ങാനാവാതെ കിടന്നു.

"ഈ പൂച്ചയാണ് എന്റെ ഉറക്കം കെടുത്തുന്നത്" അവൾ വിചാരിച്ചു; അതിനെ തള്ളിമാറ്റി. അത് മെല്ലെ നിലത്തേക്ക് ചാടി, പിന്നെ രോമം നിറഞ്ഞ വാൽ ചുരുട്ടി, തീച്ചൂളയുടെ തിണ്ടിലേക്ക് ചാടിക്കയറി. ആ സമയത്ത് യജമാനത്തിയുടെ മുറിയിൽ ഉറങ്ങാറുള്ള ഭൃത്യ തന്റെ കമ്പിളിക്കിടക്ക കൊണ്ടുവന്ന്, നിലത്ത് വിരിച്ച്, മെഴുകുതിരി കെടുത്തി കുടുംബവിഗ്രഹത്തിന്റെ വിളക്ക് കത്തിച്ചു വെച്ച് ഉറങ്ങാൻ കിടന്നു; കിടന്ന ഉടനെ കൂർക്കം വലിച്ച് ഉറക്കവുമായി. എന്നാൽ, അന്നാഫിയൊഡോറോവ്നായുടെ കലുഷിത മനസ്സിന് ഉറക്കം വന്നില്ല. കണ്ണടച്ച ഉടനെ ഹുസ്സാർ അവളുടെ മുന്നിൽ ഉയർന്നു വന്നു. അവൾ കണ്ണുതുറന്നപ്പോൾ, മുറിക്കുള്ളിലെ എല്ലാ വസ്തുക്കളും - കബോഡ്, മേശ, അവിടെ തൂങ്ങി കിടക്കുന്ന വെളുത്ത ഫ്രോക്ക്, വിഗ്രഹവെളിച്ചത്തിന്റെ മങ്ങിയ പ്രകാശത്തിൽ കാണുന്നവയെല്ലാം - അയാളുടെ വിചിത്രമായ രൂപങ്ങളായി കാണപ്പെട്ടു. ക്വിൽറ്റിൽ ഒരു നിമിഷം മാത്രം അവൾക്ക് വല്ലാത്ത ചൂട് അനുഭവപ്പെട്ടു. മകളെക്കുറിച്ചും പഴയ പ്രഭുവിനെക്കുറിച്ചും, 'പ്രെഫെറൻസ്' കളിയെക്കുറിച്ചുമുള്ള ചിന്തകൾ അസാധാരണമാംവിധം കൂടിക്കുഴഞ്ഞു. ചിലപ്പോൾ പരേതനായ പ്രഭുവുമൊത്ത് വാൾട്സ് നൃത്തം ചെയ്യുന്നതവൾ കണ്ടു, തന്റെ വെളുത്ത് കൊഴുത്ത തോളുകളിൽ ആരോ ചുണ്ടുകൾ അമർത്തുന്നതായി അവൾക്ക് തോന്നി; പിന്നെ, യുവപ്രഭുവിന്റെ കരവലയത്തിൽ തന്റെ മകളെ ദർശിച്ചു. വീണ്ടും ഉസ്തിയുഷ്കാ കൂർക്കം വലിക്കാൻ തുടങ്ങി...

"ഓഹ്, ഇല്ല. ആളുകൾ ഇപ്പോൾ പഴയതുപോലെ അല്ല. അദ്ദേഹം എനിക്കുവേണ്ടി തീയിലൂടെയും വെള്ളത്തിലൂടെയും കടന്നുപോകാൻ തയ്യാറായിരുന്നു. അതിന് തക്കതായ കാരണവുമുണ്ടായിരുന്നു. എന്നാൽ, ഇവൻ, നിങ്ങൾക്കുറപ്പിക്കാം, ചീട്ടുകളിയിൽ ജയിച്ച ആഹ്ലാദത്തിൽ ഒരു മണ്ടനെപ്പോലെ കിടന്നുറങ്ങുകയായിരിക്കും. പ്രേമചാപല്യങ്ങളിലൊന്നും അവന് താത്പര്യം കാണില്ല. എന്നാൽ, അവന്റെ അച്ഛൻ എന്നോട് മുട്ടുകുത്തി നിന്ന് പറഞ്ഞത് "ഞാൻ എന്ത് ചെയ്യണമെന്നാണ് നിങ്ങൾ ആഗ്രഹിക്കുന്നത്? മരിക്കണോ? നിങ്ങൾക്കുവേണ്ടി ആഹ്ലാദപൂർവം ഞാനത് ചെയ്യും." ഞാൻ ആവശ്യപ്പെട്ടിരുന്നെങ്കിൽ അത് അദ്ദേഹം ചെയ്തേനെ.

പെട്ടെന്ന് ഹാളിൽ നഗ്നപാദങ്ങളുടെ സ്വരം കേട്ടു; വിളർത്ത് വിറച്ച് തോളിൽ ഒരു ഷാൾ പുതച്ച്, ലിസ മുറിയിലേക്ക് ഓടി വന്ന്, അമ്മയുടെ കട്ടിലിലേക്ക് വീണു. പിന്നെ അമ്മയ്ക്ക് ഗുഡ്നൈറ്റ് പറഞ്ഞശേഷം ലിസ

രണ്ട് ഹുസ്സാറുകൾ

ഒറ്റയ്ക്ക് അമ്മാവന്റെ മുറിയിലേക്ക് പോയി. ഒരു വെളുത്ത ഡ്രസ്സിംഗ് ജാക്കറ്റ് ധരിച്ച്, തന്റെ നീണ്ടമുടി ഒരു ഉറുമാലിൽ ചുറ്റിക്കെട്ടി, അവൾ മെഴുകുതിരി വിളക്ക് കെടുത്തി, ജനൽ തുറന്നിട്ട്, കസേരയിൽ കാലുകൾ മടക്കിവെച്ച് കുളത്തിലേക്ക് കണ്ണുംനട്ട് ചിന്താധീനയായി ഇരുന്നു; അതിന്റെ ഉപരിതലം നിലാവിൽ വെട്ടിത്തിളങ്ങുകയായിരുന്നു.

തന്റെ താത്പര്യങ്ങളും പ്രവൃത്തികളുമെല്ലാം തികച്ചും നൂതനമായൊരു വെളിച്ചത്തിലൂടെ പെട്ടെന്നവൾക്ക് മുന്നിൽ പ്രത്യക്ഷപ്പെട്ടു. ചഞ്ചലപ്രകൃതയായ മാതാവ്, അവരോടുള്ള തന്റെ ചോദ്യം ചെയ്യാത്ത സ്നേഹം, ദുർബലനും ദയാലുവുമായ അമ്മാവൻ, തങ്ങളുടെ കൊച്ചു യജമാനത്തിയെ ആരാധിച്ചിരുന്ന വീട്ടുവേലക്കാർ, കറവപ്പശുക്കളും അവയുടെ കുട്ടികളും. അവയെല്ലാം, അവൾ സ്നേഹിച്ചും സ്നേഹിക്കപ്പെട്ടും വളർന്നുവന്നത് മാറി മാറി വന്ന കാലാവസ്ഥ - ഇവയെല്ലാം ഇപ്പോൾ വിരസവും വ്യർത്ഥവുമായി കാണപ്പെടുന്നു. എല്ലാം ശൂന്യം. ആരോ തന്റെ ചെവിയിൽ മന്ത്രിക്കുന്നതുപോലെ “നീ ഒരു കൊച്ചുമണ്ടിയാണ്! കൊച്ചു മണ്ടി! എന്താണ് യഥാർത്ഥ ജീവിതമെന്നും സുഖമെന്നും അറിയാതെ, മറ്റുള്ളവർക്കുവേണ്ടി ഇരുപത് കൊല്ലം പാഴാക്കി!” ഇപ്പോൾ, പ്രകാശം നിറഞ്ഞ, നിശ്ചലമായ പൂന്തോട്ടത്തിലേക്കവൾ നോക്കിയിരിക്കവേ ഇത്തരം ചിന്തകൾ ശക്തിയോടെ മനസ്സിലേക്ക് കടന്നു വന്നു. മുമ്പത്തേക്കാളേറെ ശക്തിയോടെ.

എന്താണതിനവളെ പ്രേരിപ്പിച്ചത്? ആരെങ്കിലും ഉദ്ദേശിക്കുന്നതുപോലെ, പെട്ടെന്ന് പ്രഭുവിനോട് തോന്നിയ പ്രേമമൊന്നുമല്ല. മറിച്ച്, അവൾക്കയാളോട് അനിഷ്ടമായിരുന്നു. അവൾക്ക് കോർനറ്റിനെ നിഷ്പ്രയാസം സ്നേഹിക്കാൻ കഴിഞ്ഞേനേ. അയാൾ ഒരു സാധാരണക്കാരനും പാവവും മിതഭാഷിയുമായിപ്പോയി. അവൾ അയാളെ എപ്പോഴേ മറന്നു കഴിഞ്ഞു. എന്നാൽ, കോപത്തോടും നീരസത്തോടും കൂടിയാണ് പ്രഭുവിനെ ഓർത്തത്. “അല്ലാ, അയാളല്ല ആ വ്യക്തി.” അവൾ പറഞ്ഞു. അവളുടെ ആദർശപുരുഷൻ സമ്പൂർണ്ണമായും അഴകുള്ളവനായിരിക്കണം. ഇത്തരം ഒരു രാത്രിയിൽ, ഇതുപോലുള്ളൊരു പരിതഃസ്ഥിതിയിൽ, ചുറ്റുപാടുമുള്ള മനോഹാരിതയെ അതിലംഘിക്കാതെ, സ്നേഹിക്കാൻ കഴിവുള്ളവനായിരിക്കണം; പരുക്കൻ യാഥാർത്ഥ്യവുമായി ചേരാനാഗ്രഹിക്കുന്നവനല്ല...

ആദ്യം, അവളുടെ ഏകാന്തജീവിതവും അവൾക്ക് താത്പര്യമുള്ള മനുഷ്യരുടെ അസാന്നിദ്ധ്യവും ഉളവാക്കിയ വികാരം തന്റെ ഹൃദയത്തിലെവിടെയോ പൂർണമായി മാഞ്ഞു പോകാതെ അവൾ കാത്ത് സൂക്ഷിച്ചിരുന്നു; ഈശ്വരൻ നമ്മൾ ഓരോരുത്തരുടെ ഹൃദയത്തിലും പാകിയിട്ടുള്ള സ്നേഹമെന്ന വികാരം. ഇപ്പോൾ, എന്തായാലും, ഈ ‘ചിലത്’ അവളുടെ മനസ്സിനുള്ളിൽ സ്ഥിതിചെയ്യുന്നു എന്ന പരിതാപകരമായ ചിന്ത ഉള്ളിൽ വെച്ചുകൊണ്ട് കുറേക്കാലമായി അവൾ ജീവിക്കുന്നു.

(ചിലപ്പോൾ ഹൃദയത്തിന്റെ നിഗൂഢമായ അറയിലേക്ക് ഒളിച്ചുനോക്കി, അതിനകത്തെ അമൂല്യനിധിയെക്കുറിച്ച് ധ്യാനിച്ചിരിക്കും.) അതിനി ആദ്യം വന്നുകയറുന്നവന് അലക്ഷ്യമായി എടുത്ത് കൊടുക്കാനാവില്ല. അവളുടെ ജീവിതാവസാനംവരെ ആ അല്പമായ ആനന്ദം ആസ്വദിക്കാൻ ദൈവം ഇടവരുത്തട്ടെ. അതാണ് ഏറ്റവും നല്ലതും മഹത്തരവുമായ ആനന്ദം എന്ന് ആർക്കാണ് പറയാൻ കഴിയുക? അത് മാത്രമാണ് യഥാർത്ഥവും സുസാദ്ധ്യവുമായ ആനന്ദം എന്ന്?

"ഓ, ദൈവമേ!" അവൾ പിറുപിറുത്തു. "യുവത്വവും സന്തോഷവും എന്നെ കടന്നുപോയോ..... അവ എന്താണെന്ന് ഞാൻ ഇനി ഒരിക്കലും അറിയില്ലേ? അത് സത്യമാണോ? അവൾ ആകാശത്തിലേക്ക് ശിരസ്സുയർത്തി; അവിടെ മൃദുരോമം പോലുള്ള വെളുത്ത മേഘങ്ങൾ നക്ഷത്രങ്ങളെ ഒപ്പിക്കൊണ്ട് ചന്ദ്രന് നേരെ നീളുന്നു. "മുകളിലത്തെ മേഘം ചന്ദ്രനെ സ്പർശിച്ചാൽ അത് സത്യമാണ്." അവൾ തന്നോടുതന്നെ പറഞ്ഞു. മൂടൽമഞ്ഞു പോലുള്ളൊരു മേഘശകലം പ്രകാശിക്കുന്ന ചന്ദ്രന്റെ താഴത്തെ പാതിയിലൂടെ കടന്നുപോയി. കുറെശ്ശെ കുറെശ്ശെയായി പുല്ലിലും നാരകമരത്തിന്റെ തലപ്പത്തും കുളത്തിലും വ്യാപിച്ചിരുന്ന പ്രകാശം മങ്ങി. വൃക്ഷങ്ങളുടെ കറുത്ത നിഴലുകൾ അവ്യക്തമായി. വിഷാദമയമായ നിഴലുകൾ പ്രകൃതിയെ ഇരുളിലാക്കിയതിന് തൊട്ടുപിന്നാലെ, ഒരു മന്ദമാരുതൻ ഇലകളെ തഴുകിക്കൊണ്ട് കടന്നുപോയി. മഞ്ഞുതുള്ളികൾ നിറഞ്ഞ ഇലകളുടെയും നനഞ്ഞ മണ്ണിന്റെയും ലൈലാക് പൂക്കളുടെയും സൗരഭ്യം ജനാലയിലേക്ക് ഒഴുക്കി.

"ഇല്ല, അത് ശരിയല്ല." അവൾ സമാധാനിച്ചു. "ഇന്ന് രാത്രി ഒരു രാപ്പാടി പാടിയാൽ, ഈ വിഷാദ ചിന്തകളെല്ലാം മണ്ടത്തരമാണെന്നും നിരാശപ്പെടാനായി ഒന്നുമില്ലെന്നും ഉറപ്പിക്കാം" അവൾ ചിന്തിച്ചു. കുറേ നേരം, ഏതെങ്കിലും ഒന്നിനെ പ്രതീക്ഷിച്ചുകൊണ്ടവൾ നിശ്ശബ്ദയായി ഇരുന്നു. ചന്ദ്രൻ മേഘങ്ങൾക്കിടയിൽനിന്ന് പുറത്തു വന്നു. ആ പരിസരം വീണ്ടും നിലാവിൽ വെട്ടിത്തിളങ്ങി. കുറച്ചുകഴിഞ്ഞപ്പോൾ പിന്നെയും മേഘം വന്ന് മൂടി, കരിനിഴൽ പരത്തി. അവൾ ഉറക്കം തൂങ്ങാൻ തുടങ്ങുമ്പോഴേക്കും കുളത്തിന്നപ്പുറത്തു നിന്ന് ഒരു രാപ്പാടി പാടുന്നത് വ്യക്തമായി കേട്ടു. ആ ഗ്രാമീണ പെൺകുട്ടി കണ്ണുകൾ തുറന്നു. ഒരിക്കൽ കൂടി പുത്തനായ ആഹ്ലാദത്തിമിർപ്പോടെ അവളുടെ ആത്മാവ് ദുരൂഹമായ പ്രകൃതിയുമായി അലിഞ്ഞു ചേർന്നു. പവിത്രമായ പ്രകൃതി അവൾക്ക് മുന്നിൽ പ്രഭാപൂരം പരത്തി കിടക്കുകയാണ്. അവൾ ഇരു കൈമുട്ടുകളും ജനൽപ്പടിയിൽ ഊന്നി ഇരുന്നു. മധുരമായൊരു ദുഃഖം അവളുടെ ഹൃദയത്തിലേക്ക് കടന്നുവന്നു. സഫലീകരിക്കുവാൻ വെമ്പൽ കൊള്ളുന്ന വിശാലവും പരിശുദ്ധവുമായ പ്രേമത്തിന്റെ ആശ്വാസം നിറഞ്ഞ കണ്ണുനീർ അവളുടെ കണ്ണുകളിൽ നിറഞ്ഞു. അവൾ ജനൽപ്പടിയിൽ കൈകൾ മടക്കി വെച്ച്, അതിൽ തലചായ്ച്ച് കിടന്നു. അവളുടെ

പ്രിയങ്കരമായ പ്രാർത്ഥന ഹൃദയത്തിലേക്ക് ഉയർന്നു വന്നു. നിറഞ്ഞ കണ്ണുകളോടെ ഒന്ന് മയങ്ങിപ്പോയി.

ഒരു കരസ്പർശം അവളെ ഉണർത്തി. മയക്കത്തിൽ നിന്നവൾ ഉണർന്നു. ആ സ്പർശം മൃദുവും സന്തോഷപ്രദവുമായിരുന്നു. അവളുടെ കൈയിലെ പിടിത്തം മുറുക്കി. താൻ എവിടെയാണെന്ന ബോധം പെട്ടെന്നവളിൽ ഉണർന്നു. ചെറിയൊരു നിലവിളിയോടെ അവൾ ചാടി എഴുന്നേറ്റു. ജനാലയ്ക്ക് കീഴെ നിലാവിൽ നിൽക്കുന്നത് പ്രഭു ആകാൻ സാധ്യതയില്ലെന്നവൾ പറഞ്ഞുകൊണ്ട് മുറിയിൽ നിന്ന് പുറത്തേക്ക് ഓടി.

15

അത് പ്രഭു തന്നെ ആയിരുന്നു. പെൺകുട്ടിയുടെ കരച്ചിലും അതുകേട്ട് വേലിയുടെ മറ്റേ വശത്തുകൂടെ കടന്നുവന്ന രാത്രി പാറാവുകാരന്റെ ചുമയും കേട്ടപ്പോൾ, പെട്ടെന്നയാൾ മഞ്ഞുതുള്ളികൾ നിറഞ്ഞ പുല്ലിലൂടെ തോട്ടത്തിന്റെ ഉൾഭാഗത്തേക്ക്, പിടികൂടപ്പെട്ട ഒരു കള്ളനെപ്പോലെ ഓടി. "ഞാനെന്തൊരു മണ്ടനാണ്." അയാൾ പറഞ്ഞു. "ഞാനവളെ പേടിപ്പിച്ചു. ഞാൻ കൂടുതൽ ജാഗ്രത പാലിക്കേണ്ടതായിരുന്നു. അവളോട് എന്തെങ്കിലും സംസാരിച്ച്, അവളെ ഉണർത്തേണ്ടതായിരുന്നു. എന്തൊരു വൃത്തികെട്ട മൃഗമാണ് ഞാൻ!" അയാൾ നിന്ന് ചെവിടോർത്തു. പാറാവുകാരൻ ഗേറ്റിലൂടെ തോട്ടത്തിലേക്ക് കടന്നു, തന്റെ വടി മണൽ പാതയിലൂടെ വലിച്ചുകൊണ്ട് അടുത്ത് വരികയാണ്. പ്രഭുവിന് ഉടനെ കുളിക്കണം. അയാൾ കുളത്തിലേക്ക് ഓടി. ഞെട്ടിത്തെറിപ്പിക്കുന്ന വിധം തവളകൾ കാൽക്കീഴിൽ നിന്ന് വെള്ളത്തിലേക്ക് ചാടി. തന്റെ കാലുകൾ നനഞ്ഞെങ്കിലും നിലത്ത് ഇരുന്ന്, നടന്ന സംഭവങ്ങളെക്കുറിച്ച് അയാൾ ചിന്തിച്ചു നോക്കി. വേലി ചാടിക്കടന്നത് അവളുടെ ജനല അന്വേഷിച്ചു നടന്നത്. ഒടുവിൽ അവളുടെ വെളുത്തരൂപം കണ്ണിൽപ്പെട്ടത്. നേരിയൊരു ശബ്ദം കേൾക്കുമ്പോഴൊക്കെ വീണ്ടും വീണ്ടും പിൻവാങ്ങിയതും അവൾ തനിക്കുവേണ്ടി കാത്തിരിക്കുകയാണെന്നും അത്രയും നേരം അവളെ കാത്തിരുത്തിയതിൽ അവൾ തന്നോട് പരിഭവിച്ചിരിക്കുകയാണെന്നും ഒരു നിമിഷം തോന്നിയതും. എന്നാൽ അടുത്ത നിമിഷം ഈ സാഹസത്തിനവൾ അത്ര പെട്ടെന്ന് സമ്മതം മൂളാൻ സാധ്യതയില്ലെന്ന് തോന്നിയതും ഒടുവിൽ, ലജ്ജാശീലയായ ഗ്രാമീണ ബാലികയുടെ നാട്യമാണ് ആ മയക്കമെന്ന് കരുതിയതും അയാൾ അവളുടെ അടുത്ത് ചെന്നപ്പോൾ അവൾ ശരിക്കും ഉറക്കമാണെന്ന് വ്യക്തമായതും... എന്തോ കാരണത്താൽ അയാൾ അവിടന്ന് തൽക്ഷണം ഓടിപ്പോയി. എന്നാൽ, അത് ഭീരുത്വമാണെന്ന് ധരിച്ച് ലജ്ജിച്ച്, തിരിച്ചു വരികയും ധൈര്യസമേതം അവളുടെ കൈയിൽ പിടിക്കുകയും ചെയ്തു. പാറാവുകാരൻ വീണ്ടും

ചുമച്ചു. അയാൾ തോട്ടത്തിൽ നിന്ന് പുറത്ത് കടന്നപ്പോൾ ഗേറ്റ് കറ കറ ശബ്ദം പുറപ്പെടുവിച്ചു. ആ യുവതിയുടെ മുറിയിലെ ജനൽ വലിച്ച ടയ്ക്കപ്പെട്ടു. ഉള്ളിലെ ഷട്ടറുകൾ കൊളുത്തിട്ട് പൂട്ടി. പ്രഭുവിനെ അത് ദേഷ്യം പിടിപ്പിച്ചു. തനിക്ക് ഒരവസരവും കൂടി കിട്ടുവാനായി അയാൾ എന്തും ചെയ്യുമായിരുന്നു. അടുത്ത പ്രാവശ്യം ഇത്രയും ബുദ്ധിമോശം കാണിക്കില്ല."

ഒരു സുന്ദരിയായ പെൺകുട്ടി! അത്രയ്ക്ക് പുതുമയുള്ളത്! അത്ര മനോഹരം! സ്വന്തം വിരലുകൾക്കിടയിലൂടെ വഴുതിപ്പോകാൻ ഞാൻ അവളെ അനുവദിച്ചു! എന്തൊരു ബുദ്ധിഹീനനാണ് ഞാൻ!

ഇതിനകം, ഉറങ്ങാനുള്ള എല്ലാ ആഗ്രഹവും അയാൾക്ക് നഷ്ടപ്പെട്ടു. വല്ലാത്ത വിഷമത്തോടെ, ദൃഢമായ ചുവടുകൾ വെച്ച്, നാരകമരക്കൂട്ട ത്തിലേക്ക് നടന്നു.

അയാൾക്ക് പോലും ഈ രാത്രി പ്രശാന്തമായൊരു വിഷാദവും സ്നേഹത്തിനുവേണ്ടിയുള്ള മോഹവും സൃഷ്ടിച്ചു. പുല്ലും ഉണക്കയില കളും അവിടവിടെയായി ചിതറിക്കിടക്കുന്ന കളിമൺപാതയിൽ കനത്ത നാരകമരക്കൊമ്പുകൾക്കിടയിലൂടെ കടന്നുവരുന്ന വിളർത്ത നിലാവ് പതിഞ്ഞുകിടന്നു. ചിലപ്പോൾ, വളഞ്ഞുപുളഞ്ഞ കൊമ്പിന്റെ ഒരു വശത്ത് വെളുത്ത പായൽ വളർന്നുപിടിച്ചതായി തോന്നും. ഇലകളുടെ മർമ്മരം ഇടയ്ക്കിടെ കേൾക്കാം.

വീട്ടിലെ വിളക്കുകൾ അണഞ്ഞു. എല്ലാ ശബ്ദങ്ങളും നിലച്ചു. രാപ്പാടിയുടെ പാട്ട് മാത്രം ഈ പ്രകാശം പരത്തുന്ന, നിശ്ശബ്ദാന്തരീക്ഷ ത്തിൽ തുടർന്നുപോന്നു. എന്തൊരു രാത്രി ! എത്ര മനോഹരമായ രാത്രി! പൂന്തോട്ടത്തിലെ പുതുഉന്മേഷം പകരുന്ന സൗരഭ്യം നിറഞ്ഞ വായു ഉള്ളി ലേക്കെടുത്തുകൊണ്ട് പ്രഭു ചിന്തിച്ചു.

"എന്നാൽ, എന്തോ പന്തികേടുണ്ട്. ഞാൻ മറ്റുള്ളവരോടും എന്നോടും ജീവിതത്തോടും തന്നെ അതൃപ്തനാണ്. എത്ര അഴകാർന്ന പെൺകുട്ടി യാണവൾ. അവൾക്ക് ശരിക്കും അപമാനിക്കപ്പെട്ടതായി തോന്നി ക്കാണുമോ?..."

ഇവിടെ അയാളുടെ ആലോചന മറ്റൊരു വഴിക്ക് തിരിഞ്ഞു. ആ ഗ്രാമീണ കന്യകയുമായി പല വിചിത്രവും വ്യത്യസ്തവുമായ നിലയിൽ, തോട്ടത്തിൽ ശയിക്കുന്നതയാൾ വിഭാവനം ചെയ്തു. പിന്നെ ആ ഗ്രാമീണ കന്യകയെ മിന്നയുടെ സ്ഥാനത്ത് ഇരുത്തിനോക്കി! "ഞാൻ എന്തൊരു വിഡ്ഢിയാണ്! അവളെ അരക്കെട്ടിലൂടെ ചുറ്റിപ്പിടിച്ച് ചുംബിച്ചാൽ മതി യായിരുന്നു!" മനസ്സിൽ ഈ ദുഃഖഭാരവും പേറിക്കൊണ്ട് പ്രഭു തന്റെ മുറിയിലേക്ക് മടങ്ങി.

കോർനറ്റ് അപ്പോഴും ഉറങ്ങിയിരുന്നില്ല. അയാൾ പ്രഭുവിനെ അഭി മുഖീകരിക്കാനായി തിരിഞ്ഞുകിടന്നു.

“നിങ്ങൾ ഉറങ്ങിയില്ലേ?” പ്രഭു ചോദിച്ചു.

“ഇല്ല”

“എന്താണ് സംഭവിച്ചതെന്ന് ഞാൻ പറയട്ടെ?”

“ശരി”

“ഒരു പക്ഷേ ഞാൻ പറയാതിരിക്കുന്നതായിരിക്കും നല്ലത്. അല്ല, ഞാൻ പറയും. ഇതാ, അല്പം നീങ്ങൂ”അവസരം കളഞ്ഞുകുളിച്ചതിനെക്കുറിച്ചുള്ള ചിന്തകൾ കുടഞ്ഞുകളയാനെന്നോണം, മുഖത്ത് പ്രസന്നത വരുത്തിക്കൊണ്ടയാൾ സുഹൃത്തിന്റെ കിടക്കയിൽ ഇരുന്നു.

“നിങ്ങൾ അത് വിശ്വസിക്കുമോ? ആ യുവതി എന്നോടൊപ്പം ഒരു കൂടിക്കാഴ്ചയ്ക്ക് സമ്മതിച്ചു!”

“നിങ്ങൾ എന്താണ് പറയുന്നത്?” അലറിക്കൊണ്ട് പൊളോസോവ് ചാടി എഴുന്നേറ്റു.

“ശരി. കേൾക്കൂ.”

“എങ്ങനെ? എപ്പോൾ? ഞാനത് വിശ്വസിക്കുന്നില്ല.”

“നിങ്ങൾ പ്രിഫറൻസി’ന്റെ പോയിന്റുകൾ കണക്ക് കൂട്ടുന്ന സമയത്ത് അവൾ എനിക്കു വേണ്ടി ജനലയ്ക്കൽ കാത്തു നിൽക്കുമെന്ന് എന്നോട് പറഞ്ഞു. അതിലൂടെ കയറി എനിക്ക് അവളുടെ മുറിയിലെത്താൻ കഴിയുമെന്നും. പ്രായോഗികബുദ്ധിയുള്ളവനായാലത്തെ ഗുണമാണത്! നിങ്ങൾ ആ വൃദ്ധയുമായി കണക്കുകൾ പരിശോധിക്കുമ്പോൾ, ഞാൻ എന്റെ ഇടപാടുകൾ ശരിപ്പെടുത്തുകയായിരുന്നു. നിങ്ങൾ തന്നെ കേട്ടതല്ലേ, അവൾ ഇന്നു രാത്രി കുളത്തിലേക്ക് നോക്കി ജനലയ്ക്കൽ ഇരിക്കുവാൻ ഉദ്ദേശിക്കുന്നെന്ന്.”

“എന്നാൽ, ഒന്നും അർത്ഥമാക്കികൊണ്ടല്ല അവൾ അത് പറഞ്ഞത്.”

“അത് ശരിയാണ്; അവളത് സന്ദർഭവശാൽ പറഞ്ഞുപോയതാണോ, അല്ലയോ എന്ന് എനിക്ക് ഉറപ്പിക്കാനായില്ല. ഒരുപക്ഷേ, സത്യത്തിലതവളുടെ മനസ്സിലില്ലാതിരുന്നിരിക്കാം; എന്നാൽ, എനിക്കങ്ങനെ തോന്നിയില്ല. എല്ലാം വിചിത്രമായ രീതിയിൽ അവസാനിച്ചു. ഞാൻ ശരിയായ ഒരു വിഡ്ഢിയെപ്പോലെ പെരുമാറി.” നിന്ദാപൂർവം പുഞ്ചിരിച്ചുകൊണ്ടയാൾ കൂട്ടിച്ചേർത്തു.

“എന്നാൽ, എങ്ങനെ? നിങ്ങൾ എവിടെയായിരുന്നു?”

ജനാലയ്ക്കലേക്ക് പോകുന്നതിന് മുമ്പുള്ള തന്റെ ചാഞ്ചാട്ടമൊഴിച്ച് മറ്റ് യാതൊന്നും വിട്ടുകളയാതെ, നടന്ന സംഭവങ്ങളെല്ലാം പ്രഭു അയാളെ ധരിപ്പിച്ചു.

“ഞാൻ എല്ലാം നശിപ്പിച്ചു. കുറച്ചുകൂടി ധീരത കാണിക്കേണ്ടതായിരുന്നു. അവൾ നിലവിളിച്ചുകൊണ്ട് ഓടിപ്പോയി.”

"അപ്പോൾ, അവൾ നിലവിളിച്ചു കൊണ്ട് ഓടിപ്പോയി." പ്രഭുവിന്റെ പുഞ്ചിരിക്ക് മറുപടിയായി വികലമായൊരു ചിരി നൽകി കോർനറ്റ് അയാൾ പറഞ്ഞത് ആവർത്തിച്ചു. "ഓടിപ്പോയി." അയാൾക്കുമേലുള്ള പ്രഭുവിന്റെ സ്വാധീനം അത്രയും കാലം അതിശക്തമായിരുന്നു.

"ശരി. ഉറങ്ങാനുള്ള സമയമായി."

കോർനറ്റ് വീണ്ടും വാതിലിന് പുറംതിരിഞ്ഞ്, പത്ത് മിനിറ്റു നേരം നിശ്ശബ്ദനായി കിടന്നു. അയാളുടെ മനസ്സിനുള്ളിലൂടെ ആ സമയത്തെ എന്തെല്ലാമാണ് കടന്നുപോയതെന്ന് പറയാൻ പ്രയാസമാണ്; എന്നാൽ, അയാൾ വീണ്ടും തിരിഞ്ഞു കിടന്നപ്പോൾ, അയാളുടെ മുഖത്ത് വേദനയും ദൃഢനിശ്ചയവും പ്രകടമായിരുന്നു.

"ടൂർബിൻ പ്രഭു" അയാൾ അട്ടഹസിച്ചു.

"നിങ്ങൾക്ക് ചിത്തഭ്രമം പിടിച്ചോ?" പ്രഭു പ്രശാന്തതയോടെ ചോദിച്ചു. "എന്താണ്, കോർനറ്റ് പൊളോസോവ്?"

"ടൂർബിൻ പ്രഭു, നിങ്ങൾ ഒരു നീചനാണ്!" കിടക്കയിൽ നിന്ന് ചാടി എഴുന്നേറ്റ് പൊളോസോവ് അലറി.

16

സ്ക്വാഡ്രൻ പിറ്റേന്ന് സ്ഥലം വിട്ടു. ഓഫീസർമാർ തങ്ങളുടെ ആതിഥേയരെ കാണുകയോ, അവരോട് യാത്ര പറയുകയോ ചെയ്തില്ല. അവർ പരസ്പരം സംസാരിച്ചതുമില്ല. അടുത്ത താവളത്തിലെത്തുമ്പോൾ ദ്വന്ദ്വയുദ്ധം നടത്താമെന്നായിരുന്നു അവരുടെ തീരുമാനം. എന്നാൽ, ഒരു ഒന്നാം തരം സുഹൃത്തും സമർത്ഥനായ കുതിരസവാരിക്കാരനും ഹുസ്സാറുകൾക്കിടയിൽ പ്രിയങ്കരനും ദ്വന്ദ്വയുദ്ധത്തിൽ തന്റെ രണ്ടാമനുമായി പ്രഭു തിരഞ്ഞെടുത്ത ക്യാപ്റ്റൻ ഷൂർട്സിന് ആ ദ്വന്ദ്വയുദ്ധം ഒഴിവാക്കാൻ കഴിഞ്ഞെന്ന് മാത്രമല്ല, റെജിമെന്റിൽ ഒറ്റ മനുഷ്യനുമറിയാതെ ആ സംഭവം പറത്തിക്കളയാനും കഴിഞ്ഞു. ടൂർബിനും പൊളോസോവും മുമ്പുണ്ടായിരുന്ന അടുത്ത സൗഹൃദം ഒരിക്കലും വീണ്ടെടുത്തില്ലെങ്കിലും പരസ്പരം സംസാരിക്കുമ്പോൾ പഴയ രീതിയിലുള്ള സൗഹൃദസംബോധനങ്ങൾ തുടരുകയും ഇടയ്ക്കിടെ ഡിന്നറുകളിലും പാർട്ടികളിലും പങ്കെടുക്കുകയും ചെയ്തിരുന്നു. ∎

ഫാദർ സെർജിയസ്

സെന്റ് പീറ്റേഴ്സ്ബർഗ്ഗിൽ നാല്പതുകളിൽ ഒരു അദ്ഭുതം സംഭവിച്ചു. ഹിസ് മെജസ്റ്റിയുടെ ക്യൂരാസ്സിയേഴ്സ് റെജിമെന്റിന്റെ സ്ക്വാഡ്രൻ കമാൻഡർ, സുമുഖനായ സ്റ്റീഫൻ കസറ്റ്സ്കി രാജകുമാരൻ തന്റെ പദവി രാജിവെച്ച് ഒരു സന്ന്യാസിയാകാനായി മഠത്തിൽ ചേർന്നിരിക്കുന്നു. അയാൾ റോയൽ അഡ്ജറ്റന്റ് ആകുമെന്നും നിക്കോളാസ് ഒന്നാമൻ ചക്രവർത്തിക്കു കീഴിൽ ഉജ്ജ്വലമായൊരു ഭാവി കാത്തിരിക്കുകയാണെന്നും എല്ലാവരും പ്രവചിച്ചിരുന്നതാണ്. ചക്രവർത്തിനിക്ക് ഇഷ്ടമുള്ള സുന്ദരിയായൊരു യുവതിയുമായി അയാളുടെ വിവാഹം അടുത്ത മാസം ഉറപ്പിച്ചിരിക്കുകയാണ്. ആ വിവാഹ നിശ്ചയം വേർപെടുത്തുകയും തന്റെ വലിയ എസ്റ്റേറ്റുകളെല്ലാം സഹോദരിക്ക് എഴുതിക്കൊടുക്കുകയും ചെയ്തു. അതിനുപിന്നിലുള്ള കാരണങ്ങളെല്ലാം അസാധാരണവും വിശദീകരിക്കാനാവാത്തതുമായിരുന്നു. എന്നാൽ, സ്റ്റീഫൻ കസറ്റ്സ്കി രാജകുമാരന് അതൊരു സാധാരണ തീരുമാനമായിരുന്നു, മറ്റൊന്നും അയാൾക്ക് മനസ്സിൽ രൂപം നൽകാൻ കഴിയില്ലായിരുന്നു.

സ്റ്റീഫന് പന്ത്രണ്ട് വയസ്സ് പ്രായമുള്ളപ്പോഴാണ് അച്ഛൻ മരിച്ചത്. ഗാർഡ്സിലെ റിട്ടയേർഡ് കേണൽ ആയ മകനെ വീട്ടിൽനിന്ന് പുറത്ത് വിടാൻ ആഗ്രഹമില്ലായിരുന്നു. അവന്റെ അമ്മയ്ക്ക് എന്നാൽ അച്ഛന്റെ ആഗ്രഹപ്രകാരം അവനെ കേഡറ്റ് കോർപ്സിൽ ചേർത്താതിരിക്കാൻ ധൈര്യമില്ലായിരുന്നു. കാരണം അദ്ദേഹത്തിന്റെ വിൽപത്രത്തിൽ ഇക്കാര്യം പിതാവ് രേഖപ്പെടുത്തിയിരുന്നു. അമ്മ മകനെ കോർപ്സിലേക്കയച്ചു. മകൾ വർവാരയുടെ സെന്റ് പീറ്റേഴ്സ് ബർഗ്ഗ് വസതിയിലേക്ക് അവർ താമസം മാറ്റുകയും ചെയ്തു. ഒഴിവു ദിവസങ്ങളിൽ ആ വീട്ടിൽ മകന് വന്ന് താമസിക്കാമല്ലോ എന്ന് കരുതി.

വിശിഷ്ടമായ കഴിവുകളും പ്രൗഢിയുമുള്ളവനാണ് അവൻ എന്ന് തെളിയിക്കപ്പെട്ടു. ആ ഗുണങ്ങൾ അവനെ ക്ലാസ്സിലെ പഠനത്തിലും കുതിരസ്സവാരിയിലും മറ്റ് സൈനികകലയിലും മുൻനിരയിലെത്തിച്ചു. പ്രത്യേകിച്ച് മാത്തമാറ്റിക്സിൽ അവന് താത്പര്യമുണ്ടായിരുന്നു. അയാൾ

സുമുഖനും കരുത്തനും അസാധാരണമാംവിധം പൊക്കമുള്ളവനുമായി രുന്നു. സ്വഭാവത്തിലും പെരുമാറ്റത്തിലും അയാളൊരു മാതൃകാ കേഡറ്റും. കോപ പ്രകൃതമൊഴിച്ചാൽ, അയാൾക്ക് മദ്യപാനമോ, ദുർനടപടികളോ ഉണ്ടായിരുന്നില്ല. അതിശയകരമാംവിധം സത്യസന്ധനുമായിരുന്നു. അയാ ളുടെ ഒരേയോരു ദുർഗുണം നിയന്ത്രണാതീതമായ കോപമാണ്. ചില പ്പോൾ നിയന്ത്രണം വിട്ട്, കോപാന്ധനായ മൃഗമായി മാറും. ഒരിക്കൽ അയാൾ ലോഹപദാർത്ഥങ്ങൾ സംഭരിക്കുന്ന ഹോബിയെ പരിഹസിച്ച ഒരു സഹകേഡറ്റിനെ ജനാലയിലൂടെ എടുത്തെറിഞ്ഞു. മറ്റൊരു സന്ദർഭ ത്തിൽ, ഒരു പ്ലേറ്റ് കട്‌ലൈറ്റ് മുഴുവൻ സ്റ്റിവാർഡിനു മേൽ വലിച്ചെറി ഞ്ഞു. മാത്രമല്ല, വാക്കു പാലിക്കാത്തതിനും പച്ചക്കള്ളം പറഞ്ഞതിനും അയാളെ നന്നായി പ്രഹരിച്ചു. കോർപ്സ് ഡയറക്ടർ ആ കേസ് അപ്പാടെ ഒതുക്കി തീർക്കുകയും സ്റ്റിവാർഡിനെ പുറത്താക്കുകയും ചെയ്തില്ലാ യിരുന്നെങ്കിൽ അയാൾ തീർച്ചയായും തരം താഴ്ത്തപ്പെട്ടേനേ.

പതിനെട്ടാം വയസ്സിൽ അയാൾക്ക് കമ്മീഷൻ ലഭിച്ചു, ഗാർഡ്സിന്റെ ഒരു കുലീന റെജിമെന്റിലായിരുന്നു നിയമനം. കോർപ്സിൽ ആയിരി ക്കുമ്പോൾത്തന്നെ നിക്കോളോയ് പൗലോവിച്ച് ചക്രവർത്തിയുടെ ശ്രദ്ധ യിൽ അയാൾ ഉൾപ്പെട്ടിരുന്നു, അതുകൊണ്ട് റെജിമെന്റിൽ പ്രത്യേക പരിഗണനയും ലഭിച്ചിരുന്നു. റോയൽ അഡ്ജറ്റന്റായി ഉയർത്തപ്പെടുമെന്ന് കരുതി. അതയാളുടെ വലിയ അഭിലാഷമായിരുന്നു. ഉൽക്കർഷേച്ഛ ക്കൊണ്ടായിരുന്നില്ല, കോർപ്സിൽ ആയിരിക്കുമ്പോൾത്തന്നെ ചക്ര വർത്തിയോട് അയാൾക്ക് സ്നേഹം തോന്നിയിരുന്നു- നിക്കോളായ് പൗലോവിച്ച് കോർപ്സ് സന്ദർശിക്കുമ്പോഴെല്ലാം (അദ്ദേഹം ഒരു പതിവ് സന്ദർശകനായിരുന്നു.), ധൃതിയിൽ നടന്നുവരുന്ന, വിരിഞ്ഞ മാറിടവും വളരുന്ന മൂക്കും മീശയും നീളംകുറഞ്ഞ കൃതാവും പൊക്കവുമുള്ള ആ പട്ടാള യൂണിഫോം ധരിച്ച മനുഷ്യൻ മുഴങ്ങുന്ന ശബ്ദത്തിൽ കാഡറ്റു കളെ അഭിവാദ്യം ചെയ്യുമ്പോൾ, ഒരു കാമുകന്റെ ആനന്ദമൂർച്ഛയാണ് കസറ്റ്സിക്ക് അനുഭവപ്പെടാറുള്ളത്, പിൽക്കാലത്ത് സ്വന്തം കാമുകീ സാന്നിദ്ധ്യത്തിൽ അയാൾക്ക് തോന്നാറുള്ള വികാരം! നിക്കോളായ് പൗലോവിച്ച് വരുത്തിയ ആനന്ദമൂർച്ഛ കൂടുതൽ ആനന്ദകരമായിരുന്നെന്ന് മാത്രം. തന്റെ അനന്തമായ ഭക്തി പ്രകടിപ്പിക്കുവാൻ അത് ആ ബാല കനെ പ്രേരിപ്പിച്ചു. തന്റേതായതെല്ലാം ആരാധിക്കുന്നവനുവേണ്ടി ത്യാഗം ചെയ്യുവാൻ. ഈ ആനന്ദമൂർച്ഛ അവനിൽ ഉളവാക്കിയെന്ന വസ്തുത നിക്കോളായ് പൗലോവിച്ച് മനസ്സിലാക്കിയിരുന്നു, അത് ബോധപൂർവം പ്രോത്സാഹിപ്പിക്കുകയും ചെയ്തു. അദ്ദേഹം കേഡറ്റുകളോടൊപ്പം കളിച്ചു. അവരെ ചുറ്റും വിളിച്ചിരുത്തി, അവരോട് സംസാരിച്ചു. ചിലപ്പോൾ ബാലസഹജമായ ലാളിത്യത്തോടെ, മറ്റു ചിലപ്പോൾ രാജകീയപ്രൗഢി യോടെ.

ഓഫീസറുമായുള്ള കസറ്റ്സ്കിയുടെ പ്രശ്നത്തിനു ശേഷം പൗലോവിച്ച് അതിനെപ്പറ്റി യാതൊരഭിപ്രായവും പ്രകടിപ്പിച്ചില്ല,

അടുത്തുചെന്നപ്പോൾ അദ്ദേഹം നാടകീയമായി അവനു നേരെ കൈവീശി, നെറ്റി ചുളിച്ച് ഒരു വിരൽ ഇളക്കിക്കാണിച്ചു. അയാൾ പോകു മ്പോൾ അദ്ദേഹം പറഞ്ഞു. "ഞാൻ അത് മനസ്സിലാക്കി എന്ന് നീ അറി യണം. ഞാൻ അറിയാൻ ഇഷ്ടപ്പെടാത്ത ചില കാര്യങ്ങൾ ഉണ്ട്. അതി വിടെ നടക്കുന്നു." പിന്നെ ഒരു കൈ അദ്ദേഹം തന്റെ നെഞ്ചത്ത് വെച്ചു.

പിന്നീട്, കേഡറ്റ് ബിരുദധാരികൾ അദ്ദേഹത്തെ കണ്ടപ്പോൾ, ഇക്കാര്യം സൂചിപ്പിച്ചതേയില്ല, അദ്ദേഹം പതിവുപോലെ പറഞ്ഞു. "ആവശ്യമുള്ളപ്പോളെല്ലാം അവർക്ക് അദ്ദേഹത്തെ നേരിട്ട് വന്ന് കാണാം. അദ്ദേഹത്തേയും മാതൃഭൂമിയേയും വിശ്വസ്തതയോടെ സേവിക്കുക എന്നതവരുടെ കർത്തവ്യമാണ്. അദ്ദേഹം എന്നുമെന്നും അവരുടെ ഏറ്റവും വലിയ സുഹൃത്തായിരിക്കും. എന്നത്തേയും പോലെ," അത് കേഡറ്റുകളുടെ ഹൃദയത്തെ സ്പർശിച്ചു. പഴയ കാര്യങ്ങൾ ഓർത്തു കൊണ്ടും കസറ്റ്സ്കി ആത്മാർത്ഥതയോടെ കണ്ണുനീർ പൊഴിച്ചു, തന്റെ മുഴുവൻ പ്രവർത്തനശക്തിയും പ്രിയങ്കരനായ സാർ ചക്രവർത്തിയെ സേവിക്കാനായി ചെലവഴിക്കുമെന്ന് ശപഥം ചെയ്തു.

കസറ്റ്സ്കിക്ക് കമ്മീഷൻ ലഭിച്ചപ്പോൾ അമ്മയും സഹോദരിയും മോസ്കോയിലേക്ക് താമസം മാറ്റി, പിന്നീട് അവരുടെ ഗ്രാമീണവസതി യിലേക്കും. കസറ്റ്സ്കി സ്വത്തിന്റെ പാതി പങ്ക് സഹോദരിക്ക് നൽകി. ബാക്കി സ്വത്തിൽനിന്നുള്ള സമ്പാദ്യം അയാളുടെ ചെലവിനേ തികയു മായിരുന്നുള്ളൂ. കാരണം, അയാൾ സേവനമനുഷ്ഠിച്ചിരുന്നത് ഒരു സമ്പ ന്നരുടെ റെജിമെന്റിൽ ആയിരുന്നു.

പുറമേക്ക് സാധാരണ മട്ടിലുള്ള ഉൽക്കർഷേച്ഛുവും സമർത്ഥനുമാ യൊരു യുവാവായിട്ടാണ് കസറ്റ്സ്കി കാണപ്പെട്ടത്. അയാൾ ഉള്ളിൽ എന്തായാലും സ്ഥിരമായി സങ്കീർണ്ണവും കഠിനശ്രമം ആവശ്യമുള്ളതു മായ പ്രയത്നത്തിൽ വ്യാപൃതനായിരുന്നു. ഈ പ്രയത്നം ബാല്യം മുതൽ തുടർന്നുകൊണ്ടേയിരുന്നു- തികച്ചും വ്യത്യസ്ത രൂപങ്ങളിൽ എന്നാൽ, എപ്പോഴും ഒരേ രീതിയിൽ, ജീവിതത്തിൽ അയാൾ നടത്തിയ എല്ലാ അന്വേഷണങ്ങളും നേട്ടങ്ങളും ഔന്നത്യവും മറ്റ് ജനങ്ങളുടെ പ്രശംസ പിടിച്ചു പറ്റി. അത് വിജ്ഞാനത്തിന്റെയോ, പഠനത്തിന്റേയോ പ്രശ്നമാണെങ്കിൽ അയാൾ പുസ്തകങ്ങളിൽ മുഴുകും, അയാൾ ഒരു മാതൃകയാണെന്ന് ജനം വാഴ്ത്തുന്നതുവരെ. ഒരു കാര്യത്തിൽ പൂർണ്ണപരി ജ്ഞാനം നേടിക്കഴിഞ്ഞാൽ, മറ്റൊന്നിലേക്ക് തിരിയും. അങ്ങനെയാണ യാൾ തന്റെ ക്ലാസ്സുകളിൽ ഒന്നാമനായി വിജയിച്ചുകൊണ്ടിരുന്നത്. കോർപ്സിലായിരിക്കവേ, ഫ്രഞ്ച് സംഭാഷണത്തിൽ ഒരിക്കൽ അമ്പര പ്പിക്കുന്ന ഒരു സംഭവം ഉണ്ടായ ശേഷം അയാൾ റഷ്യനിലേതുപോലെ ഫ്രഞ്ചിലും പൂർണ്ണജ്ഞാനം നേടുകയുണ്ടായി. അതുപോലെ ചെസ്സ് അയാളെ ആകർഷിച്ചപ്പോൾ, ആ കളിയിൽ അത്യുന്നതപാടവം കരസ്ഥ മാക്കി.

ജീവിതത്തിൽ തന്റെ പൊതു നിയോഗത്തിന് പുറമെ (ചക്രവർത്തി യേയും രാജ്യത്തേയും സേവിക്കൽ) കസറ്റ്സ്കിയുടെ മുന്നിൽ എപ്പോഴും ചില സത്വരമായ രഹസ്യങ്ങൾ ഉണ്ടായിരിക്കും. ആ ലക്ഷ്യം എത്ര നിസ്സാരമായാലും ആ അന്വേഷണത്തിൽ അയാൾ പൂർണ്ണമായും മുഴുകും. അതിനുവേണ്ടി മാത്രമായിരിക്കും അയാൾ ജീവിക്കുക, ആ ലക്ഷ്യ പ്രാപ്തിക്കുവേണ്ടി! അതു നേടുന്നതുവരെ! എന്നാൽ നേടി ക്കഴിഞ്ഞ ഉടനെ പുതിയ ഏതെങ്കിലും ലക്ഷ്യം അയാളുടെ മുന്നിൽ പ്രത്യക്ഷപ്പെടും! പിന്നെ അതിന്റെ ഉജ്ജ്വലമായ ഫലപ്രാപ്തിക്കുവേണ്ടി യുള്ള അദ്ധ്വാനമാണ്. അങ്ങനെ ഒന്നിൽനിന്ന് മറ്റൊന്നിലേക്ക്... അയാ ളുടെ ജീവിതത്തിലെ സംതൃപ്തി അതാണ്. അപ്രകാരം, കമ്മീഷൻ ലഭിച്ച ശേഷം പട്ടാളത്തെക്കുറിച്ചുള്ള പൂർണ്ണ പരിജ്ഞാനം നേടാൻ അയാൾ തീരുമാനിച്ചു, അതിവേഗം ഒരു മാതൃകാ ഓഫീസറായി ത്തീർന്നു-വീണ്ടും ഒരു കാര്യത്തിലൊഴിച്ച്. അനിയന്ത്രിതമായ കോപം! അതിപ്പോൾ മുമ്പത്തെപ്പോലെ ദ്രോഹപരമായ പെരുമാറ്റത്തിലേക്കയാളെ നയിച്ചു. ഔദ്യോഗികജീവിതത്തെത്തന്നെ ബാധിക്കാൻ തുടങ്ങി.

ഒരു ദിവസം തന്റെ വിദ്യാഭ്യാസത്തിന്റെ കുറവുകളെക്കുറിച്ചുള്ള സംഭാഷണം അയാളെ ബോധവാനാക്കി. ഈ അപാകത നികത്തുവാൻ തീരുമാനിച്ചു. നിരവധി പഠനങ്ങളിലൂടെ തന്റെ ലക്ഷ്യം അയാൾ നേടി. പിന്നെയും ഉയരത്തിലെത്തണമെന്നയാൾ ആഗ്രഹിച്ചു. ബാൾ റൂം ഡാൻ സിൽ പരിപൂർണ്ണമായ പരിശീലനം നേടി. എല്ലാ സൊസൈറ്റി നൃത്ത വിരുന്നുകളിലും അയാൾ ക്ഷണിതാവായിരുന്നു. പലപ്പോഴും ചെറിയ നൃത്തവിരുന്നുകളിൽ പോലും! അയാൾ തൃപ്തനായില്ല. എല്ലാ കാര്യ ങ്ങളിലും ഒന്നാം സ്ഥാനക്കാരനായിരുന്നു; എന്നാൽ സമൂഹത്തിൽ സ്ഥാനം അതായിരുന്നില്ല, അതിലയാൾ ബഹുദൂരം ആയിരുന്നു.

ഉന്നത സൊസൈറ്റി അക്കാലത്ത് നാല് തരം ആളുകൾ അടങ്ങി യതായിരുന്നു - എക്കാലത്തും എല്ലായിടത്തും അപ്രകാരമായിരിക്കുമെന്ന് ഞാൻ കരുതുന്നു: 1) ധനികരും അധികാരമുള്ളവരും 2) ധനികരല്ലെ ങ്കിലും ജന്മവും പരിശീലനവും മൂലം അധികാരസ്ഥാനത്തെത്തിയവർ 3) അധികാരസ്ഥാനത്തുള്ളവരെ പാട്ടിലാക്കാൻ ശ്രമിക്കുന്ന സമ്പന്നർ 4) ധനികരുടേയും അധികാരസ്ഥാനത്തുള്ളവരുടേയും ഇഷ്ടം സമ്പാദി ക്കാൻ ശ്രമിക്കുന്ന നിർധനർ. കസറ്റ്സ്കി ഒന്നാമത്തെ വർഗ്ഗത്തിൽ പെടു ന്നില്ല. അവസാനത്തെ രണ്ട് വർഗ്ഗങ്ങളിൽ അയാൾക്ക് വൻസ്വാഗതമാണ്. സൊസൈറ്റിയിലേക്കയാൾ കടന്നു ചെല്ലുമ്പോൾ ആദ്യം ഏതെങ്കിലും സൊസൈറ്റി ലേഡിയുമായി ബന്ധം സ്ഥാപിക്കുവാൻ ലക്ഷ്യമിടുന്നു. പ്രതീക്ഷിച്ചതിലേറെ വേഗത്തിൽ അയാൾ ലക്ഷ്യപ്രാപ്തി നേടുകയും ചെയ്യുന്നു. എന്നാൽ വളരെ വേഗം അയാൾ ഒരു കാര്യം മനസ്സിലാക്കുന്നു. താൻ ചരിക്കുന്ന സമൂഹം താഴ്ന്ന വർഗ്ഗത്തിന്റേതാണെന്ന്! ഉന്നതസമൂഹ ങ്ങൾ നിലവിലുണ്ട്. ഈ ഉന്നത അധികാരികളുടെ സമൂഹത്തിൽ താൻ

ആദരവോടെ സ്വീകരിക്കപ്പെട്ടെങ്കിലും, അയാൾ പുറത്തുള്ളവനാണ്. അത വരുടെ ഓരോ വാക്കിലും പ്രവൃത്തിയിലും കണ്ടറിഞ്ഞു. താൻ സൊസൈ റ്റിയിൽപ്പെട്ടവനല്ലെന്ന് അയാൾ മനസ്സിലാക്കി. അതിൽ അയാൾ ഉൾപ്പെ ടാനാഗ്രഹിച്ചു. അതിന് പല മാർഗ്ഗങ്ങളുണ്ട്. 1) ഒരു റോയൽ അഡ്ജ സ്റ്റന്റ് ആവുകയാണ്- അതയാൾ പ്രതീക്ഷിക്കുന്നുണ്ട്. മറ്റൊന്ന് ഈ വൃത്തത്തിലെ ആരെയെങ്കിലും വിവാഹം കഴിക്കുക. അങ്ങനെ, അത്തര മൊരു വിവാഹം കഴിക്കാൻ തീരുമാനിച്ചു. അധികാര തലത്തിലുള്ള ഒരു പെൺകുട്ടിയെ തിരഞ്ഞെടുത്തു. അയാൾ ആഗ്രഹിച്ചതുപോലൊരു സൊസൈറ്റി ലേഡി മാത്രമല്ല, ഏറ്റവും ഉന്നത വ്യക്തികൾ സൗഹൃദം സ്ഥാപിക്കാൻ മോഹിക്കുന്ന ഒരു പെൺകുട്ടിയുമായിരുന്നു. കൊറോട് കോവാ പ്രഭ്വി. പ്രഭ്വിയെ കസറ്റ്സ്കി തിരഞ്ഞെടുത്തത് അയാളുടെ ഉൽക്കർഷേച്ഛകൊണ്ട് മാത്രമല്ല, അവൾ ഏറ്റവും അഴകുള്ളവളുമായിരു ന്നതിനാലാണ്. അതിവേഗം അയാൾ അവളിൽ അനുരക്തനായി. ആദ്യം അയാളോടുള്ള അവളുടെ സമീപനം തണുപ്പനായിരുന്നു, പെട്ടെന്ന്, എല്ലാറ്റിനും ഒരു മാറ്റം വന്നു. അവളുടെ പെരുമാറ്റം മൃദുവായി, അവ ളുടെ അമ്മ, പ്രത്യേകിച്ചും സൗഹാർദപൂർവം പെരുമാറാൻ തുടങ്ങി.

കസറ്റ്സ്കി വിവാഹാഭ്യർത്ഥന നടത്തി, അത് സ്വീകരിക്കപ്പെട്ടു. ഇത്ര അനായാസം അത് നേടാനായതിൽ അയാൾ ശരിക്കും ആശ്ചര്യപ്പെട്ടു! അമ്മയുടെയും മകളുടെയും പെരുമാറ്റത്തിൽ എന്തോ അസാധാരണത്വം കാണപ്പെട്ടിരുന്നു. എന്നാൽ അഗാധമായ പ്രേമത്തിൽ അയാൾ അന്ധ നായിരുന്നു! പട്ടണത്തിലുള്ള ഭൂരിഭാഗം ആളുകളും മന്ത്രിച്ചിരുന്നത് അയാൾ അറിഞ്ഞിരുന്നില്ല. അതായത് അയാൾ വിവാഹം നിശ്ചയിച്ച വൾ ഒരു വർഷം മുമ്പ് നിക്കോളായ് പൗലോവിച്ചിന്റെ വെപ്പാട്ടി ആയിരു ന്നുവെന്ന്!...

2

വിവാഹത്തിനു രണ്ട് ദിവസം മുമ്പ്, കസറ്റ്സ്കി തന്റെ ഭാവി വധുവിന്റെ 'സാർസ്കോയെസെലൊ'യിലെ വേനൽക്കാല വസതി സന്ദർശിക്കാൻ പോയി. ചൂടുള്ള മെയ് മാസം. അവർ തോട്ടത്തിൽ കുറച്ചു നേരം ഉലാത്തി. പിന്നെ നടപ്പാതയിലെ നാരകമരത്തിന്റെ ശീതളച്ഛായയിൽ, ഒരു ബഞ്ചിൽ ഇരുന്നു. തന്റെ വെളുത്ത മസ്ലിൻ ഡ്രസ്സിൽ അന്ന് മേരി പ്രഭ്വി അതിസുന്ദ രിയായി കാണപ്പെട്ടു. നിഷ്കളങ്കതയുടെയും പ്രേമത്തിന്റെയും പ്രതീകം പോലെ തന്നോട് മൃദുവായും സൗമ്യമായും സംസാരിക്കുന്ന ആ സുമു ഖനെ ഇടയ്ക്കിടെ കടാക്ഷിച്ച്, തലതാഴ്ത്തി ഇരിക്കുകയാണ് അവൾ. തന്റെ ഏതെങ്കിലും വാക്കോ, ഭാവമോ ആ പരിശുദ്ധമാലാഖയ്ക്ക് ഇഷ്ട പ്പെട്ടില്ലെങ്കിലോ എന്ന ഭയം അയാൾക്കുണ്ടായിരുന്നു. നാല്പതുകളിലെ വ്യക്തികളിലൊരുവനാണ് കസറ്റ്സ്കി- അത്തരം ആളുകളെ ഇപ്പോൾ

കാണാൻ കഴിയില്ല. അവർ പരസ്ത്രീകളെ പ്രാപിക്കുന്നവരും അതിൽ തെറ്റ് കാണാത്തവരുമാണ്. അതേ സമയം, സ്വന്തം ഭാര്യമാർ മാതൃകാപരവും ദിവ്യമായ പരിശുദ്ധിയും ഉള്ളവരാകണമെന്ന് ശഠിക്കുന്നവരും. തങ്ങളുടെ സൊസൈറ്റി ലേഡിമാർക്ക് അത്തരം പരിശുദ്ധി ഉണ്ടെന്ന മട്ടിലാണവർ പെരുമാറുന്നത്. ഈ കാഴ്ചപ്പാടിൽ വലിയ തെറ്റുണ്ട്, മനുഷ്യർക്ക് ഒരുപാട് ദ്രോഹം ചെയ്യുന്നവ. എന്നാൽ, ഇന്നത്തെ യുവാക്കളുമായി താരതമ്യപ്പെടുത്തുമ്പോൾ, സ്ത്രീകളുമായുള്ള അവരുടെ പെരുമാറ്റം മൗലികമായും വ്യത്യസ്തമാണ്. ഇന്നത്തെ യുവാക്കൾ ഏത് പെൺകുട്ടിയേയും കാണുന്നത്, ഒരു ഇണയെ തേടുന്ന സ്ത്രീയോടെന്നപോലെയാണ്. അത്, ഞാൻ കരുതുന്നത് സുഖപ്രദമായൊരു മനോഭാവമാണെന്നാണ്. പെൺകുട്ടികൾ ആദർശവാദികളായി ചിത്രീകരിക്കപ്പെടുമ്പോൾ, ആദർശവാദികളാകാൻ തങ്ങളാൽ കഴിയുന്ന വിധത്തിൽ അവർ ശരിക്കും ശ്രമിച്ചിരുന്നു.

അത്തരത്തിലായിരുന്നു കസറ്റ്സ്കിയുടെ സ്ത്രീകളോടുള്ള മനോഭാവവും. തന്റെ ഭാവിവധുവിനെക്കുറിച്ചുള്ള അയാളുടെ സങ്കല്പവും അതായിരുന്നു. എന്നത്തേക്കാളേറെ സ്നേഹം അന്ന് അയാൾക്കവളോട് തോന്നി. ശാരീരിക-കാമവികാരങ്ങളൊന്നും തോന്നിയില്ല. എന്നാൽ, അവളുടെ അപ്രാപ്യതയിൽ ഹൃദയംഗമമായി ആഹ്ലാദിക്കുകയും ചെയ്തു.

അയാൾ എഴുന്നേറ്റ്, വാളിൽ ഇരുകൈകളുംവെച്ച് കുനിഞ്ഞുനിന്നു.

“ജീവിതത്തിൽ ആനന്ദം കൊണ്ടുവരാൻ എങ്ങനെ കഴിയുമെന്ന് ഇപ്പോൾ മാത്രമാണ് ഞാൻ പഠിച്ചത്.” അയാൾ പറഞ്ഞു “അതിന് ഞാൻ നിങ്ങളോട് കടപ്പെട്ടിരിക്കുന്നു.”

ആശങ്കയോടെ അയാൾ അവളെ നോക്കി പുഞ്ചിരിച്ചു. അവൾക്കു നേരെ നോക്കുമ്പോൾ, ഈ മാലാഖയോട് അത്ര അടുപ്പത്തോടെ സംസാരിക്കാനയാൾ ഭയപ്പെടുന്നതുപോലെ കാണപ്പെട്ടു. “ഞാൻ എന്നെത്തന്നെ മനസ്സിലാക്കാൻ വന്നതാണ്, ... നിങ്ങൾക്ക് നന്ദി, ഞാൻ സ്വയം കരുതിയതിനേക്കാൾ ഭേദപ്പെട്ടവനാണോ എന്നറിയാൻ.”

“ഞാൻ അക്കാര്യം വളരെ മുമ്പ് തന്നെ മനസ്സിലാക്കിയിരുന്നു.” അവൾ മറുപടി നൽകി. “അതാണ് നിങ്ങളെ പ്രേമിക്കാനെന്നെ പ്രേരിപ്പിച്ചത്”

അടുത്തിരുന്ന് ഒരു രാപ്പാടി ഗാനമാലപിക്കാൻ തുടങ്ങി. പെട്ടെന്നുണ്ടായ കാറ്റിൽ പുതിയ പച്ചിലപ്പടർപ്പ് കിലുകിലാരവമുയർത്തി.

അയാൾ അവളുടെ കരം ഗ്രഹിച്ച്, ചുംബിച്ചു. അയാളുടെ കണ്ണുകൾ നിറഞ്ഞു. അവൾ മനസ്സിലാക്കി. താൻ അയാളെ സ്നേഹിക്കുന്നുണ്ടെന്ന് പറഞ്ഞതിന് അയാൾ അവളോട് നന്ദി പ്രകടിപ്പിക്കുകയാണ്. അല്പനേരം അയാൾ ഒരക്ഷരം മിണ്ടാതെ അവിടെ ഉലാത്തി, “നിങ്ങളോട് ഒരു കാര്യം പറയുവാൻ ഞാൻ ആഗ്രഹിക്കുന്നു. ആഹ്, ശരി, സാരമില്ല സ്വാർത്ഥ

ലക്ഷ്യത്തോടെയായിരുന്നു ഞാൻ ആദ്യം നിങ്ങളെ സമീപിച്ചത്. സൊസൈറ്റിയിൽ ഒരു സ്ഥാനമായിരുന്നു എന്റെ ലക്ഷ്യം എന്നാൽ ഇപ്പോൾ... നിങ്ങളുമായി തുലനം ചെയ്യുമ്പോൾ അതെല്ലാം എത്ര നിസ്സാരമായിത്തീർന്നിരിക്കുന്നു നിങ്ങളെ ഞാൻ മനസ്സിലാക്കിയപ്പോൾ, അത് നിങ്ങളെ ദേഷ്യം പിടിപ്പിക്കുന്നുണ്ടോ?"

അവൾ മറുപടി പറഞ്ഞില്ല; എന്നാൽ അവളുടെ കൈ അവനെ സ്പർശിച്ചു.

അയാൾ മനസ്സിലാക്കി. അവൾക്ക് ദ്വേഷ്യമില്ല "ഇനി നിങ്ങൾ പറയുന്നതെനിക്ക് കേൾക്കണം...." അയാൾ ഒന്ന് നിർത്തി, കൂടുതൽ ധൈര്യം കാണിക്കുന്നതിൽ ഭയപ്പെടുന്നതുപോലെ. "ശരി, ഇപ്പോൾ നിങ്ങളും എന്നെ പ്രേമിക്കുന്നു, ഇല്ലേ? എന്നോട് ക്ഷമിക്കു. അത് അവിശ്വസിക്കുന്നില്ല. എന്നാൽ, എന്തോ ചിലത് കൂടി ഉണ്ട്, നിങ്ങളെ വിഷമിപ്പിക്കുന്നത്, അശാന്തയാക്കുന്നത്, എന്താണത്?"

അതെ: അവൾ ചിന്തിച്ചു. ഇപ്പോൾ പറയണം. അല്ലെങ്കിൽ ഒരിക്കലും പറയാനാകില്ല. അദ്ദേഹം തീർച്ചയായും കണ്ടെത്തും എന്തായാലും. എന്നാൽ ഇപ്പോൾ അവളെ ഉപേക്ഷിക്കില്ല , ആഹ്, അദ്ദേഹം അവളെ ഉപേക്ഷിച്ചാൽ അവൾക്കത് താങ്ങാനാവില്ല!

സ്നേഹപൂർവം അവളുടെ കണ്ണുകൾ അയാളുടെ പൊക്കമുള്ള ബലിഷ്ഠമായ ശരീരത്തിൽ തറച്ചുനിന്നു, മുമ്പ് ചക്രവർത്തിയെ സ്നേഹിച്ചിരുന്നതിനേക്കാളേറെ ഇപ്പോൾ അവൾ അയാളെ സ്നേഹിക്കുന്നു. രാജകീയ പ്രത്യേകാവകാശം ഇല്ലായിരുന്നെങ്കിൽ അയാളേക്കാളേറെ ചക്രവർത്തിയെ ഇഷ്ടപ്പെടില്ലായിരുന്നു. "ശ്രദ്ധിക്കൂ, എനിക്ക് നിങ്ങളോട് നുണ പറയാൻ കഴിയില്ല. ഞാൻ സത്യം മുഴുവൻ തുറന്നുപറയാം നിങ്ങൾ ചോദിച്ചല്ലോ, എന്താണതെന്ന്? അതിതാണ്: ഞാൻ മുമ്പ് സ്നേഹിച്ചിട്ടുണ്ട്."

അവൾ അയാളുടെ കൈയിൽ പിടിച്ച് പേടിയോടെ പറഞ്ഞു.

അയാൾ മിണ്ടിയില്ല.

"അതാരാണെന്ന് ഞാൻ പറയട്ടെ? അത് അദ്ദേഹമായിരുന്നു, അതേ ചക്രവർത്തി..."

"നമ്മൾ എല്ലാവരും ചക്രവർത്തിയെ സ്നേഹിക്കുന്നു. നിങ്ങൾ സ്കൂളിലായിരുന്നപ്പോൾ, ഞാൻ കരുതുന്നു..."

"അല്ലാ, ഞാൻ സ്കൂൾ പഠനം പൂർത്തിയാക്കിയിരുന്നു. അത് ഒരു വശീകരണമായിരുന്നു. എന്നാൽ അതിപ്പോൾ അവസാനിച്ചു. എനിക്കത് നിങ്ങളോട് പറയണം...."

"ശരി, അതുകൊണ്ടെന്താണ്?"

"അത് വെറും..."

അവൾ മുഖം കൈകൾ കൊണ്ട് മറച്ചു,

"എന്ത്! നീ സ്വയം അദ്ദേഹത്തിന് സമർപ്പിക്കപ്പെട്ടെന്നാണോ ഉദ്ദേശിക്കുന്നത്?"

അവൾ മറുപടി നൽകിയില്ല

"നീ അയാളുടെ വെപ്പാട്ടി ആയിരുന്നുവെന്നാണോ ഉദ്ദേശിക്കുന്നത്?"

അവൾ മറുപടി പറഞ്ഞില്ല

അയാൾ ചാടി എഴുന്നേറ്റ് ശവം പോലെ വിളറിയ മുഖവുമായി അവളെ നോക്കി നിന്നു. അയാളുടെ ചുണ്ടുകൾ വിറച്ചു. ഒരു ദിവസം നെവിസ്കിയിൽവെച്ച് തന്നെ കണ്ട്, വിവാഹനിശ്ചയത്തിൽ എത്ര വാത്സല്യപൂർവമാണ് നിക്കോളായ് പവലോവിച്ച് തന്നെ അഭിനന്ദിച്ചതെന്ന് പെട്ടെന്നയാൾ ഓർത്തു.

"പ്രിയപ്പെട്ട ദൈവമേ! ഞാനെന്താണ് ചെയ്തത്" അവൾ നിലവിളിച്ചു.

"എന്നെ തൊടരുത്! നീ എന്നെ സ്പർശിക്കരുത്! നിനക്കതിനെങ്ങനെ കഴിയും?"

അയാൾ തിരിഞ്ഞ് വീട്ടിലേക്ക് നടന്നു. ഹാളിൽ അയാൾ അവളുടെ അമ്മയെ കണ്ടു.

"എന്ത് പറ്റി, എന്താണ് കാര്യം, രാജകുമാരാ, ഞാൻ വിചാരിച്ചു..."

അയാളുടെ മുഖഭാവം കണ്ട് അവൾ നിർത്തി. അയാളുടെ മുഖം വികാരാവേശത്താൽ ചുകന്നുതുടുത്തു.

"നിങ്ങൾക്കറിയാമായിരുന്നു!" അയാൾ അവൾക്കുനേരെ അട്ടഹസിച്ചു അത് മറയ്ക്കാനായി എന്നെ ഉപയോഗിക്കാമെന്ന് നിങ്ങൾ കരുതി. നിങ്ങൾ ഒരു പുരുഷനായിരുന്നുവെങ്കിൽ..."

അയാളുടെ മുഷ്ടി മുകളിലേക്കുയർന്നു. പെട്ടന്നയാൾ തിരിഞ്ഞു വീടിനു പുറത്തേക്കോടി.

അവളുടെ മുൻകാമുകൻ മറ്റാരെങ്കിലുമായിരുന്നെങ്കിൽ അയാളവനെ കൊന്നുകളഞ്ഞേനെ. എന്നാലത് തന്റെ ആരാധ്യനായ ചക്രവർത്തി ആയിപ്പോയല്ലോ.

പിറ്റേന്നയാൾ ലീവിന് അപേക്ഷിച്ചു. അതേ സമയം രാജിക്കത്തും നൽകി. എല്ലാവരെയും ഒഴിവാക്കാനായി, സുഖമില്ലാതിരിക്കയാണെന്ന വാർത്ത പരത്തി, അതിവേഗം ഗ്രാമത്തിലേക്ക് പോകുകയും ചെയ്തു.

തന്റെ ഇടപാടുകളെല്ലാം ഒതുക്കിക്കൊണ്ടയാൾ ഒരു വേനൽക്കാലം മുഴുവൻ എസ്റ്റേറ്റിൽ കഴിഞ്ഞുകൂടി. വേനൽ അവസാനിച്ചപ്പോൾ സെന്റ് പീറ്റേഴ്സ് ബർഗ്ഗിലേക്ക് തിരിച്ചു പോകുന്നതിനു പകരം, സന്ന്യാസിയാകാനായി ഒരു മഠത്തിലേക്ക് പോയി.

അത്തരം ഒരു അന്തിമതീരുമാനത്തിൽ നിന്നയാളെ പിൻതിരിപ്പിക്കാനായി ശ്രമിച്ചുകൊണ്ട് അയാളുടെ അമ്മ തന്റെ മകന് എഴുതി. എല്ലാ പരിഗണനകൾക്കും മുന്നിൽ ദൈവത്തിന്റെ വിളിയാണ് കൂടുതൽ പരിഗണിക്കപ്പെടേണ്ടതെന്ന് അയാൾ മറുപടി കൊടുത്തു, ആ വിളി തനിക്ക് വന്നെന്നും.

അയാളെപ്പോലെ അന്തസ്സും ഉൽക്കർഷേച്ഛയുമുള്ള അയാളുടെ സഹോദരി വർവാര മാത്രം അയാളെ മനസ്സിലാക്കുകയും സഹതപിക്കുകയും ചെയ്തു.

അവൾ അതിനെ ഇപ്രകാരമാണ് വീക്ഷിച്ചത്- തന്നേക്കാൾ ഉന്നതരാണെന്ന് അയാളെ ബോധിപ്പിക്കാൻ ശ്രമിച്ചവരുടെ മുകളിൽ നില കൊള്ളാൻ വേണ്ടിയാണ് അയാൾ സന്ന്യാസം സ്വീകരിച്ചത്. അവൾ പറഞ്ഞത് ശരിയായിരുന്നു. സന്ന്യാസം സ്വീകരിച്ചശേഷം, മറ്റുള്ളവർ വലിയ പ്രാധാന്യം കല്പിച്ചിരുന്ന കാര്യങ്ങളെല്ലാം അയാൾ പുച്ഛത്തോടെ നിരാകരിച്ചു. അയാൾക്കും പട്ടാളക്കാലത്ത് സുപ്രധാനമായി തോന്നിയ കാര്യങ്ങൾ.

അയാൾ പുത്തൻ ഉയരങ്ങളിലേക്ക് ഉയർന്നു. താൻ ഒരു കാലത്ത് അസൂയപ്പെട്ടിരുന്ന ആളുകളെ താഴോട്ട് നോക്കി കാണാൻ കഴിഞ്ഞു. വർവാര, ചിന്തിച്ചതുപോലുള്ള ഈ വികാരം മാത്രമായിരുന്നില്ല അയാളെ നയിച്ചത്. തന്റെ അന്തസ്സുമായി തന്റെ ആവശ്യങ്ങളെ കൂട്ടിക്കലർത്തുക എന്നതായിരുന്നു ആദ്യലക്ഷ്യം, അത് വർവാരയ്ക്ക് ഊഹിക്കാൻ കഴിഞ്ഞിരുന്നില്ല. യഥാർത്ഥ മതപരമായ വ്യഗ്രത. താൻ വിവാഹ നിശ്ചയം നടത്തിയ മേരിയിൽ നിന്ന് ഉണ്ടായ മോഹഭംഗം, അവളെ അത്രയ്ക്ക് പുണ്യവതിയായി വിഭാവനം ചെയ്തത്, നിഷ്ഠുരത, എല്ലാം അയാളെ നിരാശയിലാഴ്ത്തി. ആ നിരാശയാണയാളെ നയിച്ചത്. എങ്ങോട്ട്! ദൈവത്തിലേക്ക്, തന്റെ ബാല്യകാല വിശ്വാസത്തിലേക്ക് അയാൾ അതിന്റെ പിടിയിൽ നിന്ന് ഒരിക്കലും വിട്ടു പോയിരുന്നില്ല.

3

ഇന്റർ സെഷൻ ദിനത്തിനാണ് കസറ്റ്സ്കി സന്ന്യാസി മഠത്തിൽ പ്രവേശിച്ചത്.

ആ സന്ന്യാസി മഠത്തിലെ സുപ്പീരിയർ ഉത്കൃഷ്ട വംശജനും പണ്ഡിതനും വിദ്യാസമ്പന്നനുമായിരുന്നു; തിരഞ്ഞെടുക്കപ്പെട്ട നേതാവിനോടും ഗുരുവിനോടും സന്ന്യാസ വർഗ്ഗത്തിലെ ഒരു പിൻതലമുറക്കാരൻ. പ്രശസ്ത സ്റ്റാറെറ്റ്സ് അംറോസിയുടെ തികഞ്ഞ അനുസരണ പാലിക്കുന്നതിൽ ഖ്യാതി നേടിയ 'വലാംബിയാ'യുടെ ഒരു ശിഷ്യനായിരുന്നു സുപ്പീരിയർ- മകാരിയുടെ ശിഷ്യൻ, സ്റ്റാറെററ്സ് ലിയനോഡിന്റെ

ശിഷ്യൻ, പൈസി വെലിച്കോവിസ്കിയുടെ ശിഷ്യൻ. തന്റെ സ്വന്തം സ്റ്റാറെററ്സ് അല്ലെങ്കിൽ ഗുരുവായി അദ്ദേഹത്തെ കസറ്റ്സ്കി അംഗീകരിച്ചു.

സന്ന്യാസി മഠപ്രവേശനം അയാൾക്ക് മറ്റുവള്ളവർക്കുമേൽ ശ്രേഷ്ഠതാ മനോഭാവം നൽകിയെന്നു മാത്രമല്ല മാനസിക സംതൃപ്തിയും നേടിക്കൊടുത്തു, (അയാൾ എല്ലാകാര്യത്തിലും എപ്പോഴും ചെയ്യാറുള്ളതുപോലെ.)പ്രത്യേകിച്ചും തന്റെ പുതിയ ദൈവവിളിയുടെ ബാഹ്യവും ആന്തരികവുമായ അന്വേഷണത്തിൽ പരമാവധി പൂർണ്ണത നേടുവാൻ ശ്രമിച്ചു. തന്റെ റെജിമെന്റിലേതുപോലെ തന്നിൽ നിന്നു ആവശ്യപ്പെടുന്നതിലേറെ കാര്യങ്ങൾ ഔദ്യോഗികമായി രേഖപ്പെടുത്തപ്പെട്ട ചുമതലകൾക്കപ്പുറം അയാൾ നിർവഹിച്ചുപോന്നു– അങ്ങനെ, ഇപ്പോൾ സന്ന്യാസി എന്ന നിലയ്ക്കും അയാൾ പൂർണ്ണത ആഗ്രഹിച്ചു.

അദ്ധ്വാനശീലമുള്ളവനും മിതഭോജിയും ശാന്തനും മാന്യനും പരിശുദ്ധനും അനുസരണയുള്ളവനും ആകാൻ യത്നിച്ചു– പ്രവൃത്തിയിൽ മാത്രമല്ല ചിന്തയിലും– ഈ അവസാന ഗുണം, അല്ലെങ്കിൽ ശ്രേഷ്ഠത, പ്രത്യേകിച്ച് അയാളുടെ ജീവിതം സുഖകരമാക്കി. അല്ലെങ്കിലത് നേരെ മറിച്ചായേനേ! രാജ്യ തലസ്ഥാനത്തിനടുത്തുള്ള വലിയൊരു സന്ന്യാസി മഠത്തിലെ ജീവിതം അയാൾക്ക് അരോചകമായിത്തോന്നിയേനെ. അയാളെ പല പ്രലോഭനങ്ങളിലേക്കും അത് നയിച്ചേനെ. എന്നാൽ അനുസരണ ശീലവും ഗ്രഹണശക്തിയും ആ പ്രവണതയെ മാറ്റിയെടുത്തു. അയാൾക്ക് യുക്തി വിചാരത്തിന്റെ ആവശ്യമില്ല, തന്നിൽ അർപ്പിച്ച ചുമതല നിർവഹിക്കുക മാത്രമാണ് ചെയ്യാനുള്ളത്, അവ എന്തു തന്നെ ആയാലും– വിശുദ്ധരൂപമുള്ള പരിസരം കാത്ത് സൂക്ഷിക്കുക, ക്വയറിൽ ചേർന്നു പാടുക, സന്ന്യാസി മഠ ഹോസ്റ്റലിലെ കണക്കുകൾ സൂക്ഷിക്കുക, എന്നിവ. ഏത് തരത്തിലുള്ള സംശയസാധ്യതകളും ഗുരുവിനോടുള്ള വിധേയത്വം എന്ന ഗുണം മൂലം ഒഴിവാക്കപ്പെടുന്നു. ഈ വിധേയത്വമില്ലാതിരുന്നെങ്കിൽ, പള്ളിയിലെ സുദീർഘവും വിരസവുമായ കുർബ്ബാനകൾ, സന്ദർശകരുടെ അശാന്തമായ വരവും പോക്കും സന്ന്യാസി സാഹോദര്യത്തിന്റെ അസുഖകരമായ സ്വഭാവസവിശേഷത എന്നിവ മൂലം അയാൾ വല്ലാതെ പീഡിപ്പിക്കപ്പെട്ടവനായേനേ. എന്നാൽ ഇവയെല്ലാം സസന്തോഷം സഹിച്ചുകൊണ്ട് ഈ വിധേയത്വം പ്രദാനം ചെയ്തത്, ജീവിതത്തിൽ പുതിയൊരു താങ്ങും ആശ്വാസവും കൂടിയാണ്. “ഒരേ പ്രാർത്ഥന തന്നെ ഒരു ദിവസം പല തവണ ഒരാൾ കേൾക്കേണ്ടതിന്റെ ആവശ്യം എന്താണെന്ന് എനിക്കറിയില്ല. അത്യാവശ്യമാണെന്ന് മാത്രം എനിക്കറിയാം. അത്യാവശ്യമാണെന്ന് അറിഞ്ഞ നിലയ്ക്ക് ഞാനതിൽ സന്തോഷം കണ്ടെത്തുന്നു” സ്റ്റാറെറ്റ്സ് പറഞ്ഞു. “ജീവിതം നിലനിർത്താൻ ഭക്ഷണം അത്യന്താപേക്ഷിതമാണെന്നതുപോലെ പള്ളി പ്രാർത്ഥന ആത്മീയ ജീവിതത്തിന് അനുപേക്ഷണീയമാണ്.”

ഇത് അയാൾ വിശ്വസിച്ചു; സത്യത്തിൽ, അതിരാവിലെ എഴുന്നേൽക്കാനയാൾക്ക് വലിയ ബുദ്ധിമുട്ടായിരുന്നെങ്കിലും പുലർച്ചെ കുർബാന നിഷേധിക്കാനാവാത്ത സമാധാനവും സന്തോഷവും അയാൾക്ക് നൽകി. താൻ ചെയ്യേണ്ട കാര്യങ്ങൾ ചോദ്യം ചെയ്യാതെ സ്വികരിക്കുന്നതിലുള്ള വികാരം ആനന്ദകരമായിരുന്നു- എല്ലാം സ്റ്റാറെറ്റ്സ് തയ്യാറാക്കിയ പ്ലാൻ പോലെ. ജീവിതത്തിന്റെ കാതൽ സ്ഥിതി ചെയ്യുന്നത് സ്വന്തം ഇഷ്ടം മാത്രം നിയന്ത്രിക്കുന്നതിൽ മാത്രമല്ല, കൂടുതൽ വിധേയത്വവും എളിമയും എല്ലാ ക്രൈസ്തവ നന്മകൾ ആർജ്ജിക്കുന്നതിലുമാണ്. അത് എളുപ്പം നേടാവുന്നതാണെന്നയാൾ ആദ്യം കരുതി. തന്റെ മുഴുവൻ എസ്റ്റേറ്റും അയാൾ സന്ന്യാസി മഠത്തിന് നൽകി. യാതൊരു ഖേദവും അയാൾക്കതിൽ തോന്നിയില്ല. അയാൾ അലസനായിരുന്നില്ല. തന്റെ താഴ്ന്നവരോടു എളിമ കാണിക്കുക എന്നത് നിഷ്പ്രയാസമായിരുന്നു. എന്നു മാത്രമല്ല, അത് ആനന്ദത്തിന്റെ ഒരു ഉറവിടം കൂടിയായിരുന്നു. മാംസത്തിന്റേതായ പാപങ്ങൾ, ദുരാഗ്രഹവും ലൈംഗികാസക്തിയും നിഷ്പ്രയാസം കീഴടക്കപ്പെട്ടു. ഈ പാപങ്ങൾക്കെതിരെ സ്റ്റാറെറ്റ്സ് പ്രത്യേകം താക്കീത് നൽകിയിരുന്നു. എന്നാൽ കസറ്റ്സ്കി അതിൽ നിന്ന് മുക്തനായിരുന്നു. അതിൽ അയാൾ ആഹ്ലാദിച്ചു.

ഒരേയൊരു കാര്യമാണ് അയാളെ പീഡിപ്പിച്ചത്. താൻ വിവാഹ നിശ്ചയം ചെയ്തവളെക്കുറിച്ചുള്ള ഓർമ്മ. ഓർമ്മ മാത്രമല്ല എന്തെല്ലാം സംഭവിക്കുമായിരുന്നു എന്ന വ്യക്തമായ ബോധവൽക്കരണം. താൻ അറിയാതെത്തന്നെ അയാൾ അപ്പോൾ ചക്രവർത്തിയുടെ മറ്റൊരു കാമുകിയെക്കുറിച്ച് ഓർത്തുപോകും; അവൾ വിവാഹിതയും ഒരു മാതൃകാ ഭാര്യയും അമ്മയുമായി കഴിയുന്നു. അവളുടെ ഭർത്താവ് സുപ്രധാനമായ പദവിയിൽ നിയമിതനായി, അധികാരവും കീർത്തിയും നേടി. അതോടൊപ്പം നല്ലവളും മാനസാന്തരപ്പെട്ടവളുമായി മാറി ഭാര്യയും.

കസറ്റ്സ്കിയുടെ നല്ല സമയങ്ങളിൽ ഇത്തരം ചിന്തകൾ അയാളെ അലട്ടാറില്ല. നേരെ മറിച്ച് പ്രലോഭനങ്ങളിൽ നിന്ന് രക്ഷപ്പെട്ടതിൽ ആഹ്ലാദം തോന്നാറേയുള്ളൂ. എന്നാൽ മറ്റ് ചില സമയങ്ങളിൽ തന്റെ പുതിയ ജീവിതത്തിൽ നിറഞ്ഞുനിന്ന സംതൃപ്തി പെട്ടെന്ന് ഇരുളിലേക്ക് മാഞ്ഞു പോകും. അപ്പോൾ തന്റെ പുതിയ കാഴ്ചപ്പാടിൽ, (വിശ്വാസ പ്രമാണത്തിലല്ല) നഷ്ടബോധം തോന്നും. ആ ഓർമ്മകളിൽ മുഴുകുമ്പോൾ (തന്നെ പേടിപ്പിക്കുംവിധം) പുതിയ ആത്മീയജീവിതം സ്വീകരിച്ചതിൽ പശ്ചാത്താപം തോന്നും.

വിധേയത്വത്തോടെ കഴിയുക, തനിക്കായി തയ്യാറാക്കപ്പെട്ട ജോലിയിൽ മുഴുകുക. അങ്ങനെ ദിവസവും ഓരോ മണിക്കൂറുമുള്ള പ്രാർത്ഥനകളിൽ അയാൾ വീണ്ടും രക്ഷപ്പെടും. എല്ലാ ദിവസത്തേയുംപോലെ അയാൾ പ്രാർത്ഥിച്ചു എളിയവനെപ്പോലെ വിധേയത്വത്തോടെ ദണ്ഡ നമസ്കാരം ചെയ്തു. പതിവിലേറെ അപ്പോൾ പ്രാർത്ഥിച്ചു; എന്നാൽ

രൂപപ്രാർത്ഥനകൾ തികച്ചും ശാരീരികമായിരുന്നു. അതിൽ ആത്മാവ് ഉണ്ടായിരുന്നില്ല. ഇത് ഒന്നോ രണ്ടോ ദിവസം നീണ്ടുനിൽക്കും; പിന്നെ അത് കടന്നു പോകും. ഭീതിദമായ ദിനങ്ങളാണവ. താൻ മറ്റാരുടെയോ ശക്തിക്ക് വശംവദനാണെന്ന് തോന്നും. തന്റെ സ്വന്തം ശക്തിയല്ല, ദൈവത്തിന്റേതല്ല, മറ്റാരുടെയോ.... ആ സമയത്ത് അയാൾക്ക് ചെയ്യാൻ കഴിയുന്നത്, അയാൾ ചെയ്തത് സ്റ്റാറെറ്റ്സ് ഉപദേശിച്ചത് മാത്രമാണ്. പിടിച്ചു നിൽക്കുക, യാതൊന്നും പ്രവർത്തിക്കാതിരിക്കുക, കാത്തിരിക്കുക. മൊത്തത്തിൽ ഈ കാലഘട്ടം മുഴുവനും കസറ്റ്സ്കിയുടെ ജീവിതം സ്വന്തം മനസ്സല്ല നിയന്ത്രിച്ചിരുന്നത്; സ്റ്റാറെറ്റ്സിന്റെ മനസ്സാണ്. ഈ പൂർണ്ണ സമർപ്പണമാണ് ആത്മീയ ആനന്ദത്തിന്റെ ഉറവിടമായി തീർന്നത്.

തന്റെ ആദ്യ സന്ന്യാസിമഠത്തിൽ ഇപ്രകാരമാണ് ഏഴ് വർഷങ്ങൾ കസറ്റ്സ്കി ജീവിച്ചത്. മൂന്ന് വർഷം കഴിഞ്ഞപ്പോൾ അയാൾ ഒരു പുരോഹിതനായി വാഴിക്കപ്പെട്ടു, സെർജിയസ് എന്ന പേരോടെ. തന്റെ ആന്തരികമനസ്സിൽ പതിഞ്ഞ മഹത്തായൊരു നിമിഷമായിരുന്നു ഇത്. തിരുവാഴ്ത്തകൂദാശയിൽ പങ്കെടുക്കുമ്പോഴെല്ലാം അയാൾക്ക് വലിയ ആശ്വാസവും ആത്മീയ ഉന്നമനവും ലഭിച്ചിരുന്നു. ഇപ്പോൾ അയാൾ ഒരു പുരോഹിതനായിരിക്കുന്ന സന്ദർഭത്തിൽ അർപ്പണാഘോഷം അയാളിൽ ആനന്ദമൂർച്ഛ ഉളവാക്കി. കാലക്രമേണ, എന്തായാലും ഈ വികാരത്തിന്റെ തീവ്രത നഷ്ടപ്പെടാൻ തുടങ്ങി. ഈതരം ഒരു വിഷമാവസ്ഥയിൽ ഒരു ദിവസം അയാൾക്ക് പൊതു പ്രാർത്ഥനാചടങ്ങ് നിർവഹിക്കേണ്ടിയും വന്നു. ഈയിടെയായി ഇടയ്ക്കിടെ അയാൾ വിഷാദഭാവം പൂണ്ടിരിക്കാറുണ്ട്. അതും കടന്നുപോകുമെന്നയാൾ മനസ്സിലാക്കി. സത്യത്തിൽ ആനന്ദമൂർച്ഛ കുറഞ്ഞു വന്നു. എന്നാലും ആ ശീലം നില നിന്നു.

മൊത്തത്തിൽ, സന്ന്യാസി മഠത്തിലെ ഏഴാം വർഷത്തിൽ സെർജിയസ്സിന് ഒരു തരം വിരസത അനുഭവപ്പെടാൻ തുടങ്ങി. അവിടെ പഠിക്കാനും അധീനമാക്കാനുമുള്ളതിലെല്ലാം നൈപുണ്യം നേടി. അയാളുടെ മനസ്സിനെ വ്യാപൃതനാക്കാനായി മറ്റൊരു കാര്യവുമില്ല.

എന്നാൽ, മറ്റൊരു വശത്ത്, അയാൾ ചെന്നു പതിച്ച ആലസ്യം നിറഞ്ഞ മാനസികാവസ്ഥ കൂടുതൽ അഗാധമാകാൻ തുടങ്ങി. ആഴത്തിലുള്ള ഒരു തരം നിസ്സംഗത. അമ്മയുടെ നിര്യാണം, മറ്റൊരാളുമായുള്ള പ്രഭ്വിമേരിയുടെ വിവാഹം (ഈ സമയത്താണത് നടന്നത്.) എന്നിവ അയാളെ ഇളക്കിയില്ല. അയാളുടെ എല്ലാ താത്പര്യങ്ങളും എല്ലാ കഴിവുകളും ആന്തരിക ജീവിതത്തിൽ മാത്രം കേന്ദ്രീകരിക്കപ്പെട്ടു.

പുരോഹിതപട്ടം കിട്ടി നാല് വർഷമായപ്പോൾ ബിഷപ്പ് അയാളോട് പ്രത്യേകസൗഹൃദം കാണിച്ചിരുന്നു. അയാളെ ഏതെങ്കിലും ഉന്നത സ്ഥാനത്തേക്ക് ഉയർത്താൻ ബിഷപ്പ് ഉദ്ദേശിക്കുന്നുണ്ടെങ്കിൽ അതിന് എതിര് നിൽക്കരുതെന്ന് സ്റ്റാറെറ്റ്സ് അയാളോട് പറഞ്ഞു. അപ്പോൾ, ഉയർന്നുപോകാനുള്ള ഉൽക്കർഷേച്ഛ അയാൾക്കനുഭവപ്പെട്ടു, മറ്റുള്ള

സന്ന്യാസിമാരിൽ കുടികൊള്ളുന്ന ഇത്തരം മോഹം അയാൾക്ക് മുമ്പ് വെറുപ്പുളവാക്കിയിരുന്നതാണ്! തലസ്ഥാനത്തിനടുത്തുള്ള ഒരു സന്ന്യാസി മഠത്തിൽ അയാൾ നിയമിതനായി. അയാൾക്കതു നിരസിക്കണമെന്നുണ്ടായിരുന്നു; എന്നാൽ സ്റ്റാറെറ്റ്സ് അത് സ്വീകരിക്കണമെന്നയാളോട് പറഞ്ഞു. അതുകൊണ്ടയാൾ ആ നിയമനം സ്വീകരിച്ചു, സ്റ്റാറെറ്റ്സിനെ വിട്ട് പുതിയ സന്ന്യാസി മഠത്തിലേക്ക് പോയി.

തലസ്ഥാന നഗരിക്കടുത്തേക്കുള്ള ഈ സ്ഥലമാറ്റം സെർജിയസ്സിന്റെ ജീവിതത്തിലെ പ്രധാനപ്പെട്ടൊരു സംഭവവികാസമായിരുന്നു.എല്ലാ തരത്തിലുള്ള പ്രലോഭനങ്ങളും അയാളുടെചുറ്റും വന്ന് വളഞ്ഞു. അയാളുടെ ഊർജ്ജം മുഴുവൻ അവയെ പ്രതിരോധിക്കാൻ ചെലവഴിച്ചു.

തന്റെ ആദ്യത്തെ സന്ന്യാസി മഠത്തിൽ ലൗകിക പ്രലോഭനങ്ങൾ സെർജിയസ്സിന് കാര്യമായി സഹിക്കേണ്ടി വന്നിട്ടില്ല. ഇവിടെ, എന്തായാലും ഭീകരമായ കരുത്തോടെ ഈ പ്രലോഭനം വളർന്നുവന്നു. അത് കൃത്യമായൊരു രീതിയിൽ രൂപം കൊണ്ടു. ചീത്ത നടപടിക്കാരിയായൊരു സ്ത്രീ സെർജിയസ്സിന്റെ ശ്രദ്ധ പിടിച്ചുപറ്റാൻ തുടങ്ങി. അവൾ അയാളോട് സംസാരിച്ചു, അവൾ വീട്ടിലേക്ക് സന്ദർശനത്തിന് ക്ഷണിച്ചു. അയാൾ ശക്തിയായി നിരസിച്ചു. എന്നാൽ, തന്റെ തീവ്രമോഹം അയാളെ അതിഭയങ്കരമായി ഭീഷണിപ്പെടുത്തി. അയാൾ വല്ലാതെ പേടിച്ചുപോയി. അതിനെക്കുറിച്ചയാൾ സ്റ്റാറെറ്റ്സിന് എഴുതി. അതിനുംപുറമേ അത് നിയന്ത്രിക്കാനായി, തന്റെ സഹായിയായ ബ്രദറിനോട് സ്വന്തം അന്തസ്സ് കണക്കിലെടുക്കാതെ തന്റെ ദൗർബല്യം ഏറ്റ് പറയുകയും കുർബ്ബാനകളല്ലാതെ മറ്റൊരു കാര്യത്തിലും പോകാതെ അയാളെ ശ്രദ്ധിക്കണമെന്നും ആ സഹായിയോട് ആവശ്യപ്പെട്ടു.

മറ്റൊരു കാര്യം സെർജിയസ്സിന് പുതിയ സന്ന്യാസി മഠത്തിലെ സുപ്പീരിയറിനോടുള്ള കടുത്ത വെറുപ്പായിരുന്നു. അയാൾ തന്ത്രജ്ഞനും ഭൗതികകാര്യങ്ങളിൽ തത്പരനും ഉൽക്കർഷേച്ഛുവുമായൊരു വ്യക്തിയായിരുന്നു. സെർജിയസ്സ് എത്ര യത്നിച്ചിട്ടും ആ വിദ്വേഷത്തെ അതിജീവിക്കാൻ കഴിഞ്ഞില്ല. അയാൾ സഹിച്ചു- എന്നാൽ ഹൃദയത്തിന്റെ അടിത്തട്ടിൽ ആ വെറുപ്പ് നില നിന്നു. പാപപങ്കിലമായ ഈ വികാരം ഒരു നിയന്ത്രണമില്ലാതെ പൊട്ടിപുറപ്പെട്ടു.

പുതിയ സന്ന്യാസിമഠജീവിതത്തിലെ രണ്ടാം വർഷത്തിലാണത് സംഭവിച്ചത്. ഇന്റർസെഷനായിരുന്നു അത്, സന്ന്യാസി മഠത്തിലെ വലിയ പള്ളിയിൽ സന്ധ്യാപ്രാർത്ഥന പാടുകയാണ്. ധാരാളം സന്ദർശകർ ഉണ്ട്. സുപ്പീരിയർ തന്നെയാണ് കുർബ്ബാന നടത്തുന്നത്. ഫാദർ സെർജിയ തന്റെ പതിവ് സ്ഥാനത്ത് നിൽക്കുന്നു. പ്രാർത്ഥനയിൽ മുഴുകി നിൽക്കുകയാണെങ്കിലും പള്ളിയിൽ കുർബ്ബാന കൊള്ളുന്ന നേരത്ത് എപ്പോഴും ഉണ്ടാകാറുള്ള അസ്വസ്ഥത മനസ്സിൽ സമ്മർദ്ദമുണ്ടാക്കിയിരുന്നു, പ്രത്യേകിച്ച് വലിയ പള്ളിയിൽ അയാൾ കുർബ്ബാന നടത്താതിരിക്കുമ്പോൾ.

പള്ളിയിൽ നടക്കുന്നത് കാണാതിരിക്കുവാൻ അയാൾ ശ്രമിച്ചു. ഈ അസ്വസ്ഥതയുടെ കാരണം സന്ദർശകർ അയാളിൽ ഉണർത്തിയ കോപമായിരുന്നു- ഉന്നതരായ മനുഷ്യർ, പ്രത്യേകിച്ച് മഹതികൾ. അയാൾ അവരെ ശ്രദ്ധിക്കാതിരിക്കാൻ ശ്രമിച്ചു; പള്ളിയിൽ നടക്കുന്നത് എന്താണെന്ന് നോക്കാതിരിക്കാനും.

ആ സമയത്ത് ആൾക്കൂട്ടത്തിലേക്കൊരു പട്ടാളമേധാവിയെ കൂട്ടിക്കൊണ്ടു വന്നതുപോലെ തോന്നി. അവർ അയാൾക്ക് കടന്നുപോകുവാൻ ഉന്തിത്തള്ളി വഴി ഉണ്ടാക്കുന്നതുപോലെ കാണപ്പെട്ടു. മഹതികൾ ഓരോരുത്തരായി സന്ന്യാസിമാരെ ചൂണ്ടിക്കാണിക്കുന്നു. പിന്നെ മനസ്സിലായി പലപ്പോഴും അവർ ചൂണ്ടിക്കാണിച്ചത് അയാളെയാണ്. അയാൾ തന്റെ കണ്ണുകൾക്ക് മറ സൃഷ്ടിക്കാൻ ശ്രമിച്ചു, തന്റെ ശ്രദ്ധ അലഞ്ഞു തിരിയാതിരിക്കാനായി വിഗ്രഹത്തിന് മുന്നിൽ ജ്വലിക്കുന്ന മെഴുകുതിരികളിലും വിഗ്രഹങ്ങളിലും കുർബ്ബാന നടത്തുന്ന പുരോഹിതനിലും മാത്രം ദൃഷ്ടി പതിപ്പിച്ചു. പ്രാർത്ഥനയിലെ വാക്കുകൾ മാത്രം കേട്ടു. പ്രസംഗത്തിലും ഗാനത്തിലും മാത്രം ശ്രദ്ധ ചെലുത്തി. എന്നും നിർവഹിക്കാറുള്ള, പല തവണ ആവർത്തിച്ച് കേൾക്കാറുള്ള പ്രാർത്ഥനകളിൽ മാത്രം ശ്രദ്ധ കേന്ദ്രീകരിച്ചു. അയാൾ അങ്ങനെ നിൽക്കുകയായിരുന്നു. കുർബ്ബാനയ്ക്കിടെ ആവശ്യമുള്ള സമയത്തയാൾ കുനിഞ്ഞ് കുരിശ് വരച്ചു കൊണ്ടിരുന്നു. അങ്ങനെ അസ്വസ്ഥമായ മനസ്സോടെ നിൽക്കവേ ഫാദർ നിക്കോഡിം അയാളുടെ അടുത്തേക്ക് വന്നു. ഈ നിക്കോഡിംനോടും ഫാദർ സെർജിയസ്സിന് ഭയങ്കര വെറുപ്പാണ്. സുപ്പീരിയറിനോടുള്ള അയാളുടെ മുഖസ്തുതി പറച്ചിലും ലോഹ്യം കൂടലുമെല്ലാം സെർജിയസ്സിന് സഹിക്കാനായിരുന്നില്ല. വല്ലാതെ കുനിഞ്ഞുകൊണ്ട് ഫാ: നിക്കോഡിം അയാൾക്കൊരു സന്ദേശം കൊടുത്തു; അൾത്താരക്കടുത്തുചെന്ന് സുപ്പീരിയറിനെ ഫാ: സെർജിയസ് കാണണമെന്നായിരുന്നു ആ സന്ദേശം. സെർജിയസ് തന്റെ വസ്ത്രം ശരിക്കിട്ട്, ശിരസ്സ് മൂടി, ആളുകളെ ശല്യപ്പെടുത്താതെ മെല്ലെ മുന്നോട്ട് നീങ്ങി.

അവിടെ നിന്നിരുന്ന സ്ത്രീകൾ അയാളെ നോക്കി ചില അഭിപ്രായങ്ങൾ ആശ്ചര്യപൂർവം പാസ്സാക്കി.

അവർ തന്നെക്കുറിച്ചാണ് സംസാരിക്കുന്നതെന്നയാൾ മനസ്സിലാക്കി. അയാൾ മനസ്സ് ചാഞ്ചാടുമ്പോൾ പറയാറുള്ള വാക്കുകൾ അയാൾ ആവർത്തിച്ചുകൊണ്ടിരുന്നു."എന്നെ പ്രലോഭനങ്ങളിലേക്ക് നയിക്കല്ലേ." തലകുനിച്ച്, താഴോട്ട് ദൃഷ്ടി പതിപ്പിച്ച്, ഗായക സംഘത്തിന് ഓരം ചേർന്നുനടന്ന്, വിഗ്രഹങ്ങൾക്കപ്പുറത്തുള്ള വടക്കെ വാതിലിനുള്ളിലേക്ക് കടന്നു. സ്വയം കുരിശ് വരച്ച് ആചാരപ്രകാരം വിഗ്രഹത്തിനു മുന്നിൽ കുനിഞ്ഞു. അതിനുശേഷം മാത്രമാണ് അയാൾ തല ഉയർത്തി സുപ്പീരിയറെ നോക്കിയത്. അദ്ദേഹത്തിനടുത്ത് നിന്നിരുന്ന തിളങ്ങുന്ന വസ്ത്രം ധരിച്ച വ്യക്തിയെ വരുമ്പോൾത്തന്നെ കടക്കണ്ണ് കൊണ്ടയാൾ വീക്ഷിച്ചിരുന്നു.

സുപ്പീരിയർ ചുമരിനടുത്ത് നിൽക്കുന്നു; അദ്ദേഹത്തിന്റെ നീളം കുറഞ്ഞ കൊഴുത്ത കൈകൾ കുട വയറിൽ വെച്ച് മേലങ്കിയിലെ സുവർണ്ണ കസവുകരയിൽ തിരുപ്പിടിച്ചുകൊണ്ടിരുന്നു. പ്രകാശിക്കുന്ന പുഞ്ചിരിയോടെ ജനറലിന്റെ വസ്ത്രം ധരിച്ച ഒരാളുമായി രസകരമായ സംഭാഷണത്തിലേർപ്പെട്ടിരിക്കയാണ്. സുവർണ്ണ വരകളും നക്ഷത്രങ്ങളുമുള്ള ജനറലിന്റെ വേഷം കണ്ട ഉടനെ അയാളുടെ പരിചിതമായ പട്ടാളക്കണ്ണുകൾ ആളെ മനസ്സിലാക്കി. മുമ്പ് ഈ ജനറൽ കസറ്റ്സ്കി രാജകുമാരന്റെ റെജിമെന്റ് കമാൻഡർ ആയിരുന്നു, ഇപ്പോൾ എന്തോ സുപ്രധാന പദവി വഹിക്കുന്ന വ്യക്തിയാണെന്ന് തോന്നുന്നു. സുപ്പീരിയറിന് അക്കാര്യം അറിയാമെന്ന് ഫാദർ സെർജിയസ് തൽക്ഷണം മനസ്സിലാക്കി. അതുകൊണ്ടാണ് അദ്ദേഹത്തിന്റെ കഷണ്ടിത്തലയ്ക്ക് കീഴെയുള്ള ചുകന്നുതുടുത്ത മുഖം ആഹ്ലാദപൂർവം വെട്ടിത്തിളങ്ങുന്നത്. ഈ വക പ്രകടനത്തിൽ ഫാദർ സെർജിയസിന് എതിർപ്പും ദേഷ്യവും തോന്നി. പ്രത്യേകിച്ചും തന്നെ വിളിപ്പിച്ചത് ജനറലിന്റെ ജിജ്ഞാസ തീർക്കാൻ വേണ്ടിയാണെന്ന് ഇപ്പോൾ മനസ്സിലായപ്പോൾ- ഒരു കാലത്ത് തന്റെ സഹപ്രവർത്തകനായ ആൾ എങ്ങനെയിരിക്കുന്നു, എന്നറിയാനുള്ള ജനറലിന്റെ ജിജ്ഞാസ.

"ദൈവദൂതന്റെ വേഷത്തിൽ നിങ്ങളെ കാണാൻ കഴിഞ്ഞതിൽ വളരെ സന്തോഷം." കൈ നീട്ടിക്കൊണ്ട് ജനറൽ പറഞ്ഞു. "നിങ്ങൾ പഴയൊരു സഖാവിനെ മറന്നിട്ടില്ലെന്ന് ഞാൻ കരുതുന്നു."

നരച്ച താടിക്കാരനായ സുപ്പീരിയറിന്റെ മുഖം, ജനറലിന്റെ വാക്കുകൾ അംഗീകരിച്ചുകൊണ്ട് പ്രകാശിച്ചു. ശ്രദ്ധയോടെ ഭംഗിയായി മിനുക്കിയ ജനറലിന്റെ മുഖവും അലംഭാവത്തോടെയുള്ള പുഞ്ചിരിയും വായിൽനിന്നുയരുന്ന വീഞ്ഞിന്റെയും സിഗരറ്റിന്റെയും ഗന്ധവും ഫാദർ സെർജിയസ്സിന് നിയന്ത്രിക്കാനാകാത്തവിധം അസഹ്യമായി തോന്നി. അയാൾ ഒരിക്കൽക്കൂടി സുപ്പീരിയരെ കുനിഞ്ഞു വണങ്ങി. "അങ്ങ് എന്നെ വിളിക്കാനാഗ്രഹിച്ചത്" അയാൾ നിർത്തി ചോദ്യരൂപേണ നോക്കി. "എന്തിനാണ്?" എന്നായിരുന്നു ആ നോട്ടത്തിന്റെ അർത്ഥം.

"എന്തുകൊണ്ടെന്നോ, അതെ, ജനറലിനെ കാണാൻ" സുപ്പീരിയർ മറുപടി നൽകി.

ഫാ. സെർജിയസ്സിന്റെ മുഖം വിളർത്തു. "ബഹുമാന്യ പിതാവേ," വിറയ്ക്കുന്ന ചുണ്ടുകളോടെ അയാൾ പറഞ്ഞു. "പ്രലോഭനങ്ങളിൽനിന്ന് രക്ഷപ്പെടാൻ വേണ്ടിയാണ് ഞാൻ ലോകം ത്യജിച്ചത്. അപ്പോൾ എന്തിനാണ് അങ്ങ് എന്നെ പ്രലോഭനങ്ങൾക്കിട വരുത്തുന്നത്? -അതും ഇവിടെ, ദൈവത്തിന്റെ ദേവാലയത്തിൽ പ്രാർത്ഥനാവേളയിൽ?"

"എന്നാൽ, പോ, പോകൂ" സുപ്പീരിയർ കോപത്തോടെ ഉച്ചത്തിൽ പറഞ്ഞു.

തന്റെ അധികാരപൂർവമായ പെരുമാറ്റത്തിൽ പിറ്റേന്ന് ഫാ. സെർജിയസ് സുപ്പീരിയറിനോടും സഹോദര സംഘത്തോടും മാപ്പ് ചോദിച്ചു. എന്തൊക്കെ ആയാലും ഒരു രാത്രി മുഴുവൻ പ്രാർത്ഥനയിൽ ചെലവഴിച്ചശേഷം, ആ സന്ന്യാസിമഠം വിട്ടുപോകാനയാൾ തീരുമാനിച്ചു. ഇക്കാര്യത്തെക്കുറിച്ചയാൾ സ്റ്റാററ്റ്സിന് എഴുതി – സ്റ്റാറെറ്റ്സ് സുപ്പീരിയർ ആയിരിക്കുന്ന മഠത്തിലേക്ക് മടങ്ങാൻ അനുവദിക്കണമെന്ന് അഭ്യർത്ഥിച്ചു. തന്റെ ദൗർബല്യം സ്വയം ബോധ്യപ്പെട്ടെന്നും സ്റ്റാററ്റ്സിന്റെ സഹായമില്ലാതെ പ്രലോഭനങ്ങളെ നേരിടാനാകില്ലെന്നും അയാൾ എഴുതി. അയാൾ തന്റെ പാപം നിറഞ്ഞ അഹങ്കാരത്തെക്കുറിച്ച് കുറ്റസമ്മതം നടത്തി. അടുത്ത തപാലിൽ തന്നെ സ്റ്റാററ്റ്സിന്റെ മറുപടി വന്നു. അയാളുടെ അഹങ്കാരമാണ് എല്ലാ കുഴപ്പങ്ങൾക്കും കാരണമെന്ന് അദ്ദേഹം എഴുതി. അയാളുടെ കോപത്തോടെയുള്ള പൊട്ടിത്തെറിയെക്കുറിച്ച് സ്റ്റാറെറ്റ്സ് വിശദീകരിച്ചു; അയാൾ എളിമയുള്ളവനായതും, ബഹുമതികൾ നിരാകരിച്ച് പള്ളിയിലെത്തിയതും– ദൈവത്തിന് വേണ്ടിയല്ല, താൻ എത്ര സദ്ഗുണമുള്ളവനാണെന്ന് ഉൽഘോഷിക്കാൻ, തനിക്കുവേണ്ടി ഒന്നും നേടുന്നില്ലെന്ന് വരുത്തി തീർക്കാൻ വേണ്ടി മാത്രമാണ്, അതുകൊണ്ടാണ് സുപ്പീരിയറിന്റെ പെരുമാറ്റം അയാൾക്ക് സഹിക്കാൻ കഴിയാതിരുന്നത്. എന്തുകൊണ്ടെന്നാൽ, താൻ എല്ലാം ദൈവത്തിനു വേണ്ടി ത്യജിച്ചു എന്നയാൾ കരുതുന്നു. ഇപ്പോൾ അയാൾ അത് പ്രദർശിപ്പിക്കാൻ തുടങ്ങിരിക്കുന്നു, ചില വിചിത്ര ജീവികളെപ്പോലെ.

"അത് ദൈവത്തിനുവേണ്ടി ആയിരുന്നെങ്കിൽ നിങ്ങൾ ഇങ്ങനെ മുന്നേറില്ലായിരുന്നു. സംഭവിച്ചതിനെ കടന്നു പോകാനനുവദിക്കുമായിരുന്നു. ഐഹികമായ അഹങ്കാരം ഇപ്പോഴും നിങ്ങളിൽ കുടികൊള്ളുന്നു. ഞാൻ നിന്നെക്കുറിച്ച് ചിന്തിച്ചു. എന്റെ മോനേ, ഞാൻ പ്രാർത്ഥിച്ചു. നിനക്കുവേണ്ടി ദൈവം എന്റെ മനസ്സിൽ തോന്നിപ്പിച്ചത് ഇതാണ്: പഴയതുപോലെ ജീവിക്കുക, വിനയപൂർവ്വം സ്വയം അർപ്പിക്കുക. ഞാൻ അപ്രകാരം ചിന്തിച്ചുകൊണ്ടിരിക്കവെ, ഏകാന്തജീവിതം നയിച്ചിരുന്ന തപസ്വി ഇല്ലാരിയൻ തന്റെ ആശ്രമത്തിൽ മരിച്ചു കിടക്കുന്ന വാർത്ത എനിക്ക് ലഭിച്ചു. പതിനെട്ടുകൊല്ലം അവിടെയാണദ്ദേഹം താമസിച്ചിരുന്നത്. ഏതെങ്കിലും ബ്രദർ അവിടെ താമസിക്കുവാൻ ആഗ്രഹിക്കുന്നുണ്ടോ എന്ന് സുപ്പീരിയർ, ടാമ്പിനൊ, ചോദിക്കുന്നു.

നിന്റെ കത്ത് എന്റെ മുന്നിൽ കിടക്കുന്നു. ടാമ്പിനൊ സന്ന്യാസി മഠത്തിലെ ഫാ. പൈസിയെ പോയി കാണുക. ഞാനയാൾക്ക് എഴുതാം. ഇല്ലാരിയന്റെ അറ താമസിക്കാനായി ആവശ്യപ്പെടുക. ഇല്ലാരിയന്റെ സ്ഥാനം നിന്നെക്കൊണ്ട് പൂരിപ്പിക്കാമെന്നതിനർത്ഥമില്ല. എന്നാൽ നിന്റെ അഹങ്കാരം ഇല്ലാതാക്കുവാൻ നിനക്ക് ഏകാന്തവാസം ആവശ്യമാണ്. നിനക്ക് ദൈവാനുഗ്രഹമുണ്ടാകട്ടെ."

സെർജിയസ് സ്റ്റാറ്റ്സിനെ അനുസരിച്ചു. അയാൾ ആ കത്ത് തന്റെ സുപ്പീരിയറെ കാണിച്ചു. തന്റെ എല്ലാ സാധനങ്ങളും മുറിയും സന്ന്യാസി മഠത്തിന് കൈമാറി, അയാൾ ടാമ്പിനൊ ആശ്രമത്തിലേക്ക് പോയി.

അവിടത്തെ സുപ്പീരിയർ (വ്യാപാരി വർഗ്ഗത്തിൽപ്പെട്ടവൻ) സെർജിയസ്സിനെ അന്തസ്സോടെ സ്വീകരിച്ച്, ഇല്ലാരിയന്റെ അറ താമസിക്കാനായി നൽകി– ആദ്യം അയാളുടെ സേവനത്തിനായി ഒരു ബ്രദറെ നൽകിയിരുന്നു. പിന്നീട് സെർജിയസ്സിന്റെ ആഗ്രഹപ്രകാരം പൂർണ്ണ ഏകാന്ത ജീവിതം ആരംഭിച്ചു.

പാറയിൽ തുരന്നുണ്ടാക്കിയ ഒരു ഗുഹയാണ് ആ അറ. ഇല്ലാരിയനെ സംസ്കരിച്ചിരിക്കുന്നത് അവിടെയാണ് ഉള്ളിലെ അറയിൽ. പുറമെയുള്ള അറയിൽ ചെറിയ മേശയും പുസ്തക ഷെൽഫും വിഗ്രഹങ്ങളും ഉണ്ട്, ഒരു വൈക്കോൽ കിടക്കയും. ഗുഹയിലേക്കുള്ള വാതിൽ പൂട്ടിയിടാനാകും. അതിന് പുറത്ത് ഒരു ഷെൽഫ് ഉണ്ട്; ദിവസത്തിലൊരിക്കൽ മഠത്തിലെ ഒരു സന്ന്യാസി വന്ന് അതിൽ ഭക്ഷണം വെക്കുന്നു.

ഫാ. സെർജിയസ് ഒരു തപസ്വി ആയിത്തീർന്നു.

4

സെർജിയസ്സിന്റെ ഏകാന്തവാസത്തിലെ ആറാം വർഷത്തിൽ, ഷ്രോവെട്ടൈഡിൽ, സമ്പന്നരായ സ്ത്രീപുരുഷന്മാരുടെ ഉല്ലാസകരമായൊരു സംഘം തിന്നും കുടിച്ചും പട്ടണത്തിൽ. ആഘോഷിക്കുകയാണ്. അവർ കുതിരവണ്ടികൾ വിളിച്ച് സവാരിക്കായി പുറപ്പെട്ടു. ആ സംഘത്തിലെ രണ്ട് പേർ വക്കീലന്മാരാണ്. ഒരാൾ സമ്പന്നനായ ഒരു ജന്മി, മറ്റൊരുത്തൻ ഒരു ഓഫീസറും. വേറെ നാലുപേർ സ്ത്രീകളാണ്. ഓഫീസറുടെ ഭാര്യ, ജന്മിയുടെ ഭാര്യ, അവിവാഹിതയായ സഹോദരിയും. നാലാമത്തവൾ ഒരു വിവാഹമോചിത– സമ്പന്നയും സുന്ദരിയും വിചിത്രമായ ജീവിതരീതിക്കും അസാധാരണമായ താന്തോന്നിത്തരത്തിനും പ്രസിദ്ധിയാർജ്ജിച്ചവൾ. അക്കാര്യം പട്ടണവാസികൾ മുഴുവൻ കൗതുകത്തോടെ വീക്ഷിക്കുകയും കിംവദന്തികൾ പരത്തുകയും ചെയ്തിരുന്നു.

അതൊരു മനോഹരമായ സായാഹ്നമായിരുന്നു. റോഡ് ഉറപ്പുള്ളതും നിരപ്പായതുമാണ്. പട്ടണാതിർത്തിയിൽനിന്ന് പത്ത് മൈൽ ദൂരമെത്തിയപ്പോൾ. അവർ കൂടിയാലോചിച്ചു; “മുന്നോട്ട് പോണോ, പിന്നോട്ട് പോണോ?” “ഈ റോഡ് എങ്ങോട്ടാണ് പോകുന്നത്?” വിവാഹമോചനം കഴിഞ്ഞ സുന്ദരി മകോവ്കിനാ ചോദിച്ചു.

“ടാമ്പിനോക്ക്” അവളോട് താത്പര്യം കാണിക്കുന്ന വക്കീൽ മറുപടി നൽകി. “ഇനിയും പന്ത്രണ്ട് മൈൽ പോകണം.”

“ടാമ്പിനോയിൽനിന്ന് എങ്ങോട്ട്?”

"'എൽ' ലേക്ക്, സന്ന്യാസി മഠം കഴിഞ്ഞ്."

"ഫാ. സെർജിയസ് താമസിക്കുന്ന സന്ന്യാസി മഠം കഴിഞ്ഞ്."

"അതുതന്നെ."

"കസറ്റ്സ്കി? സുന്ദരനായ തപസ്വി?"

"അതുതന്നെ."

"മാന്യരെ നമ്മൾക്ക് ഈ കസറ്റ്സ്കിയെ സന്ദർശിക്കാം. നമ്മൾക്ക് ടാമ്പിനോയിൽനിന്ന് ഭക്ഷണം കഴിക്കുകയും അവിടെ വിശ്രമിക്കുകയും ചെയ്യാം."

"എന്നാൽ നമ്മൾക്കവിടെ സന്ദർശിച്ചശേഷം ഇന്നുരാത്രിതന്നെ തിരിച്ചുപോരാൻ പറ്റില്ല."

"സാരമില്ല. നമ്മൾക്ക് രാത്രി കസറ്റിസ്കിയോടൊപ്പം താമസിക്കാം."

"കൊള്ളാം മഠത്തിൽ ഒരു ഹോസ്റ്റൽ ഉണ്ട്, മോശമല്ല. മാഖിൻ കേസിനുവേണ്ടി ജോലി ചെയ്യവേ, ഞാനവിടെ താമസിച്ചിട്ടുണ്ട്."

"എനിക്കുവേണ്ടി ഹോസ്റ്റൽ ആവശ്യമില്ല. ഞാൻ കസറ്റ്സ്കിയോടൊപ്പം രാത്രി താമസിക്കും."

"ഹും, അസാമാന്യകഴിവുള്ള നിങ്ങളെപ്പോലുള്ളൊരു വ്യക്തിക്കുപോലും അത് അസാദ്ധ്യമാണ്!"

"അസാദ്ധ്യം? നിങ്ങൾ ബെറ്റ് വെക്കാൻ തയ്യാറാണോ?"

"ശരി നിങ്ങൾ രാത്രി അദ്ദേഹത്തോടൊപ്പം താമസിച്ചാൽ– എന്നോട് എന്ത് വേണമെങ്കിലും ചോദിച്ചോളൂ!"

"ശരി നമ്മൾക്ക് കാണാം!"

അവർ വണ്ടിക്കാർക്ക് ആവശ്യമായ ഒരുകുട്ട നിറയെ പലഹാരങ്ങൾ, വീഞ്ഞ്, സ്വീറ്റ്സ് എന്നിവ നിരത്തി. സ്ത്രീകൾ വെളുത്ത ഫർമേലങ്കികൾക്കൊണ്ട് സ്വയം മൂടി. വണ്ടിക്കാർ മത്സര ഓട്ടം ആരംഭിച്ചു; അവരിലെ യുവാവായ വണ്ടിക്കാരൻ സീറ്റിൽ ചെരിഞ്ഞിരുന്ന്, കുതിരകളെ ചാട്ടവാറടിച്ച് പറപ്പിച്ചു; മണിയടിച്ചും അലറിവിളിച്ചും വണ്ടി പറന്നു.

വണ്ടി ചാഞ്ചാടുകയും വിറയ്ക്കുകയും ചെയ്തു. കുതിരകൾ അതിവേഗം, അനായാസം ഓടി; അവയുടെ കെട്ടിവെച്ച വാലുകൾ മേലോട്ടും താഴോട്ടും ആടി ദൃഢമായ റോഡിൽപോലും വണ്ടി പെട്ടെന്ന് പിന്നാക്കം സ്ലിപ്പ് ചെയ്തു. പറപ്പിക്കുന്ന വണ്ടിക്കാരൻ കടിഞ്ഞാൺകൊണ്ട് കളിക്കുകയാണെന്ന് തോന്നി. മുന്നിലെ സീറ്റിൽ നിന്ന് വക്കീലും ഓഫീസറും മകോവ്കിനായോടും അവളുടെ അടുത്തിരിക്കുന്നവരോടും ഉറക്കെ സംസാരിച്ചുക്കൊണ്ടിരുന്നു. എന്നാൽ മകോവ്കിനാ നിശ്ചലമായി ഇരിക്കുകയാണ്, വെളുത്ത മേലങ്കി ധരിച്ച്, സ്വന്തം ചിന്തകളിൽ മുഴുകി അവൾ ചിന്തിച്ചു, "എല്ലായ്പോഴും ഒരേപോലെ! എല്ലാം എപ്പോഴും

ഒരേപോലെ, എപ്പോഴും ഭയാനകം! തിളങ്ങുന്ന ചുകന്ന മുഖങ്ങൾ, വീഞ്ഞിന്റെയും പുകയിലയുടെയും ഗന്ധം. എല്ലായ്പോഴും ഒരേ സംസാരം, ഒരേ ചിന്തകൾ, അവയ്ക്ക് പിന്നിൽ എപ്പോഴും ഒരേ അശ്ലീലം. അവരെല്ലാവരും സ്വയം തൃപ്തരും. അതാണ് ഒരേ ഒരു ജീവിത ശൈലി എന്ന് വിശ്വസിക്കുന്നവരുമാണ്. അതേ രീതിയിൽ അവർക്ക് മരണംവരെ പോകാൻ കഴിയും. എനിക്കതിന് കഴിയില്ല. എനിക്കതെല്ലാം മടുത്തിരിക്കുന്നു. എനിക്കാവശ്യം അതപ്പാടെ മാറ്റി മറിക്കലാണ്, പൂർണ്ണ പരിവർത്തനം - അതായത്, സരാട്ടോവിലെ ആളുകളെപ്പോലെ, അല്ലെങ്കിൽ മറ്റേതെങ്കിലും സ്ഥലത്തെ മനുഷ്യരെപ്പോലെ, തണുത്ത് മരവിച്ച് മരിക്കുക. ഈ മനുഷ്യർ എങ്ങനെയാണ് പെരുമാറുക? നിന്ദ്യമായ രീതിയിൽ അവർ പെരുമാറുന്നു. ഓരോ മനുഷ്യരും അവനവന് വേണ്ടി. ഞാനും അപ്രകാരം തന്നെ.- ഞാനും അതുപോലെ നിന്ദ്യമായി പെരുമാറും. ഞാനിപ്പോഴും കാഴ്ചയിൽ മോശമല്ല. അവർക്കതറിയാം. ആ സന്ന്യാസി എങ്ങനെ ആയിരിക്കും, എനിക്ക് കൗതുകം തോന്നുന്നു. ലൗകിക സുഖത്തിനുള്ള ആസക്തി അദ്ദേഹത്തിന് ശരിക്കും നഷ്ടപ്പെട്ടോ? ഇല്ല- അങ്ങനെ ആകാൻ കഴിയില്ല! അതൊന്നാണവൾക്ക് ശരിക്കും വേണ്ടത്. കഴിഞ്ഞ ശരൽക്കാലത്ത്, ആ കേഡറ്റിനെപ്പോലെ, അവൻ ഒരു വിഡ്ഢിതന്നെ!

"ഇവാൻ നിക്കോലായേവിച്ച്" അവർ ഉറക്കെ വിളിച്ചു.

"അദ്ദേഹത്തിന് എത്ര വയസ്സായി?"

"ആർക്ക്?"

"കസറ്റ്സ്കിക്ക്"

"നാല്പത് കഴിഞ്ഞിട്ടുണ്ടാകും."

"എല്ലാ സന്ദർശകരേയും അദ്ദേഹം സ്വീകരിക്കുമോ?"

"എല്ലാവരെയും. എന്നാൽ എല്ലാ സമയത്തുമല്ല."

"ആ കമ്പിളി എന്റെ കാലിന് ചുറ്റും പൊതിഞ്ഞുവെക്കൂ.. അങ്ങനെയല്ല, എന്ത് അവലക്ഷണം പിടിച്ച പണി - അവിടെ കൂടുതൽ മുറുക്കിയിട്ട്, അങ്ങനെത്തന്നെ. എന്റെ കാല് പിടിച്ച് ഞെക്കേണ്ട ആവശ്യമില്ല."

ഒടുവിൽ, ആശ്രമം നിൽക്കുന്ന കാട്ടിൽ അവർ എത്തി.

അവൾ വണ്ടിയിൽനിന്നും ചാടിയിറങ്ങി, മറ്റുള്ളവരോട് പൊയ്ക്കൊള്ളാൻ പറഞ്ഞു. അവളെ തന്റെ ഉദ്ദേശ്യത്തിൽനിന്ന് പിൻതിരിപ്പിക്കാനവർ ശ്രമിച്ചു.

എന്നാൽ അതവളെ കുപിതയാക്കാനേ ഉപകരിച്ചുള്ളു. അവരോട് പോകാനവൾ വീണ്ടും നിർബന്ധിച്ചു; അപ്പോൾ അവർ സ്ഥലംവിട്ടു; അവൾ ഒറ്റയ്ക്ക് തന്റെ വെളുത്ത ഫർമേലങ്കി പുതച്ച് വഴിതിരിഞ്ഞ് നടന്നു. വക്കീൽ പുറത്ത് വന്ന് നോക്കിനിന്നു.

5

ഫാ. സെർജിയസ് ഏകാന്തവാസം തുടങ്ങിയിട്ട് ആറ് വർഷമായി. അദ്ദേഹത്തിനപ്പേൾ നാൽപ്പത്തൊമ്പത് വയസ്സാണ് പ്രായം. ക്ലേശകരമായ ജീവിതം. ഉപവാസത്തിന്റേയും പ്രാർത്ഥനയുടെയും തീവ്രതകൊണ്ടല്ല - അവ അത്ര കഠിനമല്ല; എന്നാൽ മാനസികമായ സംഘട്ടനമാണ് അസഹ്യം, ഇത്രകാലമായി അയാൾക്ക് ഒരിക്കലും അത് മുൻകൂട്ടി കാണാൻ കഴിയാത്തതാണ്! മാനസിക സംഘട്ടനങ്ങളുടെ കാര്യങ്ങൾ രണ്ടാണ്: സംശയവും അമിതമായ ലൈംഗികാസക്തിയും. എല്ലായ്പോഴും അവ രണ്ടും ഒരുമിച്ചാണ് വരുക. അവയെ രണ്ടു പ്രത്യേക ശത്രുക്കളായാണ് കണ്ടത്. സത്യത്തിൽ അവ രണ്ടും ഒന്നുതന്നെയായിരുന്നു. സംശയത്തെ കീഴടക്കിയ ഉടനെ കാമാസക്തിയും ഇല്ലാതാകുന്നു. എന്നാൽ, അവ വ്യത്യസ്ത ചെകുത്താന്മാരായാണയാൾ കരുതിയത്, അവയോട് പ്രത്യേകം പ്രത്യേകമായി പൊരുതുകയും ചെയ്തു.

"ഓഹ്, പ്രഭോ, എന്റെ ദൈവമേ." അയാളുടെ ചിന്തകൾ തുടർന്നു. "നീ എന്തുകൊണ്ടെനിക്ക് വിശ്വാസം നിഷേധിക്കുന്നു? ലൈംഗികാസക്തി എനിക്ക് മനസ്സിലാക്കാൻ കഴിയുന്നില്ല. ലൈംഗികാസക്തി സെന്റ്.ആന്റണിയെ പീഡിപ്പിച്ചു; അതെ മറ്റുള്ളവരെയും. എന്നാൽ വിശ്വാസം അവർക്ക് വിശ്വാസമുണ്ടായിരുന്നു; എന്റെ കാര്യത്തിൽ ഇതാ ഈ നിമിഷങ്ങളും മണിക്കൂറുകളും ദിവസങ്ങളും എനിക്ക് വിശ്വാസമുണ്ടാകാറില്ല. എല്ലാ മനോഹാരിതയോടും കൂടി ഈ ലോകം എന്തിനാണ് നിലനിൽക്കുന്നത് അത് പാപപങ്കിലവും പരിത്യജിക്കേണ്ടതുമാണെങ്കിൽ എന്തിനാണ് നീ ഈ പ്രലോഭനങ്ങൾ സൃഷ്ടിച്ചത്? പ്രലോഭനങ്ങളല്ലേ, ലൗകികമായ സുഖങ്ങൾ ഉപേക്ഷിക്കാൻ എന്നെ പ്രേരിപ്പിച്ചത്; എവിടെയാണ് ആ സ്ഥാനം? എനിക്കുവേണ്ടി തയ്യാറാക്കിയിട്ടുള്ള ഇടം. അവിടെ ഒരുപക്ഷേ യാതൊന്നും തന്നെ ഇല്ലായിരിക്കുമോ?"

ഈ വക ചിന്ത മനസ്സിലൂടെ കടന്ന് പോകുമ്പോഴും അയാൾ ഭീതിയോടെ ചൂളിപ്പോയി, അറപ്പോടെ.

"മൃഗം! മൃഗം!" അയാൾ സ്വയം അധിക്ഷേപിച്ചു.

പിന്നെ, അയാൾ പ്രാർത്ഥനയിലേക്ക് തിരിഞ്ഞു. പ്രാർത്ഥിക്കാൻ തുടങ്ങിയപ്പോൾ, പെട്ടെന്ന് അയാൾ തന്റെ സ്പഷ്ടമായൊരു രൂപംകണ്ടു, സന്ന്യാസി മഠത്തിൽ ആയിരുന്നതുപോലുള്ള രൂപം, തിളങ്ങുന്ന വേഷത്തിൽ - ഒരു രാജകീയ രൂപം. അയാൾ ഇപ്രകാരം ചിന്തിച്ച് തലകുലുക്കി "അല്ല അത് സത്യമല്ല, മിഥ്യയാണ്. എനിക്കതുക്കൊണ്ട് മറ്റുള്ളവരെ വിഢ്ഢിയാക്കാൻ കഴിയും. ഒരുപക്ഷേ, എന്നെയും ദൈവത്തെയും ഒഴിച്ച്. അല്ല, ഞാൻ രാജകീയമല്ല. ഞാൻ പരിഹാസ്യനാണ്," അയാൾ ളോഹ വലിച്ചുമാറ്റി, തന്റെ ദയനീയമായ കാലുറയിട്ട കാലുകളിലേക്ക് നോക്കി പുഞ്ചിരിച്ചു.

വീണ്ടും ളോഹ ധരിച്ച് അയാൾ പ്രാർത്ഥിക്കാൻ തുടങ്ങി; കുരിശു വരച്ച് കുനിഞ്ഞിരുന്നു. പ്രാർത്ഥനയിൽ ഈ വാചകം വന്നു, "ഈ മെത്ത, അപ്പോൾ എന്റെ ശവമഞ്ചമാക്കുമോ?"ഏതോ ഒരു ചെകുത്താൻ അയാളോട് മന്ത്രിച്ചതുപോലെ ആയിരുന്നു അത്. "ഏകാന്തമായൊരു മെത്ത ഒരു ശവമഞ്ചം തന്നെയാണ്!" പാപം ചെയ്ത ഒരു വിധവയുടെ തോളുകൾ അയാളുടെ ഓർമ്മയിൽ തെളിഞ്ഞുവന്നു. ഈ ഓർമ്മകൾ മാറ്റി പ്രാർത്ഥനകൾ തുടർന്നു. നിയമങ്ങൾ ചൊല്ലിത്തീർന്നപ്പോൾ ബൈബിൾ എടുത്ത് ഏതോ ഒരു പേജ് തുറന്നു. ആ ഖണ്ഡിക മനപ്പാഠമായിരുന്നു; കാരണം, അതയാൾ ആവർത്തിച്ച് വായിച്ചിട്ടുള്ളതാണ്: "ദൈവമേ, ഞാൻ വിശ്വസിക്കുന്നു, ഞാൻ അവിശ്വാസി ആകാതിരിക്കാൻ എന്നെ സഹായിക്കേണമേ." മനസ്സിൽ ഉയർന്നുവന്ന എല്ലാ സംശയങ്ങളും പുറത്തെടുത്തു. ഒരു വസ്തു 'അൺസ്റ്റേബിൾ ഈക്വലിബ്രിയ' ത്തിൽ സജ്ജീകരിച്ചതുപോലെ വീണ്ടും ആടുന്ന ഒരു അസ്തിവാരത്തിൽ തന്റെ വിശ്വാസം ഒരുക്കിവെച്ചു. പിന്നെ കരുതലോടെ മാറിനിന്നു. താനത് തട്ടി വീഴ്ത്തിയെങ്കിലോ? വീണ്ടും ശാന്തനായി. അയാൾ തന്റെ ബാല്യകാല പ്രാർത്ഥന പാടി "ദൈവമേ എന്നെ അങ്ങോട്ട് എടുക്കൂ. എന്നെ എടുക്കൂ!"

അയാൾക്ക് ആശ്വാസംതോന്നി എന്നുമാത്രമല്ല, മനസ്സ് ആനന്ദഭരിതമാകുകയും ചെയ്തു. കുരിശുവരച്ച്, തന്റെ വീതി കുറഞ്ഞ ബഞ്ചിൽ കിടന്നു. കനം കുറഞ്ഞ വൈക്കോൽ കിടക്കയാണതിൽ വിരിച്ചിട്ടുള്ളത്. തലയ്ക്കു കീഴെ തന്റെ മേലങ്കി മടക്കി തലയണയായി ഉപയോഗിച്ചു. അയാൾ ഉറങ്ങിപ്പോയി. ഗാഢനിദ്രയല്ല, അതൊരു മയക്കമായിരുന്നു. അപ്പോൾ വണ്ടിയുടെ മണികിലുക്കം കേട്ടു, അത് യാഥാർത്ഥ്യമാണോ, സ്വപ്നമാണോ എന്ന് ഉറപ്പില്ല. അപ്പോൾ വാതിലിൽ ഒരുമുട്ട് കേട്ടു, അയാളെ അത് പൂർണ്ണമായും ഉണർത്തി. തന്റെ കാതുകളെ വിശ്വസിക്കാനാകാതെ എഴുന്നേറ്റിരുന്നു. എന്നാൽ മുട്ട് ആവർത്തിച്ചു. അത് അത് ഇവിടെയാണ്, തന്റെ വാതിൽക്കൽ. ഒരു സ്ത്രീ ശബ്ദം വിളിച്ചു.

ദൈവമേ! അത് സത്യമായിരിക്കുമോ സന്ന്യാസിമാരുടെ ജീവിതത്തിൽ ചിലപ്പോൾ ചെകുത്താൻ സ്ത്രീ രൂപത്തിൽ പ്രത്യക്ഷപ്പെടുമെന്നാണ് വായിച്ചത്. അതേ അതൊരു സ്ത്രീ ശബ്ദമാണ്. വളരെ സൗമ്യവും, ധൈര്യമില്ലാത്തതും, വശ്യവുമായ ശബ്ദം!

ദൂരെ പോ!

അയാൾ കോപിച്ചു.

ഇല്ല, അയാളുടെ ഭാവനയാകാം.

മൂലയിൽ വെച്ചിട്ടുള്ള കൊച്ചു മേശയിലേക്കയാൾ ചെന്നു. അവിടെ മുട്ടുകുത്തി നിന്നു. അയാൾ മനസ്സമാധാനവും ആശ്വാസവും കണ്ടെത്താൻ ശ്രമിച്ചു. അയാൾ കുനിഞ്ഞപ്പോൾ മുടി മുഖത്തേക്ക് വീണു, നെറ്റിയിൽ ചിതറിക്കിടന്നു-മുമ്പത്തേക്കാൾ മുകളിലേക്ക് കഷണ്ടി

കയറുകയാണ്- നനവുള്ള, തണുത്ത പായയിൽ ശിരസ്സ് മുട്ടിച്ചു. (തറയിലൊരു തുളയുണ്ടായിരുന്നു)

അയാൾ ചൊല്ലിക്കൊണ്ടിരുന്ന ഈശ്വരസ്തോത്രം പഴയ ഫാ. പിമെൻ, ഒഴിയാബാധയിൽനിന്ന് രക്ഷപ്പെടാനായി, അയാൾക്ക് പറഞ്ഞു കൊടുത്തിട്ടുള്ളതായിരുന്നു. തന്റെ കരുത്തുറ്റ കാലുകളിൽ അനായാസ മായി മെലിഞ്ഞ ശരീരം പൊക്കിയെടുത്ത് എഴുന്നേറ്റ് സ്തോത്രം തുട രാൻ പോകുകയായിരുന്നു- ആ നിലയിലും അറിയാതെ ആ സ്ത്രീശബ്ദം കേൾക്കാനായി മനസ്സ് വേദനയോടെ കൊതിച്ചു. അയാളത് കേൾക്കാ നാഗ്രഹിച്ചു. എല്ലാം നിശ്ചലമാണ്. താഴെവെച്ച ഒരു തൊട്ടിയിലേക്ക് മേൽക്കൂരയിൽ നിന്നും മഞ്ഞ് ഉരുകി ഇറ്റു വീഴുന്ന പതിവുശബ്ദം മാത്രം കേൾക്കാം. പുറംലോകം മുഴുവൻ മഞ്ഞ് മൂടി കിടക്കുകയാണ്. എല്ലാം നിശ്ചലം, പൂർണ്ണ നിശ്ചലാവസ്ഥ. അപ്പോൾ പെട്ടെന്ന് ജനാലയ്ക്കൽ ഒരു ചിലമ്പൽ കേട്ടു, വളരെ വ്യക്തമായ ഒരു ശബ്ദം- അതേ ശബ്ദം സൗമ്യവും ധൈര്യമില്ലാത്തതുമായ ശബ്ദം. ഒരു ആകർഷണീയയായ സ്ത്രീയിൽ നിന്നുമാത്രം പുറപ്പെടുന്ന ശബ്ദം.

"ഞാൻ അകത്തുവരട്ടെ" അത് പറഞ്ഞു "ക്രിസ്തുവിന്റെ പേരിൽ"

തന്റെ ഹൃദയത്തിലേക്ക് രക്തം ഇരച്ചുകയറുന്നതും പെട്ടെന്ന് ആ പ്രവാഹം നിലയ്ക്കുന്നതും അയാൾക്ക് അനുഭവപ്പെട്ടു. ശ്വാസം വിടാ നയാൾ പാടുപെട്ടു.

"ദൈവം വാഴ്ത്തപ്പെടട്ടെ, അവന്റെ ശത്രുക്കൾ തുലയട്ടെ....."

"എന്തിന് ഞാനൊരു പിശാചല്ല! ഞാൻ വഴിതെറ്റി വന്നുപെട്ടൊരു പാപിയായ സ്ത്രീയാണ്. അക്ഷരാർത്ഥത്തിൽ മറ്റ് രീതിയിലല്ല." അവൾ ചിരിച്ചു. "ഞാൻ പാതി മരവിച്ചുകഴിഞ്ഞു, അങ്ങയോട് അഭയം ചോദി ക്കുകയാണ്."

അയാൾ ചില്ല് ജനൽപാളിയിൽ മുഖം അമർത്തിവെച്ച് പുറത്തേക്ക് നോക്കി. അയാൾക്ക് ആകെ കാണാൻ കഴിഞ്ഞത് വിഗ്രഹവിളക്കിന്റെ പ്രതിബിംബം മാത്രമായിരുന്നു. അപ്പോൾ കൈകൾ കൊണ്ടയാൾ കണ്ണു കൾ മറച്ച് വീണ്ടും പുറത്തേക്ക് നോക്കി. മഞ്ഞ് മൂടിയ ഇരുട്ട് ഒരു മരം. പിന്നെ വലതുവശത്ത് അവിടെ, ഒരു സ്ത്രീ. വെളുത്ത കമ്പിളിമേലങ്കിയും ചെറിയൊരു തൊപ്പിയും ധരിച്ചവൾ. എത്ര ആകർഷണീയമായ മുഖം. കാരുണ്യവും ഭീതിയും ആ മുഖത്ത് നിഴലിക്കുന്നു. ഒന്ന് രണ്ട് ഇഞ്ച് മുന്നിൽ തന്നിലേക്കവൾ കുനിഞ്ഞ് നിൽക്കുന്നു. അവരുടെ കണ്ണുകൾ പരസ്പരം ഇടഞ്ഞു. അവർ പരസ്പരം മനസ്സിലാക്കി. അതിനർത്ഥം അവർ മുമ്പ് എപ്പോഴെങ്കിലും കണ്ടിട്ടുണ്ടെന്നല്ല. എന്നാൽ ഈ നോട്ട ത്തിലൂടെ അവർ തങ്ങളെ പരസ്പരം മനസ്സിലാക്കി എന്ന സന്ദേശം കൈമാറി (പ്രത്യേകിച്ച് അയാൾ). ആ നോട്ടത്തിന് ശേഷം പേടിപ്പിക്കുന്ന ചിന്തയ്ക്കിടമില്ല. ഇല്ല, അതൊരു സ്ത്രീയാണ് ചെകുത്താനല്ല. ലളിതവും ദയാവായ്പും ആകർഷണീയതയും ഭീരുത്വവുമുള്ളവൾ.

"നിങ്ങൾ ആരാണ്? നിങ്ങൾക്കെന്താണ് വേണ്ടത്?" അയാൾ ചോദിച്ചു.

"ആഹ്, വാതിൽ തുറക്കൂ." ആധികാരികമായി അവൾ മറുപടി നൽകി.

"ഞാൻ പാതിമരിച്ച നിലയിലാണ്. ഞാൻ പറഞ്ഞല്ലോ, വഴി തെറ്റി വന്നതാണെന്ന്."

"ഞാനൊരു സന്ന്യാസിയാണ്. ഒരു ഏകാകി"

"വാതിൽ തുറക്കൂ. നിങ്ങൾ അവിടെ പ്രാർത്ഥിച്ചുകൊണ്ടിരിക്കുമ്പോൾ ഞാൻ നിങ്ങളുടെ ജനാലയ്ക്ക് മുന്നിൽ മരവിച്ച് മരിക്കണമെന്നാണോ നിങ്ങൾ ആഗ്രഹിക്കുന്നത്?"

"എന്നാൽ, എങ്ങനെ....."

"ആഹ്, ഞാൻ നിങ്ങളെ തിന്നുകയൊന്നുമില്ല. ഞാൻ അകത്ത് കടക്കട്ടെ, ദൈവത്തെ ഓർത്ത്. ഞാൻ തണുത്തു മരവിച്ചിരിക്കുന്നു!"

ഇപ്പോൾ അവൾ ശരിക്കും പേടിക്കാൻ തുടങ്ങി. അവളുടെ സ്വരത്തിൽ കണ്ണുനീരിന്റെ സൂചനയുണ്ടായിരുന്നു.

അയാൾ ജനാലയിൽനിന്നുമാറി, മുൾക്കിരീടം ധരിച്ചുനിൽക്കുന്ന ക്രിസ്തു വിഗ്രഹത്തിലേക്ക് ദൃഷ്ടി തിരിച്ചു. "എന്നെ സഹായിക്കൂ, പ്രഭോ; എന്നെ സഹായിക്കൂ." അയാൾ കുനിഞ്ഞ് കുരിശുവരച്ച് മന്ത്രിച്ചു. പിന്നെ, വാതിൽക്കലേക്ക് നീങ്ങി. പുറത്തെ വാതിലിന്റെ കൊളുത്ത് തപ്പിക്കൊണ്ട് ഇരുട്ടിൽ കൈനീട്ടി. പുറത്തു നിന്ന് കാലടിശബ്ദം കേൾക്കാം. അവൾ ജനാലയ്ക്കൽ നിന്ന് വാതിൽക്കലേക്ക് വരികയാണ്. "ഓഹ്!" അവൾ പെട്ടെന്ന് നിലവിളിച്ചു. പൂമുഖത്ത് കൂട്ടിയിട്ടിരുന്ന ചെളിയിലവളുടെ കാല് പൂണ്ടിരിക്കണം. അയാളുടെ കൈകൾ വിറച്ചു. വാതിലിന്റെ കൊളുത്ത് മുറുകി കിടക്കുകയാണ്. അയാൾക്കത് തുറക്കാൻ കഴിയുന്നില്ല.

"വാതിൽ തുറക്കൂ! നിങ്ങൾ എന്തിനാണെന്നെ ഇങ്ങനെ നിർത്തുന്നത്? ഞാനാകെ നനഞ്ഞിരിക്കുന്നു, മരവിച്ചിരിക്കുന്നു. നിങ്ങൾക്ക് ആത്മാവിനെക്കുറിച്ചല്ലാതെ മറ്റൊന്നിനെക്കുറിച്ചും ചിന്തയില്ല. പ്രഭോ ഞാനിവിടെ മരവിച്ച് നിൽക്കുന്നു."

അയാൾ വാതിൽപിടിച്ചുവലിച്ചു കൊളുത്ത് ഇളക്കി, അയാൾ വാതിൽ തുറന്നു. വാതിൽ, അയാളത് വിചാരിച്ചതിലേറെ ശക്തിയിൽ തള്ളി;

അതവളുടെ മേൽകൊണ്ടു.

"ഓഹ്! ഞാൻ നിങ്ങളോട് ക്ഷമ യാചിക്കുന്നു." പെട്ടെന്ന്, പരിചിതമായ പഴയ ഉപചാരശീലത്തിലേക്ക് തിരിച്ചെത്തി അയാൾ പറഞ്ഞു.

ആ ക്ഷമാപണം കേട്ട് അവൾ മന്ദഹസിച്ചു. ഇല്ല, അയാൾ എന്തായാലും അത്രയേറെ പ്രയാസമേറിയവനല്ല.

"അതിന്റെ ആവശ്യമില്ല." അവൾ അയാളെ കടന്ന് പുറവാതിലിനപ്പുറത്തെത്തി മറുപടി നൽകി. "ഞാനാണ് ക്ഷമ ചോദിക്കേണ്ടത്. ഞാനൊരിക്കലും ഇപ്രകാരം ഔദ്ധത്യം കാണിക്കരുതായിരുന്നു. എത്ര ഭീകരമായൊരു നില!" "ഉള്ളിലേക്ക് വരൂ" അവൾക്ക് കടന്നുപോകാൻ വേണ്ടി ഒരു വശത്തേക്ക് മാറിക്കൊണ്ടയാൾ പറഞ്ഞു.

വളരെക്കാലമായി മറന്നുപോയ പെർഫ്യൂമിന്റെ നേർത്ത പരിമളം അയാൾ അനുഭവിച്ചു. അവൾ ഇടനാഴി കടന്ന് മുറിയിലേക്ക് പ്രവേശിച്ചു. അയാൾ പുറത്തെ വാതിൽ ചാരി. എന്നാൽ കൊളുത്ത് ഇട്ടില്ല. ഇടനാഴിയിലൂടെ മുറിയിലെത്തി.

"പ്രഭോ, യേശുദേവാ, ദൈവപുത്രാ, എന്നിൽ കരുണ കാണിക്കേണമേ. ഈ പാപിയിൽ കരുണ കാണിക്കേണമേ;" ഈ മന്ത്രം അയാൾ മനസ്സിൽ മാത്രമല്ല, ചുണ്ടിലൂടെയും ജപിച്ചുകൊണ്ടിരുന്നു.

"സുഖമായി വിശ്രമിക്കൂ" അയാൾ പറഞ്ഞു.

പുഞ്ചിരിക്കുന്ന കണ്ണുകളുമായി, ഉടുപ്പിൽനിന്ന് വെള്ളം ഇറ്റിറ്റു വീഴ്ത്തിക്കൊണ്ട്, അയാളെ ജിജ്ഞാസയോടെ നോക്കി മുറിക്ക് നടുവിലവൾ നിന്നു.

"നിങ്ങളുടെ ഏകാന്തത തകർത്തതിൽ എനിക്ക് മാപ്പു തരണം. ഞാൻ എത്ര വിഷമാവസ്ഥയിലാണ് വന്നു പെട്ടതെന്ന് നിങ്ങൾ മനസ്സിലാക്കണം. ഞങ്ങൾ വണ്ടിയിൽ ചുറ്റിക്കറങ്ങാൻ പുറപ്പെട്ടതായിരുന്നു. പട്ടണത്തിലേക്ക് ഒറ്റയ്ക്ക് നടന്നുപോകുമെന്ന് വാത്വെച്ചു, വൊറോബിയോവ്ക്കായിൽ നിന്ന് പട്ടണം വരെയുള്ള ദൂരം മുഴുവൻ! എന്നാൽ എനിക്ക് വഴിതെറ്റി, ഞാൻ നിങ്ങളുടെ അറയിൽ എത്തിയില്ലായിരുന്നെങ്കിൽ..."

അവൾക്ക് തുടരാനായില്ല. അയാളുടെ മുഖഭാവം അവളിൽ വല്ലാത്തൊരു വല്ലായ്മ സൃഷ്ടിച്ചു; അവൾക്ക് തന്റെ നുണപറച്ചിൽ തുടരാനായില്ല. തികച്ചും വ്യത്യസ്തമായതെന്തോ ആണവൾ പ്രതീക്ഷിച്ചിരുന്നത്! അവൾ വിഭാവനം ചെയ്തിരുന്നതുപോലെ അയാൾ അത്ര സുന്ദരനൊന്നുമല്ലായിരുന്നു; എന്നാൽ, അവൾക്ക് അയാൾ വളരെ സുന്ദരനായി കാണപ്പെട്ടു - അയാളുടെ നരകയറി തുടങ്ങിയ ചുരുണ്ട തലമുടിയും താടിയും നീണ്ടു വളർന്ന മൂക്കും കറുത്ത കണ്ണുകളും.

അയാൾ അവൾക്ക് നേരെ നോക്കിയപ്പോൾ ആ കണ്ണുകൾ കൽക്കരിക്കനൽ പോലെ ജ്വലിച്ചു.

അവൾ നുണ പറയുകയാണെന്നയാൾ മനസ്സിലാക്കി.

"അതെ, ഞാൻ മനസ്സിലാക്കുന്നു." അയാൾ അവളെ ഒന്ന് നോക്കിയ ശേഷം ദൃഷ്ടി താഴ്ത്തി. "ഞാനപ്പോൾ അകത്തോട്ട് പോകട്ടെ. ഇത് സ്വന്തം വീടായി കാണുക."

അയാൾ ഒരു വിളക്കെടുത്ത് അതിൽ ഒരു മെഴുകുതിരി കത്തിച്ചു വെച്ചു; അവളെ നോക്കി കുനിഞ്ഞ് പിന്നിലെ കൊച്ചു മുറിയിലേക്ക് പോയി. അതിവേഗം, ഇടഭിത്തിയിലൂടെ, എന്തോ ഭാരമുള്ള സാധനം അയാൾ നീക്കിയിടുന്ന ശബ്ദം അവൾ കേട്ടു.

എനിക്കെതിരെ വാതിൽ അടച്ച് ഭദ്രമാക്കുകയായിരിക്കും, ഒരുപക്ഷേ അവൾ മന്ദഹാസത്തോടെ ചിന്തിച്ചു.

അവൾ തന്റെ കമ്പിളി മേലങ്കി ഊരിക്കളഞ്ഞു തൊപ്പി എടുത്ത് മാറ്റി വെച്ചു. അതവളുടെ മുടിയിൽ കുടുങ്ങി കിടക്കുകയായിരുന്നു. ചിത്ര ത്തുന്നലുള്ള ഷാളും അവൾ എടുത്തുമാറ്റി. ജനാലയ്ക്കൽനിന്ന് അയാളു മായി സംസാരിക്കുമ്പോൾ അവൾക്ക് തണുപ്പ് തോന്നിയിരുന്നതേയില്ല! തന്നെ അയാൾ അകത്ത് കയറ്റുന്നതിന് വേണ്ടിയുള്ള അവളുടെ ഒരു തന്ത്രമായിരുന്നു അത്. എന്നാൽ, അവൾ വാതിലിലേക്ക് വരുമ്പോൾ, ഒരു ചളിക്കൂമ്പാരത്തിലേക്കവളുടെ കാല് പൂഴ്ന്നു പോയി. ഇപ്പോൾ അവ ളുടെ ഇടതുകാൽ, കണങ്കാലിന് മുകൾ ഭാഗംവരെ നനഞ്ഞിരിക്കുന്നു, ഷൂസും സോക്സും നിറയെ വെള്ളമാണ്. അവൾ അയാളുടെ കിടക്ക യിൽ ഇരുന്നു. ഒരു വീതി കുറഞ്ഞ ബെഞ്ച്. കനം കുറഞ്ഞ ഒരു വൈക്കോൽ കിടക്കയല്ലാതെ മറ്റൊന്നും അതിൽ വിരിച്ചിട്ടില്ല. അതിലി രുന്ന് അവൾ ഷൂസ് ഊരി. അവൾ ഇരുന്ന ഈ അറ കമനീയമായിരി ക്കുമെന്നവൾ കരുതി- വളരെ ഇടുങ്ങിയൊരു മുറിയായിരുന്നു അത്. നല്ല വൃത്തിയുള്ളത്. ഫർണീച്ചർ ഒന്നുമില്ല; അവൾ ഇരുന്ന ബെഞ്ചിന് മുകളിൽ പുസ്തകങ്ങൾ വെക്കാനുള്ള ഒരു ഷെൽഫ് ഉണ്ട്. മൂലയിൽ ബൈബിൾ വെക്കാനുള്ളൊരു ചെറിയ ലെക്ടേണും. വാതിലിനടുത്ത് ചുമരിൽ അടി ച്ചിറക്കിയ ആണികളിൽ ഒരു ളോഹയും ഫർലൈനിംഗ് ഉള്ള ഒരു കോട്ടും ഞാന്നു കിടക്കുന്നുണ്ട്. ലെക്ടേണിൽ ക്രിസ്തുവിന്റെ മുൾക്കിരീടം ധരിച്ച ഒരു വിഗ്രഹം വെച്ചിട്ടുണ്ട്, അതിന് മുകളിൽ ഒരു വിളക്ക് കത്തിച്ചു വെച്ചിരിക്കുന്നു. ആ മുറിയിൽ അസാധാരണമായൊരു ഗന്ധം തങ്ങി നിൽക്കുന്നു- വിളക്കിലെ എണ്ണ, വിയർപ്പ്, മണ്ണ്, എന്നിവയുടെ സമ്മിശ്ര ഗന്ധം. അവൾക്ക് അവിടം സുഖകരമായി തോന്നി, ആ ഗന്ധംപോലും!

നനഞ്ഞ കാലുകൾ അവളെ അസ്വസ്ഥയാക്കി, പ്രത്യേകിച്ച് ഇടതു കാൽ. ധൃതിയിലവൾ ഷൂസ് ഊരി കളയാൻ ശ്രമിച്ചു. പുഞ്ചിരിയോടെ യാണവൾ ഇരിക്കുന്നത്. പന്തയം ജയിക്കുന്നതിനെക്കുറിച്ചുള്ള ചിന്ത അത്രയ്ക്കില്ല. ആകർഷണീയനും വിചിത്രപ്രകൃതക്കാരനുമായ ആ പുരുഷന്റെ മനസ്സിൽ താൻ ഉയർത്തിയ അസ്വസ്ഥത അവൾക്ക് നന്നായി അറിയാം. അയാൾ അതിന് മാത്രം പ്രതികരിച്ചില്ലെന്നതൊരു സത്യമാണ്. എന്നാൽ, അതുകൊണ്ടെന്ത്?

“ഫാ. സെർജിയസ്! ഫാ.സെർജിയസ്! അതാണ് നിങ്ങളുടെ പേര് അല്ലേ?”

“നിങ്ങൾ എന്താണ് ആഗ്രഹിക്കുന്നത്?” മറുപടിയായി അയാളുടെ മൃദുവായ ശബ്ദം ചോദിച്ചു.

“നിങ്ങളുടെ ഏകാന്തത തകർത്തതിൽ എന്നോട് ദയവായി ക്ഷമിക്കുക. എനിക്ക് സ്വയം നിയന്ത്രിക്കാൻ കഴിഞ്ഞില്ല, സത്യമായും. എനിക്ക് സുഖമില്ലാതായി. ഇപ്പോഴും അങ്ങനെത്തന്നെ. ഞാനാകെ നനഞ്ഞ് കുതിർന്നു; എന്റെ കാലുകൾ ഐസുപോലെ തണുത്തു.”

“എനിക്ക് ഖേദമുണ്ട്” മൃദുവായ ശബ്ദം മറുപടി നൽകി.“എന്നാൽ, എനിക്കൊന്നും ചെയ്യാൻ കഴിയില്ല.”

“എനിക്ക് പറ്റുമായിരുന്നുവെങ്കിൽ നിങ്ങളെ ഒരിക്കലും ശല്യപ്പെടുത്തുവാൻ ധൈര്യപ്പെടില്ലായിരുന്നു. നേരം വെളുക്കുന്നതുവരെ മാത്രമേ ഞാൻ താമസിക്കുകയുള്ളൂ.”

അയാൾ മറുപടി പറഞ്ഞില്ല. അയാൾ മന്ത്രിക്കുന്നത് അവൾക്ക് കേൾക്കാമായിരുന്നു - പ്രാർത്ഥിക്കുകയായിരിക്കുമെന്നവൾ കരുതി.

“എന്തുകൊണ്ടെന്നാൽ, എന്റെ ശരീരം ഉണക്കുവാനായി എനിക്ക് വസ്ത്രം ഊരണം, മനസ്സിലായോ?”

അയാൾ മറുപടി പറഞ്ഞില്ല. അയാളുടെ മൃദുവായ ശബ്ദം അവൾക്ക് കേൾക്കാമായിരുന്നു, പ്രാർത്ഥനയുടെ പിറുപിറുക്കൽ.

“അതെ, അയാൾ ഒരു പുരുഷനാണ്, ഒരു യഥാർത്ഥ പുരുഷൻ.” വെള്ളം നിറഞ്ഞ ഷൂസ് വലിച്ച് ഊരികൊണ്ടിരിക്കവേ അവൾ ചിന്തിച്ചു.

അവൾ എത്ര വലിച്ചിട്ടും ഷൂസ് ഊരാനായില്ല. അവൾക്കതൊരു തമാശയായിത്തോന്നി; അവൾ പൊട്ടിച്ചിരിച്ചു, ശബ്ദം അധികം ഉയർത്താതെ; പിന്നെ ഉറക്കെ ചിരിച്ചു, ശരിക്കും അവൾ ആഗ്രഹിക്കും വിധം ആ പൊട്ടിച്ചിരി അയാളിൽ പ്രതികരണം സൃഷ്ടിക്കുവാൻ! സത്യത്തിൽ അവളുടെ ചിരി- ആഹ്ലാദവും സ്വാഭാവികവും ദയാപൂർവവും - അയാളെ സ്പർശിച്ചു, അവൾ ആഗ്രഹിച്ച അതേരീതിയിൽ തന്നെ.

“അതെ” അവൾ ചിന്തിച്ചു. “അപ്രകാരം ഒരു വ്യക്തിക്ക് ഒരു മനുഷ്യനെ സ്നേഹിക്കാൻ കഴിയും. ആ കണ്ണുകൾ, അയാളുടെ മുഖം, എത്ര നിഷ്കളങ്കം, ശ്രേഷ്ഠം, അതെ, വികാരനിർഭരം. അയാൾ എന്തൊക്കെ സ്തോത്രങ്ങൾ ഉരുവിട്ടാലും! സ്ത്രീകളായ ഞങ്ങളെ വിഡ്ഢികളാക്കാൻ പറ്റില്ല. അയാൾ തന്റെ മുഖം ജന്നൽച്ചില്ലിൽ വെച്ചമർത്തി, എന്നെ കണ്ടപ്പോൾ അയാൾ അത് മനസ്സിലാക്കി. അയാൾക്ക് അനുഭവപ്പെട്ടു. അയാളുടെ കണ്ണുകളിലെ അഗാധതയിൽ അത് മിന്നിത്തിളങ്ങി, മുദ്ര പതിപ്പിച്ചു. എന്നോടുള്ള പ്രേമം അയാൾ അറിഞ്ഞു, മോഹവും. അതെ, ആസക്തി.”

ഒടുവിൽ ഷൂസും സോക്സും അവൾ വലിച്ചൂരി. ആ നീണ്ട, പട്ടീസുള്ള സ്റ്റോക്കിംസ് ഊരുവാനായി അവൾക്ക് അടിപ്പാവാട പൊക്കണം. അവൾക്ക് നാണം തോന്നി, അവൾ വിളിച്ചു പറഞ്ഞു:

"പുറത്ത് വരല്ലേ."

മറ്റേ മുറിയിൽനിന്ന് യാതൊരു മറുപടിയും വന്നില്ല. വിരസമായ മന്ത്രി ക്കൽ തുടർന്നു, അനങ്ങുന്നതുപോലുള്ള ശബ്ദം കേട്ടു.

പ്രാർത്ഥിച്ചുകൊണ്ട് നമസ്കരിക്കുന്നതാകാം. അവൾ ചിന്തിച്ചു. എന്നാൽ, അതൊന്നും അയാൾക്ക് ഗുണം ചെയ്യില്ല. അയാൾ എന്നെ ക്കുറിച്ച് ചിന്തിക്കുകയാണ്, ഞാൻ അയാളെക്കുറിച്ച് ചിന്തിക്കുന്നതു പോലെ. എന്റെ ഈ കാലുകളിലെ വികാരം പോലെ ചിന്തിക്കുന്നു. പിന്നെ, അവൾ നനഞ്ഞ സ്റ്റോക്കിംസ് ഊരി; വൈക്കോൽ മെത്തയിൽ നഗ്നമായി കാലിട്ട് ചവിട്ടി. അതിനുശേഷം ചൂടുപിടിപ്പിക്കാനായി അതിന് മീതെ ഇരുന്നു. അങ്ങനെ കണങ്കാലുകൾ പിണച്ചുകൊണ്ട്, ചുമരിലേക്ക് മിഴിച്ചു നോക്കി. സ്വപ്നത്തിലെന്ന പോലെ ഇരുന്നു. അവളുടെ ചിന്തകൾ പറന്നുനടന്നു. "എന്ത്, ഞങ്ങൾ കാട്ടിനുള്ളിലാണ്. അത്രക്ക് നിശ്ശബ്ദത! യാതൊരാളും ഒരിക്കലും അറിയില്ല."

അവൾ എഴുന്നേറ്റ് സ്റ്റോക്കിംസ് എടുത്ത് ചൂളക്കടുത്തേക്ക് കൊണ്ടു പോയി പുകക്കുഴലിനടുത്ത് ' ഡാമ്പറിൽ ' ഞാത്തിയിട്ടു. അതൊരു പ്രത്യേകതരം ഡാമ്പർ ആണ്, അവൾക്ക് പരിചയമില്ലാത്തത്. അവൾ അത് വെറുതെ പിടിച്ച് തിരിച്ചുനോക്കി. പിന്നെ, അവളുടെ നഗ്നപാദ ങ്ങളുടെ സ്വരം നിലത്തുനിന്ന് മെല്ലെ ഉയർന്നു. അവൾ വീണ്ടും ബെഞ്ചിൽ വന്നിരുന്നു.

ഇപ്പോൾ മറ്റേ മുറിയിൽ നിന്ന് ശബ്ദമൊന്നും കേൾക്കാനില്ല. തന്റെ കഴുത്തിൽ റിബ്ബണിൽ കോർത്തിട്ട കൊച്ചു വാച്ചിലേക്കവൾ കണ്ണോടിച്ചു. രണ്ട് മണിയായി. വണ്ടി തിരിച്ചുവരുന്നത് ഏകദേശം മൂന്ന് മണിക്കായി രിക്കും.

ഒരു മണിക്കൂർ മാത്രം ബാക്കി.

അവൾക്ക് ഈ ഒരു മണിക്കൂർ ഒറ്റയ്ക്ക് ചെലവഴിക്കേണ്ടി വരുമോ? പരിഹാസ്യം! അവൾക്കത് പറ്റില്ല. അവൾ ഉടനെ അയാളെ തന്റെ അടു ത്തേക്ക് വിളിച്ചു.

"ഫാ. സെർജിയസ്! ഫാദർ സെർജിയസ്! സെർജി ഡിമിട്രിച്ച്! കസറ്റ്സ്കി രാജകുമാരൻ!"

"അടുത്ത മുറിയിൽ യാതൊരു ശബ്ദവുമില്ല."

"നിങ്ങൾക്കെങ്ങനെ ഇത്രയും ക്രൂരനാവാൻ കഴിയും? ഞാൻ നിങ്ങളെ ഒരിക്കലും വിളിക്കില്ലായിരുന്നു. ഒരിക്കലും. എനിക്ക് നിങ്ങളുടെ ആവ ശ്യമില്ലായിരുന്നെങ്കിൽ. എനിക്ക് സുഖമില്ല. എന്ത് പറ്റിയെന്ന് എനിക്കറി യില്ല." വേദനയോടെ അവൾ നിലവിളിച്ചു. "ഓഹ്, ഡിയർ! ഓഹ്, ഡിയർ!"– അവൾ ബെഞ്ചിലേക്ക് വീണു. അത് വിചിത്രമാണെന്ന് തോന്നി യേക്കാം, താൻ ശരിക്കും രോഗിയാണെന്നവൾക്ക് തോന്നി, അത്രയ്ക്ക്

വയ്യ. അവളുടെ ശരീരമാസകലം വേദനിച്ചു; പനിപിടിച്ചവളെപ്പോലെ വിറച്ചു.

"പുറത്ത് വന്ന് എന്നെ സഹായിക്കൂ! എന്താണ് കാര്യമെന്ന് എനിക്കറിയില്ല. ഓഹ്, ഡിയർ! ഓഹ്, ഡിയർ!"

അവൾ ഉടുപ്പിന്റെ കൊളുത്തുകൾ ഊരി നെഞ്ച് പ്രദർശിപ്പിച്ചു. മുട്ടുവരെ ബാഹുക്കൾ നഗ്നമാക്കി.

"ഓഹ്, ഡിയർ! ഓഹ് ഡിയർ!"

ഈ സമയമത്രയും പിന്നിലെ മുറിയിൽ അയാൾ പ്രാർത്ഥിച്ചുകൊണ്ട് നിൽക്കുകയായിരുന്നു. എല്ലാ സന്ധ്യാവന്ദനങ്ങളും അയാൾ ചൊല്ലിക്കഴിഞ്ഞു; ഇപ്പോൾ അനങ്ങാതെ നിൽക്കുകയാണ്. കണ്ണുകൾ മൂക്കിന്റെ അറ്റത്ത് കേന്ദ്രീകരിച്ച്, ആന്തരികമായി പ്രാർത്ഥിക്കുന്നു. മനസ്സിൽ ഇപ്രകാരം ഉരുവിട്ടു കൊണ്ടിരുന്നു. "പ്രഭോ, യേശുദേവാ, ദൈവപുത്രാ, എന്നിൽ കരുണ കാണിക്കേണമേ."

എന്നാൽ, അയാൾ എല്ലാം കേട്ടിരുന്നു. ഉടുപ്പ് പൊക്കുമ്പോൾ ഉള്ള സിൽക്കിന്റെ മർമ്മര ശബ്ദം, മെത്തയിൽ നഗ്നമായ കാലുകൾ ഇട്ടടിക്കുന്ന സ്വരം, അവളുടെ കൈകൾ, നനഞ്ഞ കാലുകൾ തിരുമ്മുമ്പോൾ സൃഷ്ടിച്ച ശബ്ദം.

അയാൾ സ്വന്തം ദൗർബല്യം കണ്ടറിഞ്ഞു. ഏതു നിമിഷവും തന്റെ നിയന്ത്രണം നഷ്ടപ്പെട്ടേക്കാം. അതുകൊണ്ടയാൾ നിർത്താതെ പ്രാർത്ഥിച്ചു. യക്ഷിക്കഥയിലെ നായകന് അനുഭവപ്പെട്ടതുപോലെ എന്തോ ഒന്ന് അനുഭവപ്പെട്ടു. ഒരു നിമിഷം പോലും പിൻതിരിഞ്ഞുനോക്കാതെ മുന്നോട്ട് മാത്രം നോക്കി നടന്നതു കൊണ്ട് മാത്രമാണ് ആ നായകൻ ലക്ഷ്യപ്രാപ്തി കൈവരിച്ചത്. ആ നായകനെപ്പോലെ അയാൾ ഔചിത്യബോധത്തോടെ ചിന്തിച്ചു. അയാൾ മനസ്സിലാക്കി - ആ അപകടം, സർവനാശം തനിക്ക് ചുറ്റും ഞാന്നുകിടക്കുന്നു. അങ്ങോട്ട് ദൃഷ്ടി പായിക്കാതിരിക്കുന്നതിൽ മാത്രമാണ് വിജയം ഇരിക്കുന്നത്. അതേസമയം അതിലേക്ക് ദൃഷ്ടി തിരിക്കാനുള്ള മോഹവും അയാളെ കീഴടക്കി. ആ നിമിഷം അവൾ വിളിച്ചു:

"നിങ്ങൾ ശരിക്കും മനുഷ്യത്വമില്ലാത്തവനാണ്. ഞാൻ മരിച്ചു പോകും!"

അതെ, അയാൾ അവളുടെ അടുത്തേക്ക് പോകും - ഒരു സ്ഥലത്ത് വ്യഭിചാരവും, മറുവശത്ത് ലോഹച്ചട്ടക്കൂടുമായി നിന്ന പുണ്യവാളനായ പുരോഹിതനെപ്പോലെ പോകുക. എന്നാൽ അയാൾക്ക് ലോഹചട്ടക്കൂടൊന്നുമില്ല. അയാൾ മുറിയിലാകമാനം കണ്ണോടിച്ചു. ആ വിളക്ക്. അയാൾ ഒരു വിരൽ അതിന്റെ തീജ്ജ്വാലയ്ക്കുമീതെ പിടിച്ചുനിന്നു; നെറ്റിചുളിച്ച് സഹിച്ചുനിന്നു. കുറച്ചുനേരത്തേക്ക് അയാൾക്ക് യാതൊന്നും തോന്നിയില്ല; എന്നാൽ, പെട്ടെന്ന് - അത് എത്ര അധികം വേദനിച്ചെന്ന്

അയാൾക്ക്, യഥാർത്ഥത്തിൽ, അറിയില്ല – മടുപ്പോടെ, മുഖംകോട്ടി ഇളക്കിക്കൊണ്ട് കൈ മാറ്റി. ഇല്ല, അയാൾക്കപ്പോഴും ഒന്നും ചെയ്യാൻ കഴിഞ്ഞില്ല.

“ദൈവനാമത്തിൽ! ഓഹ്, എന്നെ വന്ന് സഹായിക്കൂ! ഞാൻ ചാകുകയാണ്!”

അയാൾ തോൽക്കുമോ? തോൽക്കില്ല. ഇല്ല.

“ഒരു നിമിഷത്തിനുള്ളിൽ ഞാൻ നിന്റെ അടുത്തെത്താം”. അവളെ നോക്കാതെ മുറിയിലൂടെ നടന്നുചെന്നയാൾ വാതിൽ തുറന്നു. അവിടെ ഇരുന്നാണയാൾ എപ്പോഴും തീച്ചൂളയിൽ ഇടാനുള്ള മരക്കഷണങ്ങൾ കീറി മുറിക്കാറുള്ളത്. ഇരുട്ടിൽ തപ്പിത്തടഞ്ഞ്, തടിക്കട്ടയും ചെറു കോടാലിയും ചുമരിൽ ചാരിവെച്ചിരിക്കുന്നത്, അയാൾ കണ്ടെത്തി.

“ഒരു നിമിഷം” അയാൾ വീണ്ടും പറഞ്ഞു; പിന്നെ, വലതുകൈയിൽ കോടാലി പിടിച്ച്, ഇടതുകൈയിലെ ചൂണ്ടാണിവിരൽ മരക്കട്ടയിൽ വെച്ചു. അയാൾ കോടാലി വീശി വിരലിന്റെ രണ്ടാമത്തെ മടക്കിന് താഴെയായി വെട്ടി. അതേ കനമുള്ള വിറകിനേക്കാൾ എളുപ്പത്തിൽ വിരൽ മുറിഞ്ഞു വീണു; അത് മുകളിലേക്ക് തെറിച്ച്, വായുവിൽ കറങ്ങി തിരിഞ്ഞ് താഴേക്ക് വീണു; ആദ്യം മരക്കട്ടയുടെ അറ്റത്ത്, പിന്നെ നിലത്ത്.

അത് നിലത്ത് പതിക്കുന്ന ശബ്ദം അയാൾ കേട്ടു. എന്നിട്ടും അയാൾക്ക് വേദന അനുഭവപ്പെട്ടില്ല. വേദനയില്ലല്ലോ എന്ന് അതിശയത്തോടെ ചിന്തിച്ചു നിൽക്കവേ, വേദന വന്നു, ശക്തമായ ജ്വലിക്കുന്ന വേദന; വിരലിൽനിന്ന് ചുടുരക്തം ഇറ്റു വീഴുന്നതയാൾക്കനുഭവപ്പെട്ടു. പെട്ടെന്നയാൾ മുറിഞ്ഞ വിരൽഭാഗം മേലങ്കിയിൽ പൊതിഞ്ഞും ശരീരത്തിൽ അമർത്തിവെച്ചു. പിന്നെ അയാൾ മുറിയിലേക്ക് ചെന്ന്, ആ സ്ത്രീയുടെ മുന്നിൽനിന്ന്, കണ്ണുകൾ താഴ്ത്തി, ശാന്തനായി ചോദിച്ചു.

“നിങ്ങൾക്കെന്താണ് വേണ്ടത്?”

അയാളുടെ വിളറിയ മുഖവും വിറയ്ക്കുന്ന ഇടത് കവിളും കണ്ടു. പെട്ടെന്നവൾക്ക് ലജ്ജ തോന്നി. അവൾ ചാടിഎഴുന്നേറ്റ്, മേലങ്കി എടുത്ത് ശരീരം മറച്ചു.

“എന്താണെന്നോ, ഞാൻ വലിയ വേദനയിലാണ്..... തണുത്ത് മരവിച്ചു..... ഞാൻ..... ഫാ. സെർജിയസ്...... ഞാൻ”

അയാൾ മുകളിലേക്ക് നോക്കി, അയാളുടെ കണ്ണുകളിൽ ആനന്ദത്തിന്റേതായൊരു ജ്വാല ദൃശ്യമായിരുന്നു. അയാൾ പറഞ്ഞു:

“പ്രിയ സഹോദരി, എന്തിനുവേണ്ടി അനശ്വരമായ ആത്മാവിനെ നിങ്ങൾ നശിപ്പിക്കുന്നു? ഈ ലോകത്തിൽ പ്രലോഭനങ്ങൾ വരുത്തുന്നവനെ എതിർക്കുക..... ദൈവത്തോട് പ്രാർത്ഥിക്കുക, അവൻ നമ്മോട് ക്ഷമിക്കട്ടെ.”

അയാൾ സംസാരിക്കവേ ആ മുഖത്ത് കണ്ണും നട്ടുക്കൊണ്ടവൾ ശ്രദ്ധിച്ചു. പെട്ടെന്ന് എന്തോ ഇറ്റുവീഴുന്ന ശബ്ദം കേട്ടു. താഴോട്ട് നോക്കി; അയാളുടെ കൈയിൽനിന്ന് മേലങ്കിയുടെ മടക്കിലൂടെ ഒഴുകി വീഴുന്ന രക്തം അവൾ കണ്ടു. "എന്താണ് കൈയിൽ നിങ്ങൾ ചെയ്തത്?"

അവൾ കേട്ട ശബ്ദം ഓർമ്മയിൽ വന്നു. ഒരു വിളക്കെടുത്ത്, വാതിൽക്കലേക്ക് ഓടി. അവിടെ രക്തം പുരണ്ട വിരൽക്കഷണം കണ്ടു. ഭയങ്കരമായ വിളറിവെളുത്ത മുഖത്തോടെ മടങ്ങിവന്നു; അയാളോട് സംസാരിക്കാനായിരുന്നു അവളുടെ ഉദ്ദേശ്യമെങ്കിലും അയാൾ മെല്ലെ പിന്നിലെ മുറിയിലേക്ക് പോയി, വാതിൽ അടച്ചുപൂട്ടി.

"എന്നോട് ക്ഷമിക്കൂ, എന്റെ പാപത്തിന് പ്രായശ്ചിത്തമായി ഞാൻ എന്താണ് ചെയ്യേണ്ടത്?" അവൾ ചോദിച്ചു.

"പോകൂ"

"നിങ്ങളുടെ വിരൽ കെട്ടിത്തരുവാൻ എന്നെ അനുവദിക്കൂ."

"പോകൂ"

ധൃതി പിടിച്ച് നിശ്ശബ്ദമായി അവൾ വസ്ത്രം ധരിച്ചു. അവൾ തയ്യാറായി മേലങ്കി പുതച്ച് വണ്ടിക്കുവേണ്ടി കാത്തിരുന്നു. വേഗംതന്നെ വണ്ടിയുടെ മണിയടി കേൾക്കാറായി.

"ഫാ. സെർജിയസ്, എന്നോട് ക്ഷമിക്കൂ."

"പോകൂ. ദൈവം മാപ്പ് നൽകും."

"ഫാ. സെർജിയസ്, ഞാനെന്റെ മാർഗ്ഗങ്ങൾ മാറ്റും. എന്നെ കൈവിടരുത്."

"പോകൂ."

"എന്നോട് ക്ഷമിക്കൂ. എന്നെ അനുഗ്രഹിക്കൂ."

"പിതാവിന്റെയും പുത്രന്റെയും പുണ്യാത്മാവിന്റേയും പേരിൽ" മറ്റേ മുറിയിൽ നിന്ന് ശബ്ദം പുറത്തുവന്നു "പോകൂ."

തേങ്ങിക്കരഞ്ഞുകൊണ്ടവൾ മുറി വിട്ടുപോയി. വക്കീൽ പ്രത്യക്ഷപ്പെട്ടു, അവളെ എതിരേൽക്കാനായി മുന്നോട്ട് ചെന്നു.

"ശരി, ഞാൻ തോറ്റു, എന്റെ ദൗർഭാഗ്യം ഞാൻ മനസ്സിലാക്കുന്നു. ങ്ഹ്....... ഏത് സീറ്റിലാണ് നിങ്ങൾ ഇരിക്കുന്നത്?"

"ഏതായാലും സാരമില്ല."

അവൾ വണ്ടിയിൽക്കയറി; പട്ടണത്തിലെത്തുന്നതുവരെ, യാത്രയിലുടനീളം അവൾ ഒരക്ഷരം മിണ്ടിയിട്ടില്ല.

ഒരു വർഷത്തിനുശേഷം, അവൾ ലളിതമായ രീതിയിൽ സത്യപ്രതിജ്ഞയെടുത്ത്, ഒരു കന്യാസ്ത്രീ മഠത്തിൽ കർശനമായ മതജീവിതം

ആരംഭിച്ചു. ഏകാകിയായ തപസ്വി, അർസേനിയുടെ മാർഗ്ഗനിർദ്ദേശത്തിലായിരുന്നു അവൾ. അയാൾ ഇടയ്ക്കിടെ അവൾക്ക് കത്തയയ്ക്കുമായിരുന്നു.

6

ഫാ. സെർജിയസ് തന്റെ ആശ്രമത്തിൽ ഏഴ് വർഷംകൂടി ഏകാന്തവാസം തുടർന്നു.

തുടക്കത്തിൽ, തനിക്കുവേണ്ടി കൊണ്ടുവന്നിരുന്ന ഭക്ഷണപദാർത്ഥങ്ങളെല്ലാം അയാൾ ഉപയോഗിച്ചിരുന്നു: പാൽ, പഞ്ചസാര, ചായ, വെളുത്ത ബ്രെഡ്, വസ്ത്രങ്ങൾ, വിറക്, തുടങ്ങിയവ. എന്നാൽ, കാലം ചെല്ലും തോറും അയാളുടെ ജീവിതരീതി കൂടുതൽ കൂടുതൽ ലാളിത്യം മുറ്റിനിൽക്കുന്നതായി മാറി. അയാൾ എല്ലാ അനിയന്ത്രിതമായ ശീലങ്ങളും ഉപേക്ഷിച്ചു; ഒടുവിൽ കറുത്ത ബ്രെഡ് മാത്രം കഴിച്ചു; ആഴ്ചയിൽ ഒരിക്കൽ മാത്രം അതിന്റെ ഒരു ഭാഗം സ്വീകരിച്ചു; ബാക്കിയെല്ലാം പാവങ്ങൾക്ക് ദാനം ചെയ്തു.

ദിവസം മുഴുവൻ അയാൾ മുറിയിൽ ഇരുന്ന് പ്രാർത്ഥിക്കുകയും, സന്ദർശകരെ സ്വീകരിക്കുകയും ചെയ്തുപോന്നു. സന്ദർശകർ ദിനം പ്രതി വർദ്ധിച്ചുവന്നു. അയാൾ പള്ളിയിൽ പോകാൻ വേണ്ടി മാത്രമാണ് മുറിയിൽനിന്ന് പുറത്തിറങ്ങിയിരുന്നത്. ഒരു വർഷത്തിൽ രണ്ടോ മൂന്നോ പ്രാവശ്യം - അല്ലെങ്കിൽ ആവശ്യം വന്നാൽ വിറകും വെള്ളവും കൊണ്ടുവരുവാൻ.

ഈവിധം അയാൾ ജീവിച്ചുവന്നതിന്റെ അഞ്ചാം വർഷത്തിലാണ് ആ വിവാഹമോചിതയുടെ രാത്രി സന്ദർശനം നടന്നതും അവളിൽ മാറ്റം സംഭവിച്ചതും അവൾ കന്യാസ്ത്രീ മഠത്തിൽ ചേർന്നതും. ഇതെല്ലാം പരസ്യമായതോടെ ഫാ.സെർജിയസിന്റെ പ്രശസ്തി വ്യാപിക്കാൻ തുടങ്ങി. എന്നത്തേക്കാളേറെ സന്ദർശകർ വന്നുകൊണ്ടിരുന്നു. സന്യാസിമാർ ആ അറയ്ക്കരികിൽ താമസമാക്കി; ഒരു പള്ളിയും ഒരു ഹോസ്റ്റലും നിർമ്മിക്കപ്പെട്ടു. ഫാ. സെർജിയസ്സിന്റെ കീർത്തി കൂടുതൽ പരന്നു. എന്നത്തേയും പോലെ അതിശയോക്തി കലർത്തി അത് വർണ്ണിക്കപ്പെട്ടു! ആളുകൾ ദുരദേശങ്ങളിൽനിന്നും അയാളുടെ അടുത്തേക്ക് കൂട്ടമായി വരാൻ തുടങ്ങി. രോഗികളും ദുഃഖിതരും അയാളുടെ അടുത്തേക്ക് ആനയിക്കപ്പെട്ടു; അയാൾക്ക് രോഗം സുഖപ്പെടുത്താനുള്ള കഴിവുണ്ടെന്ന് പരക്കെ പറയപ്പെട്ടു.

എട്ടാംവർഷത്തിലാണ് അയാൾ ആദ്യമായി രോഗം സുഖപ്പെടുത്തിയത്. അത് പതിന്നാലു വയസ്സുള്ള ഒരു ബാലനെ ആയിരുന്നു; അവന്റെ അമ്മ മകനെ ആശ്രമത്തിൽ കൊണ്ടുവന്ന്, ഫാദർ സെർജിയസിനോട് അവനുമേൽ കൈവെക്കണമെന്ന് ആവശ്യപ്പെട്ടു. തനിക്ക് രോഗിയെ

സുഖപ്പെടുത്തുവാൻ കഴിയുമെന്ന് ഫാ. സെർജിയസ്സിന് ഒരിക്കലും തോന്നിയിട്ടില്ല. അത്തരം ചിന്ത പാപകരമായ ധിക്കാരമായി അയാൾ കരുതി. എന്നാൽ ആ ബാലന്റെ അമ്മ അപേക്ഷിച്ചു, മുട്ടുകുത്തി നിന്ന് കെഞ്ചി, പിൻവാങ്ങിയില്ല. "അദ്ദേഹം മറ്റുള്ളവരെ സഹായിച്ചു", അവൾ പറഞ്ഞു: "എന്തുകൊണ്ട്, അപ്പോൾ, അദ്ദേഹത്തിനെന്റെ മകന്റെ രോഗം സുഖപ്പെടുത്താൻ കഴിയില്ല?" ക്രിസ്തുവിന്റെ നാമത്തിൽ, അവൾ അയാളോടഭ്യർത്ഥിച്ചു. ദൈവത്തിനു മാത്രമേ സുഖപ്പെടുത്താൻ കഴിയൂ, എന്ന ഫാ. സെർജിയസ്സിന്റെ വിശദീകരണത്തിന് അവൾ കൊടുത്ത മറുപടി ഇതാണ് "തന്റെ മകന്റെ മേൽ കൈവെച്ച് പ്രാർത്ഥിക്കാൻ മാത്രമല്ലേ ഞാൻ അദ്ദേഹത്തോട് ആവശ്യപ്പെട്ടുള്ളു." ഫാ. സെർജിയസ് അതിന് വഴങ്ങാതെ, സ്വന്തം മുറിയിലേക്ക് പിൻവാങ്ങി. എന്നാൽ, പിറ്റേന്നയാൾ വെള്ളം കൊണ്ടുവരാനായി പുറത്തേക്ക് പോയപ്പോൾ (അത് ശരൽക്കാലമായിരുന്നു, രാത്രി നല്ല തണുപ്പാണ്) അതേ സ്ത്രീ അയാൾക്കുവേണ്ടി കാത്തുനിൽക്കുന്നതയാൾ കണ്ടു; അവളോടൊപ്പം മെലിഞ്ഞ്, വിളർത്ത പതിന്നാലുകാരൻ മകനുമുണ്ട്. വീണ്ടും അവൾ കെഞ്ചി യാചിക്കാൻ തുടങ്ങി. നീതിമാനല്ലാത്ത ജഡ്ജിയുടെ ഗുണപാഠകഥ ഫാ.സെർജിയസ്സ് ഓർത്തു. ആ നിമിഷംവരെ, താൻ ആ സ്ത്രീയുടെ അഭ്യർത്ഥന നിരസിച്ചതിനെ ഒരിക്കലും മനസ്സിൽ ചോദ്യം ചെയ്തിട്ടില്ല. ഇപ്പോൾ അയാൾക്കൊരു ഇളക്കം തട്ടി; അയാൾ പ്രാർത്ഥിക്കാൻ തുടങ്ങി, ഒരു വ്യക്തമായ തീരുമാനം മനസ്സിൽ രൂപം കൊള്ളുന്നത് വരെ അയാൾ പ്രാർത്ഥിച്ചു. ആ സ്ത്രീ ആവശ്യപ്പെട്ടതുപോലെ ചെയ്യണമെന്നായിരുന്നു അയാളുടെ തീരുമാനം; അതായത്, അവളുടെ ഉറച്ച വിശ്വാസം അവളുടെ മകനെ രക്ഷിക്കട്ടെ. ഫാ.സെർജിയസ്സ്, ഈ സംഭവത്തിൽ ദൈവത്തിന്റെ അനർഹനായൊരു ഉപകരണം മാത്രമായിരിക്കും.

ഫാ. സെർജിയസ്സ് തന്റെ മുറിയിൽ നിന്നും പുറത്തുവന്ന്, ആ സ്ത്രീയെ സമീപിച്ചു, അവളുടെ ആഗ്രഹപ്രകാരം ചെയ്തു. അയാൾ ആ ബാലന്റെ ശിരസ്സിൽ കൈവെച്ചു പ്രാർത്ഥിച്ചു.

അവർ പോയി. ഒരു മാസത്തിന് ശേഷം ആ ബാലന് ആരോഗ്യം തിരിച്ചുകിട്ടി. ആ വാർത്ത രാജ്യമെമ്പാടും പരന്നു. 'സ്റ്റാറെറ്റ്സ് സെർജിസസ്സിന്റെ' രോഗം ഭേദപ്പെടുത്താനുള്ള അദ്ഭുതസിദ്ധിയെക്കുറിച്ച് എല്ലാവരും അറിഞ്ഞു. ജനങ്ങൾ ഇപ്പോൾ അദ്ദേഹത്തിനെ സ്റ്റാറെറ്റ്സ് എന്നാണ് വിളിക്കുന്നത്. ആ സംഭവത്തിന് ശേഷം ഒരാഴ്ച കഴിഞ്ഞിട്ടില്ല, അയാളുടെ അടുക്കലേക്ക് രോഗികളുടെ ഒഴുക്കായിരുന്നു. ഒരാളുടെ അപേക്ഷയ്ക്ക് വശംവദനായ അയാൾക്ക് മറ്റുള്ളവരുടെ അപേക്ഷ നിരസിക്കാൻ കഴിഞ്ഞില്ല. അയാൾ അവരുടെ ശിരസ്സിൽ കൈവെച്ച് പ്രാർത്ഥിച്ചു. അനേകം പേർ സുഖപ്പെട്ടു. അയാളുടെ കീർത്തി കൂടുതൽ ദൂരത്തേക്ക് വ്യാപിച്ചു.

അങ്ങനെ വർഷങ്ങൾ കടന്നുപോയി. ഒമ്പത് വർഷം സന്ന്യാസി മഠത്തിൽ, പതിമ്മൂന്നുവർഷം ആശ്രമത്തിൽ. ഫാ. സെർജിയസ്സ് ഇപ്പോൾ അഭിവന്ദ്യനായ വ്യക്തിയാണ്. അയാളുടെ നരച്ച താടി നീണ്ടുകിടക്കുന്നു; മുടി കുറെയൊക്കെ കൊഴിഞ്ഞുപോയിട്ടുണ്ടെങ്കിലും, എന്നത്തേയും പോലെ കറുത്ത് ചുരുണ്ടതാണ്.

7

ഏതാനും ആഴ്ചകളായി ഫാ. സെർജിയസ്സിന്റെ മനസ്സിൽ നിരന്തരമായി ഒറ്റ ചിന്തയേ ഉള്ളൂ. ഈ നിലയിൽ തുടരുന്നത് ശരിയാണോ; തന്റെ ഇഷ്ടത്തേക്കാളേറെ സുപ്പീരിയറിന്റെ ഇഷ്ടമല്ലേ ഇത്? ആ പതിനാറ് വയസ്സുകാരൻ ബാലന്റെ രോഗം സുഖപ്പെടുത്തലിലൂടെയാണിത് തുടങ്ങിയത്. ആ സമയംമുതൽ എല്ലാദിവസങ്ങളും സാവധാനമായി അയാളുടെ ആന്തരിക മനസ്സ് ശിഥിലമാകുകയായിരുന്നു. അതിന് പകരം തികഞ്ഞ ബാഹ്യജീവിതം അഭിവൃദ്ധിപ്പെട്ടു വരികയും. പെട്ടെന്ന് എല്ലാം തകിടം മറിഞ്ഞു.

അയാൾ സേവനം നടത്തി. സന്ദർശകരെ ആകർഷിക്കാനും സന്ന്യാസിമഠത്തിന് സംഭാവന നേടാനും ഉള്ളൊരു മദ്ധ്യവർത്തിയാണെന്ന് മനസ്സിലാക്കി. മഠാധിപതികൾ അയാളുടെ ജീവിതശൈലിയിലൂടെ പരമാവധി ആദായമെടുക്കാൻ ശ്രമിച്ചത് അക്കാരണത്താലാണ്. അങ്ങനെ, അയാളെ ശാരീരികാദ്ധ്വാനം ചെയ്യാനവർ അനുവദിച്ചില്ല. അയാൾക്ക് ആവശ്യമുള്ളതെല്ലാം നൽകപ്പെട്ടു. ഒരുകാര്യം മാത്രമാണവർ അയാളിൽ നിന്നും ആവശ്യപ്പെട്ടത്. അയാളെ കാണാൻ വരുന്നവരെ സ്വീകരിക്കയും ആശംസിക്കയും ചെയ്യുക. അയാളുടെ സൗകര്യാർത്ഥം, സന്ദർശന ദിവസങ്ങൾ തീരുമാനിക്കപ്പെട്ടു. പുരുഷന്മാർക്കായി സ്വീകരണമുറി തയ്യാറാക്കപ്പെട്ടു; സ്ത്രീകൾക്കായി കൈവരികൾ പിടിപ്പിച്ച സ്ഥലവും. സ്ത്രീകൾ തടിച്ചുകൂടി അയാളുടെ കാൽക്കൽ വീഴാതിരിക്കാൻ വേണ്ടി ആയിരുന്നു ഇത്. അവിടെ നിന്നയാൾക്ക് അനുഗ്രഹിക്കയും ചെയ്യാം. തന്നെ ജനങ്ങൾക്ക് ആവശ്യമാണെന്ന് അവർ വാദിച്ചപ്പോൾ കീഴടങ്ങാതിരിക്കാൻ കഴിഞ്ഞില്ല; ക്രിസ്തുവിന്റെ സ്നേഹത്തിന്റെ നിയമമനുസരിച്ച്, തന്നെ അവർക്ക് ആവശ്യമുള്ളപ്പോൾ അത് നിഷേധിക്കാനയാൾക്ക് അവകാശമില്ല; അവരിൽനിന്ന് മാറിനിൽക്കുന്നത് ക്രൂരതയായിരിക്കും. എന്നാൽ, ഈ ജീവിതരീതിയിലേക്ക് അടുക്കുംതോറും ആന്തരികലോകം കൂടുതൽ കൂടുതൽ ബാഹ്യലോകമായി രൂപാന്തരപ്പെടുന്നതായി അയാൾക്ക് അനുഭവപ്പെട്ടു, ഉള്ളിലെ ജീവജല ഉറവിടം വറ്റി വരളുന്നതുപോലെ. ചെയ്തതെല്ലാം വലിയൊരു പരിധിവരെ മനുഷ്യനുവേണ്ടിയാണ്, ദൈവത്തിനുവേണ്ടിയല്ല.

രണ്ട് ഹുസ്സാറുകൾ

ഉപദേശിക്കലോ അനുഗ്രഹിക്കലോ, രോഗികൾക്കുവേണ്ടി പ്രാർത്ഥിക്കലോ, ധാർമ്മികമായ ജീവിതമാർഗ്ഗം തേടുന്നവർക്ക് നേർവഴി കാണിച്ചുകൊടുക്കലോ എന്തുമാകട്ടെ, അത് സന്തോഷമായിരുന്നു, തന്റെ ജോലിയിലെ ഫലത്തിൽ താത്പര്യമെടുത്തിരുന്നു. മറ്റുള്ളവർക്കുമേൽ തനിക്കുള്ള സ്വാധീനം സംതൃപ്തി നൽകിയിരുന്നു. താൻ ജ്വലിച്ചുകൊണ്ടിരിക്കുന്നൊരു തീപ്പന്തമാണെന്ന ചിന്ത മുളച്ചുപൊന്തി. ഈ തോന്നൽ ശക്തമാകുംതോറും തന്റെ മനസ്സിനുള്ളിൽ ജ്വലിച്ചുകൊണ്ടിരിക്കുന്ന ദൈവികമായ സത്യത്തിന്റെ പ്രകാശം ദുർബ്ബലമാകുന്നതായി അനുഭവപ്പെട്ടു. ഏത് പരിധിവരെ താൻ ദൈവത്തിനു വേണ്ടി പ്രവർത്തിച്ചു, ഏത് പരിധി വരെ മനുഷ്യനുവേണ്ടി പ്രവർത്തിച്ചു? ഈ ചോദ്യം നിരന്തരമായി പീഢ ഇത്ര ബുദ്ധിമുട്ട് തോന്നിയിട്ടില്ല, ന്യായാനുസാരമായി അതിന്റെ മറുപടിയെ അഭിമുഖീകരിക്കാനും. തന്റെ ആത്മാവിന്റെ അടിത്തട്ടിൽ അയാൾക്കറിയാം, ദൈവത്തിനുവേണ്ടിയുള്ള എല്ലാ പ്രവർത്തനങ്ങളുടേയും സ്ഥാനത്ത് സാത്താൻ മനുഷ്യനുവേണ്ടിയുള്ള പ്രവർത്തനം പകരം വെച്ചിരിക്കുന്നു. മുമ്പ് ഏകാന്തവാസലംഘനമാണ് സമ്മർദ്ദത്തിലാക്കിയിരുന്നതെങ്കിൽ, ഇപ്പോൾ ഏകാന്തവാസമാണ് സമ്മർദ്ദത്തിലാക്കുന്നതെന്ന് അയാൾക്കറിയാം. സന്ദർശകരുടെ ഭാരം അയാളെ തളർത്തി; എന്നാലും അതിൽ അയാൾ സന്തോഷിച്ചു, തനിക്ക് ചുറ്റും സ്തുതിഗീതങ്ങൾ ആലപിക്കുന്നത് കേട്ട് ആഹ്ലാദിച്ചു.

താൻ അവിടന്ന് ഓടി രക്ഷപ്പെടാൻ ആഗ്രഹിച്ച ഒരു കാലം ഉണ്ടായിരുന്നു. എന്താണ് ചെയ്യേണ്ടതെന്ന് ആസൂത്രണം ചെയ്യുകപോലും ഉണ്ടായി. അതിനായി കർഷകവേഷം തയ്യാറാക്കി വെച്ചു. ഷർട്ട്, ട്രൗസർ, തൊപ്പി, കോട്ട്. ഭിക്ഷാടനത്തിനായി ആവശ്യമാണ്. അയാൾ വസ്ത്രങ്ങൾ അറയിൽ സൂക്ഷിച്ചുവെച്ചു, പിന്നെ, അത് ധരിച്ച് മുടി ചെറുതായി വെട്ടി ഒരു ദിവസം സ്ഥലം വിടുന്നതിന് പ്ലാൻ ചെയ്തു. ആദ്യം ട്രെയിനിൽ പോകും; പിന്നെ, അതിൽനിന്നിറങ്ങി ഗ്രാമങ്ങൾ തോറും അലഞ്ഞു നടക്കും. തന്നെ കാണാൻ വരാറുള്ള വികലാംഗനായ ഒരു വൃദ്ധൻ പടയാളിയോട് എങ്ങനെയാണ് ഭിക്ഷ യാചിക്കുന്നതെന്നും രാത്രി അഭയം തേടുന്നതെന്നും ചോദിച്ചറിഞ്ഞു. എവിടെയാണ് ഭിക്ഷ നേടാനും താമസസ്ഥലം കിട്ടാനും എളുപ്പം അയാൾ പറഞ്ഞു. അപ്രകാരം ചെയ്യാമെന്ന് ചിന്തിച്ചു. സ്ഥലം വിടാനായി ഒരു രാത്രി തന്റെ കർഷകവേഷം ധരിക്കുക പോലും ചെയ്തു. എന്നാൽ ഏതാണ് ഏറ്റവും നല്ലതെന്ന് അയാൾക്ക് അറിയില്ലായിരുന്നു: പോകണോ, നിൽക്കണോ? കുറച്ചുനേരം അനിശ്ചിതത്വത്തിൽ നിന്നു. പിന്നെ മാറി. തന്റെ ജീവിതവുമായി അത്രയ്ക്ക് അലിഞ്ഞുചേർന്നിരിക്കുന്നു. അങ്ങനെ സാത്താന് കീഴടങ്ങി. ഒരു കാലത്തെ ചിന്തകളുടേയും വികാരങ്ങളുടേയും ഓർമ്മയായി ആ കർഷകവേഷം അവിടെ ഞാന്നുകിടന്നു.

ദിവസം ചെല്ലുംതോറും കൂടുതൽ കൂടുതൽ ആളുകൾ കാണാനെത്തിക്കൊണ്ടിരുന്നു; പ്രാർത്ഥനയ്ക്കും ആത്മീയശക്തി വർദ്ധിപ്പിക്കുന്നതിനും ഉള്ള സമയം കുറഞ്ഞ് കുറഞ്ഞ് വരികയും ചെയ്തു. ഇടയ്ക്കിടെ, സന്തോഷം തോന്നുന്ന സമയങ്ങളിൽ അയാൾ ഒരു നീരുറവയോട് ഉപമിക്കും! "ജീവനുള്ള ജലസ്രോതസ്സ് എന്നിലൂടെ മൃദുവായി ഒഴുകിയിരുന്നു. സത്യത്തിൽ അതായിരുന്നു ജീവിതം, അവൾ- ഇപ്പോൾ മദർ അഗ്നിയ". എപ്പോഴും ആനന്ദാതിരേകത്തോടെ മാത്രമേ ആ രാത്രിയെയും അവളേയും കുറിച്ച് ഓർക്കാൻ കഴിയൂ. – "അവൾ എന്നെ പ്രലോഭിപ്പിക്കാൻ വന്നത്. അവൾ ആ പരിശുദ്ധജലം പങ്ക് കൊണ്ടത്. എന്നാൽ ഇപ്പോൾ, ജലം സംഭരിക്കുന്നതിനു മുമ്പ്, അത് കുടിക്കാൻവേണ്ടി ദാഹിച്ച് പിടയുന്ന നെട്ടോട്ടത്തിലാണ് ജനക്കൂട്ടം. ഉന്തും തള്ളും. അവർ ജലസ്രോതസ്സ് ചവിട്ടിക്കലക്കി. ഇപ്പോൾ ജലം മാത്രം ബാക്കിയായി."

അപൂർവ്വമായ നല്ല സമയങ്ങളിൽ ഇപ്രകാരമാണ് ചിന്തിച്ചത്. എന്നാൽ, അധികസമയവും ക്ഷീണിച്ച അവസ്ഥയിലായിരുന്നു. ഈ ക്ഷീണം ആത്മപ്രശംസയെ വിളിച്ചുവരുത്തി.

വസന്തം പിറന്നു. 'മിഡ് പെന്റകോസ്റ്റ്' വിരുന്നിന്റെ തലേന്ന്, തന്റെ ഗുഹാപള്ളിയിൽ, ഫാ. സെർജിയസ്സ് സന്ധ്യാപ്രാർത്ഥന നടത്തുകയാണ്. ഏകദേശം ഇരുപത് പേർ സന്നിഹിതരായിട്ടുണ്ട്. അത്രയുംപേരെ മാത്രമേ ആ ഗുഹയിൽ ഒതുക്കാനാകൂ. മാന്യരും വ്യാപാരികളുമായ ധനാഢ്യർ. വരുന്നവരെയെല്ലാം ഫാ.സെർജിയസ്സ് അകത്ത് കടത്തിവിട്ടിരുന്നു. എന്നാൽ സെർജിയസ്സിനെ സഹായിക്കാൻ അവിടെ സന്നിഹിതരായിരുന്ന സന്ന്യാസിമാർ അവരെ തിരഞ്ഞെടുത്തു. എന്നും മഠത്തിൽ നിന്നയയ്ക്കുന്നവരാണീ സന്ന്യാസിമാർ. അതിനുപുറമെ ഏകദേശം എൺപതോളം തീർത്ഥാടകർ, പ്രധാനമായും സ്ത്രീകൾ. വാതിൽക്കൽ കൂടിനിൽക്കുന്നു; ഫാ. സെർജിയസ്സ് പ്രത്യക്ഷപ്പെട്ട് അവരെ അനുഗ്രഹിക്കുന്നതും പ്രതീക്ഷിച്ചുള്ള നിൽപാണ് അവരുടേത്.

കുർബ്ബാന നടന്നു. കീർത്തനം ആലപിച്ച്, ഫാ. സെർജിയസ്സ് തന്റെ മുൻഗാമിയുടെ ശവക്കല്ലറയ്ക്കടുത്തെത്തിയപ്പോൾ അയാൾ തളർന്ന് ഒരു വശത്തേക്ക് ചെരിഞ്ഞു. പിന്നിൽ നിന്നിരുന്ന ഒരു വ്യാപാരിയും ഡീക്കൻ ആയി പ്രവർത്തിച്ചിരുന്ന സന്ന്യാസിയും പിടിച്ചില്ലായിരുന്നെങ്കിൽ അയാൾ നിലംപതിച്ചേനേ! "എന്ത് പറ്റി? ഫാദർ സെർജിയസ്സ്! പ്രിയ പിതാവേ!" – ഒരു സ്ത്രീ ശബ്ദം ഉയർന്നു. "ദൈവം നമ്മളെ രക്ഷിക്കട്ടെ? നിങ്ങൾ കടലാസുപോലെ വിളർത്തിരിക്കുന്നല്ലോ!

എന്നാൽ, ഫാദർ സെർജിയസ്സ് പെട്ടെന്ന് പഴയനില വീണ്ടെടുത്തു. വ്യാപാരിയെയും ഡീക്കനേയും മാറ്റി നിർത്തി, കീർത്തനം തുടർന്നു.

ഡീക്കൻ ഫാ. സെറാപിയൻ, പരിചാരകൻ, സോഫിയ ഇവനോവ്നാ, എന്നിവരെല്ലാം കുർബ്ബാന നിർത്താനായി ഫാ. സെർജിയസ്സിനോട് അഭ്യർത്ഥിച്ചു. ആശ്രമത്തിനടുത്ത് താമസിച്ച് ഫാ. സെർജിയസ്സിനെ കാത്തുരക്ഷിക്കുന്നത് തന്റെ ചുമതലയാണെന്ന് കരുതുന്ന ഒരു മഹതിയാണ് സോഫിയാ ഇവനോവ്നാ.

"അത് സാരമില്ല, സാരമില്ല." ഫാ.സെർജിയസ്സ് പിറുപിറുത്തു. അയാളുടെ ചുണ്ടുകൾ ഒരു പുഞ്ചിരിയുടെ നിഴലിൽ കോടി, "കുമ്പസാരം തടസ്സപ്പെടുത്തരുത്."

അയാൾ ചിന്തിച്ചു"പുണ്യവാളന്മാർ അപ്രകാരമാണ് ചെയ്തിട്ടുള്ളത്." ഉടനെ "പുണ്യവാളാ! ദൈവത്തിന്റെ പരിശുദ്ധനായ മാലാഖേ!" അയാളുടെ പിന്നിൽ നിന്നിരുന്ന സോഫിയ ഇവനോവയുടെയും അയാളെ താങ്ങിയ വ്യാപാരിയുടെയും ശബ്ദം ഉയർന്നു. ആരുടെയും നിർബന്ധത്തിനു വഴങ്ങാതെ ഗാനാലാപനം തുടർന്നു. തിക്കിത്തിരക്കി ഇടുങ്ങിയ നടപ്പാതയിലൂടെ അവർ ആ കൊച്ചുപള്ളിയിലേക്ക് മടങ്ങി. അവിടെ വെച്ച് അല്പം ചുരുക്കിയാണെങ്കിലും അയാൾ കുർബ്ബാന പൂർത്തിയാക്കി.

കുർബ്ബാന കഴിഞ്ഞ ഉടനെ ഫാ. സെർജിയസ്സ് അവിടെ സന്നിഹിതരായവരെയെല്ലാം അനുഗ്രഹിച്ചു. പിന്നെ പുറത്തു ഗുഹാമുഖത്ത്, എൽമരങ്ങൾക്കടിയിൽ ഇട്ടിരുന്ന ബഞ്ചിൽ ശുദ്ധവായു ശ്വസിച്ച് അല്പനേരം ഇരിക്കാനായി പോയി. എന്നാൽ അയാളെ കണ്ട ഉടനെ പുറമെ കാത്തിരുന്ന ആളുകൾ പൊതിഞ്ഞു! അനുഗ്രഹങ്ങളും, ഉപദേശങ്ങളും സഹായവും തേടി. ആ തീർത്ഥാടകർക്കിടയിൽ സ്ത്രീകളും ഉണ്ടായിരുന്നു. ജീവിതകാലം മുഴുവൻ ഒരു പുണ്യസ്ഥലത്തു നിന്ന് മറ്റൊരു പുണ്യസ്ഥലത്തേക്കും, ഒരു സ്റ്റാറെറ്റ്സിൽ നിന്ന് മറ്റൊരു സ്റ്റാറെറ്റ്സിലേക്കും അലഞ്ഞുനടന്നിരുന്നവർ. ഒരു സ്റ്റാറെറ്റ്സിനേയോ ഏതെങ്കിലും പുണ്യവസ്തുവിനെയോ കാണുമ്പോൾ അവരുടെ കണ്ണുകൾ നിറയും. ഫാ. സെർജിയസ്സിനതറിയാം. ഏറ്റവും സാധാരണക്കാർ, മതപരമല്ലാത്ത വർഗ്ഗം, നിർദ്ദയർ, പാരമ്പര്യ ശൈലിക്കാർ. തീർത്ഥാടകർക്കിടയിൽ വിരമിച്ച പട്ടാളക്കാർ ഉണ്ട്, സാധാരണ ജീവിതത്തിൽ എങ്ങനെയോ സ്ഥാനം നഷ്ടപ്പെട്ടവർ. വൃദ്ധർ, ദരിദ്രർ, ഭൂരിഭാഗവും മദ്യപാനികൾ, അവർ ഭിക്ഷയാചിച്ച് സന്ന്യാസി മഠങ്ങൾതോറും അലഞ്ഞുതിരിയുന്നു. തീർത്ഥാടകരിൽ കർഷകരുമുണ്ട്. അജ്ഞതയിൽ കഴിയുന്ന സ്ത്രീ പുരുഷന്മാർ, രോഗശമനം ആവശ്യപ്പെട്ട് എത്തുന്ന സ്വാർത്ഥികൾ, അല്ലെങ്കിൽ ഏറ്റവും സുഖകരമായ ലൗകിക കാര്യങ്ങൾ നേടാനായി ഉപദേശം തേടി വരുന്നവർ. ഒരു മകളെ വിവാഹം കഴിപ്പിച്ചയയ്ക്കൽ, അല്ലെങ്കിൽ ഗ്രാമത്തിലെ ഒരു ഷോപ്പ് വാടകയ്ക്ക് കൊടുക്കൽ, ഭൂമി വാങ്ങൽ, തുടങ്ങിയവ. ഇവയെല്ലാം വളരെക്കാലമായി ഫാ.സെർജിയസ്സിന് പരിചയമുള്ളതാണ്.

യാതൊരു താത്പര്യവുമില്ലാത്തവ. ഇത്തരം ആളുകൾക്ക് പുതിയതായി ഒന്നും തന്നോട് പറയാനില്ലെന്ന് അദ്ദേഹത്തിനറിയാം; അതയാളുടെ ഹൃദയത്തിൽ യാതൊരു മതവികാരവും വിളിച്ചുവരുത്തില്ല. എന്നാലും അവരെ കാണാനയാൾ ഇഷ്ടപ്പെട്ടു. തന്റെ സാന്നിദ്ധ്യവും വാക്കും അനുഗ്രഹവും അമൂല്യവസ്തുവായി കരുതുന്ന ജനക്കൂട്ടമാണത്. ഈ ജനക്കൂട്ടം അയാൾക്ക് അസഹ്യമായി തോന്നിയെങ്കിലും അതേ സമയം ആഹ്ലാദത്തിന്റെ ഒരു ഉറവിടവുമായിരുന്നു. ഫാ.സെർജിയസ് ക്ഷീണിതനാണെന്ന് പ്രഖ്യാപിച്ച് തീർത്ഥാടകരെ പിന്നാക്കം തള്ളുകയായിരുന്നു ഫാ. സെറാപിയൻ . എന്നാൽ താൻ ആളുകളെ സ്വീകരിക്കുമെന്ന് ഫാ. സെർജിയസ് പറഞ്ഞു. അയാൾ പറഞ്ഞപ്പോൾ, വേദപുസ്തകത്തിലെ വാക്കുകൾ ഓർത്തു.

“അവർ കുട്ടികൾ, എന്റെ അടുത്തേക്ക് വരുന്നതിന്റെ ക്ലേശം സഹിക്കുക” ഈ വാചകം ഓർത്തപ്പോൾ അംഗീകാരത്തിന്റേതായ ഊഷ്മളമായ ഒരു തിളക്കം അനുഭവപ്പെട്ടു.

അയാൾ എഴുന്നേറ്റ് കൈവരിയുടെ അടുത്തേക്ക് പോയി; അവിടെ ആളുകൾ കൂടിനിൽക്കുന്നുണ്ട്. അവരെ അനുഗ്രഹിക്കാനും നേരിയ തളർന്ന സ്വരത്തിൽ അവരുടെ ചോദ്യങ്ങൾക്ക് മറുപടി നൽകുവാനും തുടങ്ങി. അത് അയാളെ ആഴത്തിൽ സ്പർശിച്ചതായി തോന്നി. എന്നാൽ എത്രയൊക്കെ ആഗ്രഹിച്ചിട്ടും അവരെയെല്ലാം സ്വീകരിക്കാനായില്ല. വീണ്ടും കണ്ണിൽ ഇരുട്ട് വ്യാപിക്കുന്നതുപോലെ. അയാൾ കാലിടറി നടന്നുചെന്ന് കൈവരിയിൽ പിടിച്ചുനിന്നു. പിന്നെയും രക്തം ശിരസ്സിലേക്ക് അടിച്ചുകയറി ആദ്യം വിളറിയ മുഖം പിന്നെ പെട്ടെന്ന് ചുകന്ന് തുടുത്തു.

“നാളെവരെ നിങ്ങൾക്ക് കാത്തിരിക്കേണ്ടി വരും എന്ന് പറയുന്നതിൽ എനിക്ക് ഖേദമുണ്ട്.” അതിനുശേഷം എല്ലാവരെയും പൊതുവായി അനുഗ്രഹിച്ച്, തന്റെ ബെഞ്ചിലേക്ക് തിരിഞ്ഞു. ഒരു വ്യാപാരി വീണ്ടും കൈ പിടിച്ച് ബെഞ്ചിലേക്ക് കൊണ്ടുപോയി, അതിൽ ഇരിക്കാൻ സഹായിച്ചു.

“ഫാദർ!” ജനക്കൂട്ടം മുറവിളികൂട്ടി “ഫാദർ! ഫാദർ! ഞങ്ങളെ കൈവിടല്ലേ. അങ്ങയെ കൂടാതെ ഞങ്ങൾക്ക് ജീവിതമില്ല.”

ഫാ. സെർജിയസ്സിനെ എൽവ്മരച്ചോട്ടിലെ ബെഞ്ചിൽ ഇരുത്തിയ ശേഷം ആ വ്യാപാരി പൊലീസ് ഡ്യൂട്ടി ഏറ്റെടുത്തു, ജനക്കൂട്ടത്തെ പിരിച്ചുവിടാൻ ഊർജ്ജസ്വലതയോടെ പ്രവർത്തിച്ചു. ഫാ.സെർജിയസ് കേൾക്കാതിരിക്കാൻ ശബ്ദം താഴ്ത്തിയാണ് സംസാരിച്ചതെങ്കിലും അയാളുടെ വാക്കുകൾ കോപം നിറഞ്ഞതും ദൃഢവുമായിരുന്നു:

“പോകൂ, പോകൂ! അദ്ദേഹം നിങ്ങളെ അനുഗ്രഹിച്ചതല്ലേ? ശരി, ഇനി നിങ്ങൾക്ക് എന്താണ് വേണ്ടത്? അല്ലെങ്കിൽ ഞാൻ കാണിച്ചുതരാം –

ഞാൻ അത് ചെയ്യും! പറയുന്നതു കേൾക്കൂ, അവിടെ ആ കറുത്ത മേലങ്കി ധരിച്ച വൃദ്ധേ, പറയുന്നത് കേൾക്കൂ. എവിടേക്കാണ് നിങ്ങൾ തള്ളുന്നത്? നിങ്ങളോട് ഇന്ന് ഒരിക്കൽ പറഞ്ഞതല്ലേ? - ഇന്ന് ഇനി ഇല്ല. നാളെ വീണ്ടും ശ്രമിക്കുക. ഇന്നദ്ദേഹം തീരെ തളർന്നിരിക്കുന്നു."

"ഒരു നോക്ക് കണ്ടാൽ മാത്രം മതി." ആ വൃദ്ധ യാചിച്ചു. "അദ്ദേഹത്തിന്റെ സുന്ദരമായ മുഖത്തേക്ക് ഒന്ന് നോക്കിയാൽ മാത്രം മതി."

"ഞാൻ നിങ്ങളെ നോക്കാൻ പഠിപ്പിക്കും! എവിടേക്കാണ് നിങ്ങൾ തള്ളാൻ ഉദ്ദേശിക്കുന്നത്?"

വളരെ കർശനമായ രീതിയിലാണ് ആ വ്യാപാരി പെരുമാറുന്നതെന്ന് ഫാ.സെർജിയസ് നിരീക്ഷിച്ചു. ആളുകളെ അപ്രകാരം ഓടിപ്പിക്കരുതെന്ന് അദ്ദേഹം തന്റെ സഹായിയോട് ദുർബ്ബലമായ സ്വരത്തിൽ പറഞ്ഞു. വ്യാപാരി എന്തുവന്നാലും അവരെ പിരിച്ചുവിടുമെന്ന് ഫാ. സെർജിയസ്സിന് അറിയാം. അയാൾ ഒറ്റയ്ക്കിരിക്കാൻ വളരെയേറെ ആഗ്രഹിച്ചു. ഒന്ന് വിശ്രമിക്കണം. തന്നിൽ മതിപ്പുളവാക്കാൻ വേണ്ടിയാണ് അയാൾ തന്റെ സഹായിയെ വിട്ടത്. "ശരി, ശരി" ആ വ്യാപാരി മറുപടി നൽകി. "ഞാനവരെ ഓടിപ്പിക്കുകയില്ല, അവരിൽ കാര്യബോധം ഉണർത്താൻ ശ്രമിക്കുകയാണ്. അവരെ വെറുതെ വിട്ടാൽ, അവർ ആ മനുഷ്യനെ ക്ഷീണിപ്പിച്ച് കൊല്ലും. അവർ ഹൃദയശൂന്യരാണ് . സ്വന്തം കാര്യം മാത്രം നോക്കുന്നവർ. പോകൂ, ഞാൻ നിങ്ങളോട് പറയുന്നു! പോകൂ! നിങ്ങൾക്ക് നാളെ വരാം"

ഒടുവിൽ ആ വ്യാപാരി അവരെ ആട്ടിയോടിക്കുക തന്നെ ചെയ്തു.

വ്യാപാരിയുടെ ഉത്സാഹം, ഭാഗികമായി നിയമസമാധാനപാലനത്തിലും ആളുകളെ ആട്ടിയോടിക്കാനുള്ള രസത്തിലും, അവരോട് കല്പിക്കുന്നതിലും ആയിരുന്നു. പക്ഷേ മുഖ്യലക്ഷ്യം ഫാ. സെർജിയസ്സിന്റെ രോഗ ശുശ്രൂഷയായിരുന്നു. അയാൾ ഒരു പുത്രി മാത്രമുള്ള വിഭാര്യനാണ്. പുത്രി രോഗി ആയതിനാൽ വിവാഹിതയാവാതെ നില്പാണ്. മകളെ ഫാ. സെർജിയസ്സിനെകൊണ്ട് രോഗശാന്തി വരുത്തിക്കാനായി ആയിരത്തി നാനൂറ് മൈൽ ദൂരെ നിന്ന് അവളേയുംകൂട്ടി വന്നിരിക്കയാണയാൾ. കഴിഞ്ഞ രണ്ട് വർഷത്തെ അവളുടെ രോഗാവസ്ഥയിൽ അയാൾ പല ചികിത്സകളും നടത്തിക്കഴിഞ്ഞു. ആദ്യം യൂണിവേഴ്സിറ്റി ആസ്ഥാനമായ തലസ്ഥാനനഗരിയിൽ. യാതൊരു ഗുണവുമുണ്ടായില്ല. പിന്നെ സംസ്ഥാനത്തിലെ ഒരു ഗ്രാമീണവൈദ്യനെകൊണ്ട് ചികിത്സിപ്പിച്ചു. അതിനുശേഷം അവൾക്ക് അല്പം ഭേദമുണ്ട്. പിന്നെ, അയാൾ അവളെ മോസ്കോയിലെ ഡോക്ടറെ കാണിച്ചു. അയാൾക്ക് കണക്കില്ലാത്തത്ര പണം കൊടുത്തത് മാത്രം മിച്ചം! യാതൊരു ഭേദവും ഇല്ല. അപ്പോഴാണ് ഫാ. സെർജിയസ്സിന്റെ രോഗം മാറ്റുന്നതിലുള്ള കഴിവുകളെക്കുറിച്ച് ആരോ അയാളോട് പറഞ്ഞത്. അങ്ങനെ അവളെ അയാൾ

ഇങ്ങോട്ട് കൊണ്ടുവന്നു. എല്ലാ ആളുകളെയും ആട്ടിപ്പായിച്ചശേഷം ആ വ്യാപാരി ഫാ. സെർജിയസ്സിന്റെ അടുത്തുവന്ന്, യാതൊരു പ്രാരംഭ നടപടികളുമില്ലാതെ മുട്ടുകുത്തി നിന്ന് ഉറക്കെ പറയാൻ തുടങ്ങി: "പുണ്യവാളനായ പിതാവേ, സുഖമില്ലാതിരിക്കുന്ന എന്റെ മകളുടെ വേദനയും രോഗവും അങ്ങയുടെ അനുഗ്രഹാശ്ശിസുകൾ കൊണ്ട് മാറ്റി തരേണമേ. അങ്ങയുടെ പവിത്രമായ പാദങ്ങളിൽ ഞാൻ ഈ അഭ്യർത്ഥന സമർപ്പിക്കട്ടെ?" അയാൾ തൊഴുകൈയോടെ അപേക്ഷിച്ചു. ആ വ്യാപാരിയോട് എഴുന്നേറ്റ് പ്രശ്നമെന്താണെന്ന് പറയാൻ ഫാ. സെർജിയസ് ആവശ്യപ്പെട്ടു. അമ്മയുടെ പെട്ടെന്നുള്ള മരണത്തിന് ശേഷം രണ്ട് വർഷമായി മകൾക്ക് സുഖമില്ലെന്ന് ആ വ്യാപാരി പറഞ്ഞു. ഇരുപത്തിരണ്ട് വയസ്സ് പ്രായമായൊരു പെൺകുട്ടിയാണവൾ. അവൾ കർക്കശമായി ആക്രോശിക്കുകയും ബുദ്ധിഹീനയെപ്പോലെ പെരുമാറുകയും ചെയ്യുന്നു. അതുകൊണ്ടാണ് ആയിരത്തി നാനൂറ് മൈൽ ദൂരെ നിന്നവളെ ഇങ്ങോട്ട് കൊണ്ടുവന്നിരിക്കുന്നത്. ഫാ. സെർജിയസ് അവളെ വിളിക്കുന്നതും കാത്ത് ഹോസ്റ്റലിൽ ഇരിക്കുകയാണവൾ. പകൽ വെളിച്ചത്തെ പേടിച്ച്, അവൾ പുറത്തിറങ്ങാറില്ല, സൂര്യൻ അസ്തമിച്ചശേഷം മാത്രമേ അവൾക്ക് വരാൻ കഴിയൂ.

"അപ്പോൾ, അവൾ വളരെ ദുർബ്ബലയാണോ?" ഫാ. സെർജിയസ് ചോദിച്ചു.

"അല്ല, അവൾ ദുർബ്ബലയാണെന്ന് ഞാൻ പറയില്ല, നല്ല തടിയുണ്ട്. നാഡീക്ഷോഭം എന്നാണതിനെ ഡോക്ടർ പറയുന്നത്. ഫാ. സെർജിയസ് ഒരുവാക്ക് പറയുകയേ വേണ്ടു, നിമിഷനേരത്തിനുള്ളിൽ ഞാന വളെ ഇവിടെ എത്തിക്കാം. പുണ്യവാളനായ പിതാവേ, ഒരു അച്ഛന്റെ ഹൃദയം സുഖപ്പെടുത്തുക, അങ്ങയുടെ പ്രാർത്ഥന അയാളുടെ പുത്രിയെ രോഗമുക്തയാക്കട്ടെ."

ആ വ്യാപാരി മുട്ടുകുത്തി നിന്ന്, ശിരസ്സ് ഒരു വശത്തേക്ക് തിരിച്ച്, കൂപ്പിയ കൈകളിൽ വെച്ചു. ഫാ.സെർജിയസ് അയാളോട് എഴുന്നേൽക്കാൻ ആജ്ഞാപിച്ചു. തന്റെ അദ്ധ്വാനം എത്ര ബുദ്ധിമുട്ടുള്ള താണെന്നോർത്ത് ഫാ.സെർജിയസ് ദീർഘശ്വാസം വിട്ടു - ഒരു നിമിഷത്തെ നിശ്ശബ്ദതയ്ക്ക് ശേഷം പറഞ്ഞു:

"ശരി, അവളെ ഇന്ന് വൈകുന്നേരം കൊണ്ടുവരൂ. ഞാൻ അവൾക്ക് വേണ്ടി പ്രാർത്ഥിക്കാം. എന്നാൽ, ഇപ്പോൾ ഞാൻ തളർന്നിരിക്കയാണ്." അയാളുടെ കൺപോളകൾ അടഞ്ഞു, "ഞാൻ നിങ്ങളെ അറിയിക്കാം."

ആ വ്യാപാരി മെല്ലെ നടന്നുപോയി - എന്നാൽ, അയാളുടെ ഷൂസ് കീ കീ എന്നുറക്കെ ശബ്ദമുണ്ടാക്കി. ഫാ.സെർജിയസ് ഒറ്റയ്ക്ക് അവിടെ ഇരുന്നു.

രണ്ട് ഹുസ്സാറുകൾ

ഫാ. സെർജിയസിന്റെ ജീവിതത്തിലെ എല്ലാദിവസവും കുർബ്ബാന കളും സന്ദർശകരും കൊണ്ട് നിറഞ്ഞിരുന്നു. എന്നാൽ ഇന്നത്തെ ദിവസം പ്രത്യേകിച്ച് ക്ലേശകരമായിരുന്നു. രാവിലെ ഒരു വിശിഷ്ടാതിഥി ഉണ്ടാ യിരുന്നു. പിന്നെ ഒരു മഹതിയും അവളുടെ മകനോടൊപ്പം വന്നു. ഈ മകൻ, യുവാവായ ഒരു പ്രൊഫസർ ഒരു നിരീശ്വരവാദിയാണ് അമ്മയാ ണെങ്കിൽ ഭക്തിനിർഭരയായ ഈശ്വരവിശ്വാസിയും ഫാ.സെർജിയസ്സിനെ ആരാധിക്കുന്നവളും! അവൾ മകനെ കൊണ്ടുവന്ന് അവനുമായി സംസാ രിക്കുവാൻ ഫാ.സെർജിയസ്സിനോട് യാചിച്ചു. അത് വളരെ പ്രയാസം പിടിച്ച ഒരു അദ്ധ്വാനമായിരുന്നു. തീർച്ചയായും ഒരു സന്ന്യാസിയോട് വാദിക്കാൻ വിമുഖനായിരുന്നു ആ യുവാവ്. ഫാ.സെർജിയസ് പറഞ്ഞ തിനോടെല്ലാം യോജിച്ചു. ദുർബ്ബലനായൊരു വ്യക്തിയോട് യോജിക്കു ന്നവനെപ്പോലെ! ആ യുവാവ് താൻ പറഞ്ഞതൊന്നും വിശ്വസിച്ചിട്ടില്ലെന്ന് ഫാ.സെർജിയസ്സിന് വ്യക്തമായി ബോധ്യപ്പെട്ടു എന്നാലും അയാൾക്ക് സന്തോഷവും സമാധാനവും ആശ്വാസവും അനുഭവപ്പെട്ടു. ആ സംഭാ ഷണത്തെക്കുറിച്ചോർക്കുന്നതുതന്നെ ഇപ്പോൾ, ഫാ.സെർജിയസ്സിന് അരോചകമാണ്.

"കഴിക്കാനെന്തെങ്കിലും, ഫാദർ" അയാളുടെ സഹായി ചോദിച്ചു.

"ശരി, എന്തെങ്കിലും കൊണ്ടുവരൂ."

ഗുഹാമുഖത്ത് നിന്നും ഏതാനും ചുവട് അപ്പുറത്ത് നിർമ്മിച്ചിട്ടുള്ള ഒരു കൊച്ചു അറയിലേക്ക് ആ പരിചാരകൻ പോയി. വീണ്ടും ഫാ. സെർ ജിയസ് ഒറ്റയ്ക്കായി.

ഏകാന്തവാസത്തിലായിരുന്ന നീണ്ടകാലയളവിൽ അയാൾ തന്റേ തായ എല്ലാജോലികളും ചെയ്തുപോന്നു തിരുവത്താഴ കൂദാശയുടെ അപ്പകഷണവും കറുത്ത ബ്രഡും മാത്രമായിരുന്നു വളരെ നാളായി അയാൾ കഴിച്ചിരുന്നത്. ആരോഗ്യം അവഗണിക്കാനായി അദ്ദേഹത്തിന് യാതൊരവകാശവുമില്ലെന്ന് എല്ലാവരും അദ്ദേഹത്തോട് നിർബന്ധം പിടി ക്കുന്നു. സുഖപ്രദമായ ലെന്റൻ ഭക്ഷണം എത്തിയെങ്കിലും അയാൾ കുറച്ചേ കഴിച്ചുള്ളൂ. പണ്ടത്തേക്കാൾ വളരെ കുറവ്. മുമ്പ് വിമുഖതയോ ടെയും പാപബോധത്തോടെയുമാണയാൾ എപ്പോഴും ആഹാരം കഴിച്ചി രുന്നത്. ഇപ്പോൾ ആസ്വദിച്ചാണ് ഭക്ഷണം കഴിക്കുന്നത്. ഇന്നും അപ്ര കാരം തന്നെ. അയാൾ കുറച്ച് പോറിഡ്ജ്, ചായ കൊണ്ടുവന്ന ബ്രഡ്ക ഷണത്തിന്റെ പാതി എന്നിവ കഴിച്ചു.

പരിചാരകൻ സ്ഥലംവിട്ടു. അയാൾ എൽവ് മരച്ചുവട്ടിലെ ബെഞ്ചിൽ ഏകനായി ഇരുന്നു.

മനോഹരമായ ഒരു മെയ്മാസ സായാഹ്നമായിരുന്നു അത്. ബിർച്ച്, എൽവ്, ഏസ്പേൺ, ബേർഡ് ചെറി, ഓക്ക് എന്നീ മരങ്ങളിൽ ഇലകൾ

പൊട്ടിമുളയ്ക്കാൻ തുടങ്ങിയിരിക്കുന്നു. എൽവ് മരങ്ങൾക്കപ്പുറമുള്ള ചെറിക്കുറ്റിക്കാടുകൾ പൂത്തുലഞ്ഞ് നിൽക്കുന്നു; പൂക്കൾ കൊഴിഞ്ഞു വീഴാറായിട്ടില്ല. രാപ്പാടികൾ പാടുന്നു. ഒന്ന് തൊട്ടടുത്തു നിന്ന്, രണ്ടോ മൂന്നോ എണ്ണം താഴെ പുഴയ്ക്കടുത്തുള്ള കുറ്റിക്കാട്ടിൽ. ഒരു ഗാനം ദൂരെ പുഴയ്ക്കപ്പുറത്തുനിന്ന് ഒഴുകിയെത്തി.അവിടെ തൊഴിലാളികൾ അന്നത്തെ ജോലി കഴിഞ്ഞ് തിരിച്ചുപോകുകയായിരിക്കാം. കാടിനപ്പുറം സൂര്യൻ അസ്തമിച്ചുകൊണ്ടിരിക്കുന്നു. അതിന്റെ ചെരിഞ്ഞു വരുന്ന തിളങ്ങുന്ന സൂര്യകിരണങ്ങൾ ഇലച്ചില്ലകൾക്കിടയിലൂടെ ചിതറി വീഴുന്നു. ലോകത്തിന്റെ ആ ഭാഗം മുഴുവൻ ഇളംനീലനിറമായി. ബാക്കി ഭാഗമെല്ലാം ഇരുണ്ടതും. മെയ്മാസ വണ്ടുകൾ അവിടെങ്ങും പാറിപ്പറന്നു.

അത്താഴശേഷം ഫാ.സെർജിയസ് മനസ്സിൽ പ്രാർത്ഥിച്ചു, "പ്രഭോ, യേശുദേവാ, ഞങ്ങളോട് കരുണ കാണിക്കേണമേ" പിന്നെ, ഒരു സ്തോത്രം ചൊല്ലാൻ തുടങ്ങി. അയാൾ പ്രാർത്ഥിച്ചുകൊണ്ടിരിക്കവേ, ഒരു കുരുവി, അടുത്ത കുറ്റിക്കാട്ടിൽനിന്നും അയാളുടെ അടുത്തേക്ക് ആഹ്ലാദപൂർവം ചിലച്ച് ചാടിച്ചാടി വരാൻ തുടങ്ങി. പിന്നെ എന്തോ കണ്ട് പേടിച്ച് പറന്നുപോയി. ഫാ.സെർജിയസ് തന്റെ പ്രാർത്ഥന തുടർന്നു. അയാൾ ഈ ലോകം പരിത്യജിക്കുന്നതിനെക്കുറിച്ച് പ്രാർത്ഥനയിൽ പറഞ്ഞു. അയാൾ കീർത്തനം ധൃതിപിടിച്ച് ചൊല്ലി. കാരണം, വ്യാപാരിയേയും സുഖമില്ലാത്ത മകളേയും വേഗം വിളിച്ചുവരുത്താൻ ആഗ്രഹിച്ചു. താത്പര്യം തോന്നി. ഒരു പുതുമയ്ക്കുവേണ്ടി. അവളും അച്ഛനും അയാളെ ഒരു പുണ്യവാളനായി കരുതുന്നതിനാൽ, തന്റെ പ്രാർത്ഥന ദൈവം അനുവദിച്ചു നൽകുമെന്നവർ വിശ്വസിക്കുന്നു. എന്നാൽ തന്നെ ഒരു പുണ്യവാളനാണെന്ന് പറയുന്നവരെ അയാൾ ശക്തിയായി താക്കീത് ചെയ്തു. അതേസമയം ഉള്ളിന്റെ ഉള്ളിൽ ശരിക്കും താനൊരു പുണ്യവാളനാണെന്നും കരുതി.

താൻ, സ്റ്റീഫൻ കസറ്റ്സ്കി, ഇത്രയും അസാമാന്യ അദ്ഭുതസിദ്ധികളുള്ളവനാണല്ലോ എന്ന് അയാൾ അതിശയിച്ചു. അക്കാര്യത്തിൽ അയാൾക്ക് നേരിയ സംശയം പോലുമില്ലായിരുന്നു! താൻ സാക്ഷ്യം വഹിച്ച അദ്ഭുതകൃത്യങ്ങളെ നിരാകരിക്കാനായില്ല. ആദ്യത്തെ രോഗിയായ ബാലൻ മുതൽ, കാഴ്ചശക്തി വീണ്ടുകിട്ടിയ വൃദ്ധ വരെ അയാളുടെ പ്രാർത്ഥനയുടെ ഫലമായിരുന്നു.

വിചിത്രമായി തോന്നാമെങ്കിലും അത് സത്യമായിരുന്നു. വ്യാപാരിയുടെ മകളിൽ അയാൾക്ക് താത്പര്യം തോന്നി. എന്തുകൊണ്ടെന്നാൽ, അവളിൽ പുതുമയുണ്ട്, അവൾക്കയാളിൽ വിശ്വാസമുണ്ട്. പിന്നെ, അവളെ സുഖപ്പെടുത്തുന്നതിലൂടെ ഒരിക്കൽകൂടി തന്റെ രോഗശമനത്തിലുള്ള കഴിവും കീർത്തിയും ഉറപ്പിച്ചെടുക്കാം. "ആയിരക്കണക്കിന്

മൈലുകൾക്കപ്പുറത്തു നിന്നാണ് ആളുകൾ വരുന്നത്." അയാൾ ചിന്തിച്ചു. "പത്രങ്ങൾ അതിനെക്കുറിച്ച് എഴുതുന്നു. ചക്രവർത്തിക്ക് അതിനെക്കുറിച്ചറിയാം. അത് യൂറോപ്പിലുള്ളവർക്കറിയാം, നാസ്തിക ചിന്താഗതിയുള്ള യൂറോപ്പ്." എന്നാൽ പെട്ടെന്ന് ആത്മപ്രശംസയിൽ ലജ്ജിച്ചു. വീണ്ടും സ്തോത്രം ചൊല്ലാൻ തുടങ്ങി. "പ്രഭോ, സ്വർഗ്ഗരാജാവേ, സമാശ്വസിപ്പിക്കുന്നവനേ, സത്യത്തിന്റെ ആത്മാവേ, ഞങ്ങളിൽ വസിക്കേണമേ, ഞങ്ങളുടെ പാപം കഴുകിക്കളയേണമേ: ഞങ്ങളുടെ ആത്മാവിനെ കാത്ത് രക്ഷിക്കുകയും സമ്പുഷ്ടമാക്കുകയും ചെയ്യേണമേ. എന്നെ പിടികൂടിയ ആത്മപ്രശംസാപാപത്തിൽ നിന്ന് ശുദ്ധീകരിക്കേണമേ." അയാൾ പ്രാർത്ഥിച്ചു. താൻ ഇടയ്ക്കിടെ അപ്രകാരം പ്രാർത്ഥിച്ചുകൊണ്ടിരിക്കുന്നതയാൾ ഓർത്തു, അതെത്രമാത്രം വ്യർത്ഥമായിരുന്നെന്നും! എന്നിട്ടും പ്രാർത്ഥിച്ചു. മറ്റുള്ളവർക്ക് അയാളുടെ പ്രാർത്ഥനകൾ അദ്ഭുതകരമാം വിധം രോഗശമനം വരുത്തി. എന്നാൽ തന്റെ നീചവികാരങ്ങളിൽ നിന്ന് മോചനത്തിനായുള്ള പ്രാർത്ഥനയ്ക്ക് ദൈവത്തിൽനിന്ന് ഒന്നും നേടാൻ കഴിഞ്ഞില്ല.

ഇവിടത്തെ ആദ്യവർഷങ്ങളിലെ പ്രാർത്ഥനകളെക്കുറിച്ച് ഓർത്തു; കളങ്കമില്ലായ്മ, എളിമ, സ്നേഹം എന്നിവ തനിക്ക് നൽകേണമേ എന്നായിരുന്നു അന്നയാൾ പ്രാർത്ഥിച്ചത്. ദൈവം തന്റെ പ്രാർത്ഥന ആവശ്യപ്പെടുന്നു എന്ന് അക്കാലത്ത് തോന്നിയിരുന്നു. എത്ര കളങ്കരഹിതനായിട്ടാണ് ജീവിച്ചത്, തന്റെ വിരൽ മുറിച്ച് കളഞ്ഞത്; അയാൾ മുറിക്കപ്പെട്ട വിരൽ പിടിച്ച് ചുംബിച്ചു. അക്കാലത്ത് താൻ തികച്ചും എളിമയുള്ളവനായിരുന്നെന്ന് ഓർത്തു. സ്വന്തം പാപമോഹങ്ങളെ ശരിക്കും വെറുത്തിരുന്നു. അന്ന് സ്നേഹം നിറഞ്ഞ ഹൃദയമായിരുന്നു തന്റേതെന്നും തോന്നി.

അന്ന് തന്റെ അടുത്ത് വന്ന ഒരു വൃദ്ധനെ, പണം ആവശ്യപ്പെട്ടു വന്ന ഒരു കുടിയൻ പട്ടാളക്കാരനുമായുള്ള സംവാദത്തെ ഓർമ്മ വന്നു. പിന്നെ അതെ അവൾ കൊള്ളാം, ഇപ്പോൾ? അയാൾ തന്നോട് തന്നെ ചോദിച്ചു. അയാൾ ആരെയെങ്കിലും സ്നേഹിച്ചിട്ടുണ്ടോ? അയാൾ സോഫിയ ഇവനോവ്നായേയോ, ഫാ. സെറാപിയനേയോ സ്നേഹിച്ചിട്ടുണ്ടോ? ഇന്ന് അയാളെ കാണാൻ വന്ന മനുഷ്യരോട് അയാൾക്ക് എന്തെങ്കിലും സ്നേഹം തോന്നിയിട്ടുണ്ടോ? അയാൾ വിജ്ഞാനപ്രദമായ ഉപദേശങ്ങൾ നൽകിയ ആ വിദ്യാസസമ്പന്നനായ യുവാവിനോട്? ജനങ്ങളുടെ സ്നേഹം സുഖകരമാണ്, അതയാൾക്ക് ആവശ്യമാണ്. എന്നാൽ അവരോട് തിരിച്ചയാൾക്ക് സ്നേഹം തോന്നിയില്ല. അയാളുടെ ഹൃദയത്തിൽ ഇപ്പോൾ സ്നേഹമില്ല. എളിമയില്ല, പവിത്രതയില്ല.

ഇരുപത്തിരണ്ട് വയസ്സുകാരി പെൺകുട്ടിയാണ് ആ വ്യാപാരിയുടെ പുത്രി എന്നറിഞ്ഞപ്പോൾ അയാൾ സന്തോഷിച്ചു; അവൾ വളരെ

ക്ഷീണിതയാണോ എന്ന് ചോദിച്ചതിന്റെ യഥാർത്ഥ ഉദ്ദേശ്യം, അവൾക്ക് സ്ത്രീത്വത്തിന്റേതായ വശ്യതയുണ്ടോ എന്ന് കണ്ടെത്താൻ വേണ്ടിയായിരുന്നു.

"എനിക്ക് ഇത്രയും അധഃപതിക്കാൻ കഴിയുമോ" അയാൾ ആശ്ചര്യപ്പെട്ടു. "പ്രഭോ, എന്നെ സഹായിക്കൂ, എന്നെ നന്നാക്കൂ, എന്റെ പ്രഭോ, ദൈവമേ." പിന്നെ തൊഴുകൈയോടെ പ്രാർത്ഥിക്കാൻ തുടങ്ങി. രാപ്പാടികൾ ഗാനമാലപിച്ചുകൊണ്ടിരിക്കുന്നു. ഒരു വണ്ട് ചെവിക്കരികിലൂടെ പറന്നു. പിന്നെ പിടലിയിൽ വന്നിരുന്ന് ഇഴയാൻ തുടങ്ങി. അയാളതിനെ തട്ടിക്കളഞ്ഞു. "എന്നാൽ ദൈവം നിലവിലുണ്ടോ? ഞാൻ അടഞ്ഞ വാതിലുകളിലല്ലേ മുട്ടുന്നത്? പുറമെനിന്ന് പൂട്ടിയവ, അതിന്റെ പൂട്ട് എനിക്ക് നിഷ്പ്രയാസം കാണാവുന്നതല്ലേ? രാപ്പാടികൾ, വണ്ടുകൾ, പ്രകൃതി - ഇവയല്ലേ പൂട്ടുകൾ? അയാളുടെ ചിന്തകൾ പൊടുന്നനെ ദുരൂഹമാകാൻ തുടങ്ങി. ആ യുവ വിദ്യാസമ്പന്നൻ പറഞ്ഞത് ശരിയാണെങ്കിലോ?" അയാൾ ഉറക്കെ പ്രാർത്ഥിക്കാൻ തുടങ്ങി. അത്തരം എല്ലാ ചിന്തകളും അപ്രത്യക്ഷമാകുന്നതുവരെ പ്രാർത്ഥിച്ചുകൊണ്ടിരുന്നു. പിന്നെ വീണ്ടും ശാന്തനും ആത്മവിശ്വാസമുള്ളവനുമായിത്തീർന്നു. അപ്പോൾ അയാൾ ബെല്ലടിച്ചു: പരിചാരകൻ പ്രത്യക്ഷപ്പെട്ടപ്പോൾ, ആ വ്യാപാരിക്കും മകൾക്കും ഇപ്പോൾ തന്റെ അടുത്ത് വരാമെന്ന് പരിചാരകനോട് പറഞ്ഞു.

മകളുടെ കൈപിടിച്ചുകൊണ്ട് വ്യാപാരി എത്തി.അയാൾ മകളെ മുറിയിലാക്കിയ ഉടനെ സ്ഥലംവിട്ടു.

നല്ല തലമുടിയും ഉയരവുമുള്ളൊരു പെൺകുട്ടിയാണ് വ്യാപാരിയുടെ പുത്രി. തടിച്ചുകൊഴുത്ത്, ഉയരം കുറഞ്ഞ് വിളർത്ത മുഖം. ഭയപ്പെട്ടൊരു കുട്ടിയുടെ മുഖഭാവം. മുതിർന്നൊരു സ്തീയുടെ ശരീരവും. മുറിയുടെ പ്രവേശനത്തിനടുത്തുള്ള തന്റെ ബഞ്ചിലാണ് ഫാ. സെർജിയസ് ഇരിക്കുന്നത്. ആ പെൺകുട്ടി കടന്നുവന്ന് അയാളുടെ അടുത്ത് നിന്നപ്പോൾ, അയാൾ അവളെ അനുഗ്രഹിച്ചു; തന്റെ ദൃഷ്ടി അവളിൽ പരതി നടന്ന രീതി അയാളെ ഭയപ്പെടുത്തി. എന്തോ തന്നെ കുത്തിവേദനിപ്പിച്ചു എന്ന തോന്നലോടെ അവിടെ ഇരിക്കവേ, അവൾ അകത്തെ മുറിയിലേക്ക് കടന്നുപോയി. അവളുടെ മുഖത്ത് നിന്നും അവൾ വിഷയാസക്തയാണെന്നും, ദുർബ്ബലയാണെന്നും മനസ്സിലാക്കി. എഴുന്നേറ്റ് മുറിയിലേക്ക് ചെന്നു. അയാളെ പ്രതീക്ഷിച്ച് അവൾ ഒരു സ്റ്റൂളിൽ ഇരിക്കുകയായിരുന്നു.

അകത്ത് ചെന്നപ്പോൾ അവൾ എഴുന്നേറ്റു.

"എനിക്ക് വീട്ടിൽ പോകണം." അവൾ പറഞ്ഞു.

"പേടിക്കേണ്ട" അയാൾ മറുപടി നല്കി "എന്നോട് പറയൂ, നിന്നെ പീഡിപ്പിക്കുന്നത് എന്താണ്?"

"എല്ലാം എന്നെ പീഡിപ്പിക്കുന്നു." പെട്ടന്നവളുടെ മുഖം ഒരു പുഞ്ചിരി യിൽ തിളങ്ങി.

"നിനക്ക് സുഖമാകും" അയാൾ പറഞ്ഞു.

"പ്രാർത്ഥിക്കുക."

"പ്രാർത്ഥിക്കുന്നതു കൊണ്ടെന്ത് ഗുണമാണ്? ഞാൻ ഒരുപാട് പ്രാർത്ഥിച്ചു, അതുകൊണ്ടൊരു പ്രയോജനവുമുണ്ടായില്ല." അപ്പോഴും അവൾ പുഞ്ചിരിച്ചുകൊണ്ടിരുന്നു. "നിങ്ങൾ പ്രാർത്ഥിച്ച് എന്റെമേൽ കൈകൾ വെക്കുക. ഞാൻ നിങ്ങളെക്കുറിച്ച് സ്വപ്നം കണ്ടു."

"എന്താണ് നീ സ്വപ്നം കണ്ടത്?"

"നിങ്ങൾ എന്റെ മാറിടത്തിൽ ഇതുപോലെ കൈ വെക്കുന്നത്"– പിന്നെ, അവൾ അയാളുടെ കൈപിടിച്ച് അവളുടെ മാറിടത്തിൽ വെച്ച മർത്തി. "ഇവിടെത്തന്നെ."

അയാൾ തന്റെ വലതുകൈ അവൾക്ക് നൽകി. "നിന്റെ പേരെ ന്താണ്?" അടിമുടി വിറച്ചുകൊണ്ട് ചോദിച്ചു. അയാൾ കീഴടക്കപ്പെട്ടിരി ക്കുന്നു. അയാൾ മനസ്സിലാക്കി. ആസക്തി എല്ലാ നിയന്ത്രണങ്ങളേയും അതിജീവിച്ചിരിക്കുന്നു.

"മരിയാ,"

അവൾ അയാളുടെ കൈ എടുത്ത് ചുംബിച്ചു. പിന്നെ അയാളെ ചുറ്റി പ്പിടിച്ച് തന്നോടടുപ്പിച്ചു.

"നീ എന്താണ് ചെയ്യുന്നത്?" അയാൾ ചോദിച്ചു.

"മരിയാ! നീ സാത്താനാണ്!"

"ആഹ്, കൊള്ളാം, അത് വലിയ കുഴപ്പമൊന്നുമില്ല."

അയാളെ ആലിംഗനം ചെയ്തുകൊണ്ടു തന്നെ അവൾ മെത്തയിൽ ഇരുന്നു. പിന്നെ അയാളെ അടുത്തു പിടിച്ചു കിടത്തി.

നേരം പുലർന്നപ്പോൾ അയാൾ പൂമുഖത്തേക്ക് ചെന്നു.

അതെല്ലാം ശരിക്കും സംഭവിച്ചതാണോ? വേഗം അവളുടെ അച്ഛൻ എത്തും. അവൾ പറയും, അവളൊരു സാത്താനാണ്. എന്താണ് ചെയ്യേ ണ്ടത്, എന്താണ് ചെയ്യേണ്ടത്? ആഹ്, അതവിടെയുണ്ട്, തന്റെ വിരൽ മുറിച്ചു വീഴ്ത്തിയ കോടാലി! അയാൾ ആ കോടാലി എടുത്ത് മുറിയി ലേക്ക് തിരിഞ്ഞു.

പരിചാരകൻ ഓടിച്ചെന്നു.

"അങ്ങേക്ക് വിറകു വേണോ? ആ കോടാലി ഇങ്ങ് തരൂ."

അയാൾ കോടാലി ഉപേക്ഷിച്ച്, മുറിയിൽ തിരിച്ചെത്തി. അവൾ അവിടെ കിടന്നുറങ്ങുകയാണ്. അയാൾ അവളെ ഭീതിയോടെ നോക്കി;

പിന്നെ മുറിയുടെ പിന്നിലേക്ക് പോയി; അവിടെ ഞാത്തിയിട്ടിരുന്ന കർഷകവേഷം എടുത്തു.കത്രിക കണ്ടു പിടിച്ച് മുടിവെട്ടി. പുറത്തു കടന്ന്, പുഴയിലേക്ക് പോകുന്ന വഴിയിലൂടെ മുന്നോട്ട് നടന്നു. അവിടെ പോയിട്ട് നാല് വർഷങ്ങൾ കഴിഞ്ഞിരിക്കുന്നു.

നദീ തീരങ്ങളിലൂടെ ഒരു റോഡ് പോകുന്നുണ്ട്. ആ റോഡിലൂടെ അയാൾ നടന്നു. ഉച്ചയായപ്പോൾ അയാൾ റൈ വയലിലേക്ക് തിരിഞ്ഞു. വൈകുന്നേരത്തോടെ ഒരു ഗ്രാമത്തിനടുത്തെത്തി. അയാൾ ഗ്രാമത്തിലേക്ക് കടന്നില്ല, ചെങ്കുത്തായ പുഴയോരത്തേക്ക് പോയി.

നേരം പുലരാറായി. ഒരുപക്ഷേ അരമണിക്കൂറിനുശേഷം സൂര്യനുദിക്കും. എല്ലാം ഇരുണ്ട് വിഷാദാത്മകമായിത്തോന്നി. പടിഞ്ഞാറുനിന്ന് ഒരു തണുത്ത പുലർകാല കാറ്റടിച്ചു. അതെ, അക്കാര്യം അവസാനിപ്പിക്കണം. ദൈവം ഇല്ല. അത് എങ്ങനെ അവസാനിപ്പിക്കണം? വെള്ളത്തിലേക്ക് എടുത്ത് ചാടിയാലോ? എന്നാൽ, അയാൾക്ക് നീന്താൻ കഴിയും. അയാൾ മുങ്ങിപ്പോകില്ല. തൂങ്ങിച്ചത്താലോ? അതെ, അയാളുടെ ബെൽറ്റിൽ. ഒരു മരത്തിൽ. മരണം എളുപ്പം നിർവഹിക്കാനാകും, അത്രയ്ക്ക് അടുത്ത്.

വല്ലാത്ത ഭീതി. അയാൾ പ്രാർത്ഥിക്കാനാഗ്രഹിച്ചു, നിരാശനാകുമ്പോൾ പതിവായി ചെയ്യാറുള്ളതുപോലെ. എന്നാൽ, ആരോട് പ്രാർത്ഥിക്കാൻ? ദൈവമില്ല.

കൈയിൽ തലവെച്ച് അയാൾ അവിടെ ഇരുന്നു. പെട്ടെന്നയാൾക്ക് ഭയങ്കരമായ ഉറക്കംവന്നു. കൈയിൽ തലതാങ്ങി അധികനേരം ഇരിക്കാൻ കഴിഞ്ഞില്ല. അയാൾ നീട്ടിവെച്ച കൈയിൽ തലവെച്ച് കിടന്നു. അയാൾ നിദ്രയിലാണ്ടുപോയി. എന്നാൽ, ഒരു നിമിഷമേ ആ ഉറക്കം നീണ്ടുനിന്നുള്ളു; ഉണർന്നു, മനസ്സ് ഓർമ്മകൾകൊണ്ട് നിറഞ്ഞു. അല്ലെങ്കിൽ അയാൾ സ്വപ്നം കാണുകയായിരുന്നോ?

അമ്മയുടെ ഗ്രാമത്തിൽ ഒരു കൊച്ചു കുഞ്ഞായിക്കഴിഞ്ഞിരുന്ന കാലത്തെക്കുറിച്ച് ഓർത്തു. ഒരു കുതിരവണ്ടി വീട്ടിലേക്ക് ഓടിയെത്തി. അതിൽനിന്ന് അങ്കിൾ നിക്കോളായ് സെർജിയേവിച്ചും (കറുത്ത സ്പേഡ് ആകൃതിയിൽ വലിയ താടിയുള്ളവൻ) പഷെങ്കായും ഇറങ്ങിവന്നു - നാണം തുളുമ്പുന്ന കൊച്ചുമുഖത്ത്, പേടിയോടെ നോക്കുന്ന വലിയ കണ്ണുകളുള്ള മെലിഞ്ഞ ഒരു കൊച്ചു പെൺകുട്ടി. കുട്ടികളുടെ മുറിയിലേക്കവളെ കൂട്ടിക്കൊണ്ടുവന്നു, അവിടെയുള്ള ആൺകുട്ടികളോടൊപ്പം കളിക്കുവാൻ. എന്നാൽ, അത് വിരസമായി തോന്നി. അവൾ വളരെ പാവമാണ്. അവളെ അവരെല്ലാം കളിയാക്കാൻ തുടങ്ങി. അവൾക്ക് നീന്താൻ കഴിയുമെന്നവർ വിശ്വസിക്കുന്നില്ലെന്ന് പറഞ്ഞു. അല്ലെങ്കിൽ, നീന്തികാണിക്കാൻ അവളെ നിർബന്ധിച്ചു. അവൾ നിലത്ത് കിടന്ന് നീന്തുന്ന രീതി കാണിച്ചുകൊടുത്തു. അവരെല്ലാം ഉറക്കെ പൊട്ടിച്ചിരിച്ചു. അവൾ

തനി വിഡ്ഢിയാണെന്നവർ കരുതി. അവൾക്കത് പിടികിട്ടി. അവളുടെ മുഖം ചുവന്ന് തുടുത്തു. അവളുടെ നില പരിതാപകരമായിരുന്നു; അതിൽ അയാൾക്ക് ലജ്ജ തോന്നി; അവളുടെ കോടിയ പുഞ്ചിരി അയാൾക്കൊരിക്കലും മറക്കാൻ കഴിയില്ല, അത്രയ്ക്ക് സൗമനസ്യവും വിധേയത്വവുമുള്ളതായിരുന്നു അത്!

പിന്നീട് അവളെ കണ്ട കാലങ്ങൾ അയാൾ ഓർത്തു. വർഷങ്ങൾക്കു ശേഷമാണത് സംഭവിച്ചത്. അയാൾ സന്ന്യാസി മഠത്തിന് ചേരുന്നതിന് തൊട്ടുമുമ്പ് – അന്നവൾ വിവാഹിതയാണ്, ഏതോ ഭൂവുടമയുടെ ഭാര്യ. അവളുടെ സമ്പത്തെല്ലാം നശിപ്പിച്ചവൻ, അവളെ തല്ലുന്നവൻ. അവർക്ക് രണ്ട് കുട്ടികൾ ഉണ്ടായിരുന്നു, ഒരാണും ഒരു പെണ്ണും. ആൺകുട്ടി ചെറുപ്പത്തിലേ മരിച്ചുപോയി.

അന്നവൾ വളരെ ദുഃഖിതയായിരുന്നെന്ന് സെർജിയസ് ഓർക്കുന്നു. പിന്നീട് സന്ന്യാസിമഠത്തിൽ വെച്ചയാൾ വീണ്ടും കണ്ടുമുട്ടി, ഒരു വിധവയായിരുന്നു അപ്പോൾ അവൾ. എന്നത്തേയും പോലെതന്നെ ആയിരുന്നു അവളുടെ പ്രകൃതം – വിഡ്ഢിയല്ല, ശരിക്കും പറഞ്ഞാൽ വിരസവും അർത്ഥശൂന്യവും പരിതാപകരവുമായ പെരുമാറ്റം. മകളേയും മകളുടെ ഭാവിവരനേയും കൂട്ടി സന്ന്യാസി മഠത്തിൽ വന്നതാണവൾ. അവർ ദരിദ്രരായിരുന്നു. പിന്നീട് അവൾ ഏതോ കൊച്ചുപട്ടണത്തിൽ താമസിക്കുകയാണെന്ന് അയാൾ കേട്ടു, അവൾ വളരെ ദാരിദ്ര്യത്തിലാണെന്നും.

ദൈവമേ, എന്തിനാണ് താൻ അവളെക്കുറിച്ച് ചിന്തിച്ചുകൊണ്ടിരിക്കുന്നതെന്ന് അയാൾ ആശ്ചര്യപ്പെട്ടു. എന്നാൽ, അവളെക്കുറിച്ച് ചിന്തിക്കാതിരിക്കാൻ കഴിഞ്ഞില്ല. അവളിപ്പോൾ എവിടെ ആയിരിക്കും? അവൾക്ക് എന്ത് സംഭവിച്ചുകാണും? ഇപ്പോഴും അവൾ ദുഃഖിതയും ദുരിതമനുഭവിക്കുന്നവളുമായിരിക്കുമോ? അന്ന് നിലത്തുകിടന്ന് നീന്തിക്കാണിച്ച കാലത്തേതുപോലെ. ആഹ്, എന്നാൽ എന്തിനവളെക്കുറിച്ച് ചിന്തിക്കുന്നു? അയാൾ മറക്കാനാഗ്രഹിച്ചു. ജീവിതം അവസാനിപ്പിക്കാനുള്ള സമയമായി.

വീണ്ടും ഭയം അയാളെ പിടികൂടി. വീണ്ടും ചിന്തകളിൽനിന്നും രക്ഷപ്പെടാൻ ശ്രമിക്കവേ, അയാൾ പഷെങ്കയെക്കുറിച്ച് ചിന്തിക്കാൻ തുടങ്ങി.

അപ്രകാരം തന്റെ അന്ത്യത്തെയും പഷെങ്കയെക്കുറിച്ചും മാറി മാറി ചിന്തിച്ചുകൊണ്ട് കുറച്ചുനേരം കിടന്നു. പഷെങ്കയെക്കുറിച്ചുള്ള ചിന്തയിൽനിന്ന് മോചിതനായതുപോലെ. ഒടുവിൽ അയാൾ ഉറങ്ങി. ഉറക്കത്തിൽ ഒരു സ്വപ്നംകണ്ടു, ഒരു മാലാഖ അടുത്ത് വന്ന് പറഞ്ഞു"നിങ്ങൾ പഷെങ്കായുടെ അടുത്തേക്ക് പോയി, എന്താണ് ചെയ്യേണ്ടതെന്ന് അവളിൽനിന്ന് മനസ്സിലാക്കൂ. എവിടെയാണ് നിങ്ങളുടെ പാപം സ്ഥിതി ചെയ്യുന്നതെന്നും, എവിടെയാണ് മോക്ഷം സ്ഥിതിചെയ്യുന്നതെന്നും."

ഉണർന്നെഴുന്നേറ്റ അയാൾ തീരുമാനിച്ചു, ദൈവം അയച്ച ഒരു ദർശനമാണിതെന്ന്. ഈ ദർശനത്തിൽ ആജ്ഞാപിച്ചതനുസരിച്ച് പ്രവർത്തിക്കാനയാൾ ആഹ്ലാദപൂർവം തീരുമാനിച്ചു. അവൾ താമസിക്കുന്ന പട്ടണം അയാൾക്കറിയാം. മുന്നൂറ് മൈൽ ദൂരെയാണത്. അയാൾ ആ പട്ടണത്തിലേക്ക് പുറപ്പെട്ടു.

8

പഷെങ്ക പഴയ കൊച്ചു പഷെങ്കയല്ല ഇപ്പോൾ, അവൾ പ്രസ്കോവ്യാ മിഖയിലോവ്നായാണ്. മെലിഞ്ഞ് ചുളിഞ്ഞ ഒരു വൃദ്ധ. മാവ്രിക്യേവ് എന്നുപേരുള്ള മദ്യപാനിയും നിർഭാഗ്യവാനുമായൊരു സർക്കാൻ ഗുമസ്തന്റെ അമ്മായിഅമ്മ. അവൾ തന്റെ മരുമകൻ അവസാനമായി ജോലിചെയ്തിരുന്ന കൊച്ചു പട്ടണത്തിലാണ് താമസം. അവൾ സ്വന്തം കുടുംബത്തെ സഹായിക്കുന്നു. മകൾ, ഞരമ്പുരോഗിയായ മരുമകൻ, അഞ്ച് പേരക്കുട്ടികൾ. അവൾ സംഗീതം പഠിപ്പിച്ചാണ് ആ കുടുംബം പോറ്റുന്നത്. അടുത്തുള്ള വ്യാപാരികളുടെ പുത്രിമാർക്ക് സംഗീതപാഠം പഠിപ്പിക്കുന്നതിന് അവൾക്ക് മണിക്കൂറിന് അമ്പത് കോപെക്സ് വെച്ച് കിട്ടും. ചിലപ്പോൾ നാലോ അഞ്ചോ പാഠങ്ങൾ പഠിപ്പിക്കാറുണ്ട്; അങ്ങനെ, പ്രതിമാസം അറുപത് റൂബിൾ അവൾക്ക് സമ്പാദിക്കാൻ കഴിയുന്നു. അതുകൊണ്ടവർ തൽക്കാലം ജീവിച്ചുപോകുന്നു. പുതിയൊരു ജോലി അവളുടെ മരുമകന് കിട്ടുന്നതുവരെ. തന്റെ എല്ലാ ബന്ധുക്കൾക്കും പരിചയക്കാർക്കും അവന് ഒരു ജോലിവാങ്ങി കൊടുക്കാനായി, അവൾ എഴുതിയിട്ടുണ്ടായിരുന്നു. അവൾ സെർജിയസ്സിനും എഴുതിയിരുന്നു. എന്നാൽ, അവളുടെ കത്ത് കിട്ടുന്നതിനു മുമ്പ് അയാൾ ആശ്രമം വിട്ടു കഴിഞ്ഞിരുന്നു.

അതൊരു ശനിയാഴ്ചയായിരുന്നു. അവൾ പാചകം ചെയ്യാൻ പഠിച്ച ഉണക്ക മുന്തിരി ബ്രഡ് ഉണ്ടാക്കാനുള്ള തയ്യാറെടുപ്പിലായിരുന്നു. വളരെക്കാലം മുമ്പ് അവളുടെ അച്ഛന്റെ അടുക്കളക്കാരനിൽ നിന്നായിരുന്നു അവൾ അത് പഠിച്ചത്. അത് അവളുടെ പേരക്കുട്ടികൾക്കുള്ള ഞായറാഴ്ച സൽക്കാരമാണ്.

അവളുടെ പുത്രി മാഷാ, കുഞ്ഞിനെ ശുശ്രൂഷിക്കുകയാണ്. മൂത്ത കുട്ടികൾ, ഒരാൺകുട്ടിയും പെൺകുട്ടിയും സ്കൂളിൽ പോയിരിക്കുകയാണ്. ഉറക്കമില്ലാത്ത രാത്രിക്ക് ശേഷം മരുമകൻ മയക്കത്തിലാണ്. പ്രസ്കോവ്യാ മിഖെയ്ലോവ്നായും ശരിക്ക് ഉറങ്ങിയിരുന്നില്ല. രാത്രി വളരെ വൈകുന്നതുവരെ, ഭർത്താവിനോട് ദേഷ്യത്തിലായിരുന്ന മിഷായെ ആശ്വസിപ്പിക്കുകയായിരുന്നു അവൾ.

അയാൾ ദുർബലനായൊരു വ്യക്തിയാണ് എന്ന് പ്രസ്കോവ്യാ മിഖെയിലോവ്നാ മനസ്സിലാക്കിയിരുന്നു. കാര്യങ്ങൾ ശാന്തമാക്കാനവൾ തന്നാലാകുന്നതെല്ലാം ചെയ്തു. വഴക്കുകളും അനിഷ്ടങ്ങളും തടയാൻ തീവ്രവേദനയോടെ മാനുഷിക ബന്ധങ്ങളിലെ നിർദ്ദയമായ പ്രവൃത്തികളെല്ലാം അവൾ സഹിച്ചു. അതുകൊണ്ട് യാതൊരു ഗുണവുമില്ലെന്നും കാര്യങ്ങൾ കൂടുതൽ വഷളാകുകയേ ഉള്ളൂ എന്നും അവൾ വ്യക്തമായി മനസ്സിലാക്കി. ഇതെല്ലാം യഥാർത്ഥത്തിൽ, അവൾ ചിന്തിച്ചു എന്നല്ല. കല്പിച്ചുകൂട്ടിയുള്ള ദ്രോഹം കാണുമ്പോൾ അവൾ വേദനിച്ചു. വൃത്തികെട്ട ഗന്ധമോ, ക്രൂരമായ ശബ്ദമോ, ഒരു അടിയോ പോലെ.

മാവ് കുഴയ്ക്കേണ്ട രീതിയെക്കുറിച്ച് അവൾ അന്തസ്സോടെ ലുക്കേര്യായ്ക്ക് വിശദീകരിച്ച് കൊടുക്കുകയായിരുന്നു. അവളുടെ ആറ് വയസ്സുള്ള പേരക്കുട്ടി കൊച്ചുമിഷാ അവളുടെ അടുത്തേക്ക് ഓടിവന്നു. അവൻ പേടിച്ചതുപോലെ കാണപ്പെട്ടു.

“ഗ്രാന്നീ! കാഴ്ചയിൽ ഭയം തോന്നിപ്പിക്കുന്ന ഒരു വൃദ്ധൻ നിങ്ങളെ അന്വേഷിക്കുന്നു!”

ലുക്കേരിയ വാതിൽക്കലേക്ക് പോയി.

“യജമാനത്തി ഏതോ തീർത്ഥാടകൻ.”

പ്രസ്കോവ്യാ മിഖെയ്ലോവ്നാ തന്റെ മെലിഞ്ഞ വിരലിൽനിന്ന് മാവ് ഉരച്ച് മാറ്റി, കൈ ആപ്രനിൽ തുടച്ച് അടുക്കളയിൽനിന്ന് പുറത്ത് പോകാൻ നിൽക്കുകയായിരുന്നു. തന്റെ പേഴ്സിൽനിന്ന് അഞ്ച് കോർപെർസ് എടുത്ത് ആ തീർത്ഥാടകന് കൊടുക്കണം. എന്നാൽ കോപെക്സിൽ താഴെയുള്ള നാണ്യമൊന്നും അവൾക്ക് തന്റെ പേഴ്സിൽ കണ്ടെത്താനായില്ല. അതിനുപകരം ബ്രഡ് കൊടുക്കാമെന്നവൾ തീരുമാനിച്ചു. എന്നാൽ ഷെൽഫിലേക്ക് തിരിയവേ, താൻ ഭിക്ഷ കൊടുക്കുന്നതിൽ അനിഷ്ടം കാണിച്ചു എന്ന ചിന്തയാൽ അവളുടെ മുഖം ചുകന്ന് തുടുത്തു. പിന്നെ ലുക്കേറിയായോട് വലിയൊരു കഷണം ബ്രഡ് മുറിച്ചെടുക്കാൻ പറഞ്ഞ് പത്ത് കോപെർസ് എടുക്കാൻ പോയി. തന്റെ പിശുക്കിന്റെ കുറവ് തീർക്കാനായി ഇരട്ടി ഭിക്ഷകൊടുക്കാനവൾ തീരുമാനിച്ചു.

ബ്രഡും നാണ്യവും കൊടുത്ത് അവൾ തീർത്ഥാടകനോട് മാപ്പ് യാചിച്ചു; താൻ വളരെ കുറച്ചല്ലേ നൽകിയുള്ളൂ എന്ന തോന്നൽ ആ ഉദാരമതിയെ ലജ്ജിപ്പിച്ചു - അയാളുടെ രൂപം അത്രയും മതിപ്പ് തോന്നിപ്പിക്കുന്നതായിരുന്നു.

ക്രിസ്തുനാമത്താൽ ഇരന്നുകൊണ്ടാണയാൾ മുന്നൂറിലേറെ നാഴിക ദൂരം പിന്നിട്ടത്. മെലിഞ്ഞ്, പഴയ വസ്ത്രം ധരിച്ച്, മുടി വെട്ടിച്ചെറുതാക്കിയൊരു രൂപമായിരുന്നു അയാളുടേത്. കർഷകരുടേതായ പരുക്കൻ

തൊപ്പിയും ബൂട്ട്സും ധരിച്ചിരിക്കുന്നു. കടുത്ത കാലാവസ്ഥയിൽ ശരീരം കരുവാളിച്ചിരുന്നു. ഇത്രയൊക്കെ ആയിട്ടും വാതിൽക്കൽ കുനിഞ്ഞു നിൽക്കുന്ന അയാൾ കാണികളെ ആകർഷിക്കുകയും അവരിൽ മതിപ്പുളവാക്കുകയും ചെയ്തു. പ്രസ്കോവ്യാ മിഖെയിലോവ്ന അയാളെ തിരിച്ചറിഞ്ഞില്ല. അല്ലെങ്കിലും മുപ്പത് വർഷമായി കണ്ടിട്ടില്ലാത്ത അയാളെ അവൾ തിരിച്ചറിയില്ലായിരുന്നു. "ക്ഷമിക്കണം ഫാദർ; നിങ്ങൾക്ക് ഒരുപക്ഷേ വിശക്കുന്നുണ്ടായിരിക്കും."

അയാൾ അപ്പവും പണവും എടുത്തു. പ്രസ്കോവ്യാ മിഖെയ്ലോവ്നയെത്തന്നെ നോക്കി. അയാൾ അവിടെത്തന്നെ നിൽക്കുന്നത് കണ്ട് അവൾ അദ്ഭുതപ്പെട്ടു.

"പഷെങ്കാ, നിന്നെക്കാണാൻ വേണ്ടിയാണ് ഞാൻ വന്നത് എന്നെ തിരിച്ചുവിടല്ലേ."

മനോഹരമായ നിറഞ്ഞ കണ്ണുകളോടെ അപേക്ഷാഭാവത്തിൽ അയാൾ അവളെ മിഴിച്ചുനോക്കി. നരച്ച് തുടങ്ങിയ മീശയ്ക്കുകീഴെ, ചുണ്ടുകൾ ദയനീയമായി വിറച്ചു.

പ്രസ്കോവ്യാ മിഖെയ്ലോവ്നാ വാപിളർന്ന് നെഞ്ചത്ത് കൈവെച്ച് ചിന്തിച്ചുനിന്നു. അവളുടെ കണ്ണുകൾ തീർത്ഥാടകന്റെ മുഖത്ത് പരതി നടന്നു.

"അതാവാൻ കഴിയില്ല! സ്റ്റീഫൻ, സെർജിയസ്! ഫാദർ സെർജിയസ്!"

"അതേ" സെർജിയസ് വളരെ മെല്ലെപറഞ്ഞു.

"സെർജിയസ് അല്ലാ, ഫാദർ സെർജിയസ് അല്ല, പാപിയായ സ്റ്റീഫൻ കസറ്റ്സ്കി, ഒരു നശിച്ച പാപി മാത്രമാണ് ഞാൻ. എന്നെ സഹായിക്കൂ. എന്നെ തിരിച്ചയയ്ക്കല്ലേ."

"അതാവാൻ കഴിയില്ല. എങ്ങനെ നിങ്ങൾ ഇത്ര താഴ്ത്തപ്പെട്ടു! ആഹ് ഉള്ളിലേക്ക് വരൂ, വരൂ."

അവൾ കൈനീട്ടി. അയാൾ അവളുടെ കൈപിടിച്ചില്ല. അയാൾ അവളെ പിൻതുടർന്ന് അകത്ത് കടന്നു.

എന്നാൽ, എവിടെയാണയാൾക്ക് കിടക്കാൻ അവൾ ഇടം കൊടുക്കുക? കുറച്ച് സ്ഥലമേ അവൾക്കുള്ളൂ. ടോയ്ലറ്റിന്റെ അത്ര വലിപ്പമുള്ളൊരു കൊച്ചുമുറി, ആദ്യം അവളുടേതായിരുന്നത് ഇപ്പോൾ മാഷായാണ് ഉപയോഗിക്കുന്നത്. മാഷാ ഇപ്പോൾ അവിടെ ഇരുന്ന് കുഞ്ഞിനെ തട്ടി ഉറക്കുന്നു.

"ഇവിടെ ഒരു മിനിറ്റ് ഇരിക്കൂ." അടുക്കളയിലെ ഒരു ബെഞ്ച് ചൂണ്ടിക്കാട്ടി. പ്രസ്കോവ്യാ മിഖെയിലോവ്നാ പറഞ്ഞു.

സെർജിയസ് ഉടനെ ഇരുന്നു. പുറത്ത് ഞാത്തി ഇട്ട മാറാപ്പിന്റെ സ്ട്രാപ്പുകൾ ഓരോ തോളിൽ നിന്നും ഊരി.

“പ്രിയപ്പെട്ട ദൈവമേ, നിങ്ങൾ ഇത്രയും താഴ്ന്ന നിലയിലെത്തിയല്ലേ? അത്രയും മഹത്തായ കീർത്തി, എല്ലാം പെട്ടെന്ന്.......”

സെർജിയസ് മറുപടി നൽകിയില്ല. മൃദുവായൊന്ന് പുഞ്ചിരിക്കുക മാത്രം ചെയ്തുകൊണ്ട് അയാൾ തന്റെ മാറാപ്പ് ബെഞ്ചിൽ വെച്ചു.

“ഇതാരാണെന്ന് നിനക്കറിയാമോ, മാഷാ?”

അവരുടെ അതിഥി ആരാണെന്ന് പ്രസ്കോവ്യാ മിഖെയ്ലോവ്നാ തന്റെ മകളോട് മന്ത്രിച്ചു. അപ്പോൾ തന്നെ അവൾ മാഷായുടെ കിടക്കയും. തൊട്ടിലിൽ കിടന്ന കുഞ്ഞിനേയും എടുത്ത് കൊണ്ടുപോയി, ആ കൊച്ചുമുറി സെർജിയസ്സിന് വേണ്ടി ഒരുക്കി.

പ്രസ്കോവ്യാ മിഖെയ്ലോവ്നാ സെർജിയസിനെ അയാളുടെ മുറിയിലേക്ക് കൊണ്ടുപോയി. “നിങ്ങൾക്കിവിടെ വിശ്രമിക്കാം. ഇത് വളരെ കൊച്ചുമുറിയാണെന്നതിൽ എനിക്ക് വിഷമമുണ്ട്. ഞാനിപ്പോൾ പോകട്ടെ.”

“എവിടേക്ക്?”

“ഞാൻ ട്യൂഷൻ കൊടുക്കുന്നിടത്തേക്ക് . നിങ്ങളോട് പറയാൻപോലും എനിക്ക് ലജ്ജ തോന്നുന്നു. ഞാൻ സംഗീതം പഠിപ്പിക്കുന്നു.”

“സംഗീതം? അത് വളരെ നല്ലതുതന്നെ. ഒരുകാര്യം മാത്രം ഗൗരവമുള്ളൊരു കാര്യമാണ് എന്നെ നിന്റെ അടുത്തെത്തിച്ചതെന്ന് നീ മനസ്സിലാക്കുക, പ്രസ്കോവ്യാമിഖെയ്ലോവ്നാ. എപ്പോഴാണ് നിനക്കെന്നോടൊന്ന് സംസാരിക്കാൻ കഴിയുക?”

“എനിക്കത് വലിയ സന്തോഷം പകരുന്ന കാര്യമാണ്. ഇന്ന് വൈകുന്നേരമായാലോ?”

“തീർച്ചയായും. ഒരുകാര്യം കൂടി. ഞാനാരാണെന്ന് ആളുകളോട് പറയരുത്. നിന്നിൽ മാത്രമേ എനിക്ക് വിശ്വാസമർപ്പിക്കുവാൻ കഴിയൂ. ഞാൻ എവിടെപ്പോയെന്ന് ആർക്കും അറിയില്ല. അത് വളരെ രഹസ്യമായി വെക്കേണ്ടാവശ്യമുണ്ട്:”

“ഓഹ്! ഞാനെന്റെ മകളോട് പറഞ്ഞുപോയി.”

“അക്കാര്യം ആരോടും പറയരുതെന്ന് അവളോട് പറയണം”

സെർജിയസ് ബൂട്സ് ഊരിമാറ്റി. തൽക്ഷണം കിടന്നുറങ്ങി. നിദ്രാവിഹീനമായൊരു രാത്രിക്കും നാല്പത് നാഴിക നടത്തത്തിനും ശേഷമുള്ള ഉറക്കം.

പ്രസ്കോഖ്യാ മിഖെയിലോവ്നാ തിരിച്ചെത്തിയപ്പോഴേക്കും സെർജിയസ് ഉണർന്നിരുന്നു; അയാൾ തന്റെ കൊച്ചുമുറിയിൽ അവളേയും

പ്രതീക്ഷിച്ച് ഇരിപ്പായിരുന്നു. അയാൾ ആഹാരം കഴിക്കാനായി പുറത്ത് വന്നിരുന്നില്ല. എന്നാൽ ലുക്കേരിയ കൊണ്ടുകൊടുത്ത സൂപ്പും പോറിഡ്ജും കഴിച്ചിരുന്നു.

"നീ വാക്കു തന്നതിനേക്കാൾ നേരത്തേ എത്തി." സെർജിയസ് പറഞ്ഞു "എങ്ങനെയുണ്ട്? നമ്മൾക്ക് സംഭാഷണം തുടങ്ങാമോ?"

"ഇത്രയും ആനന്ദം എനിക്കനുവദിക്കുമെന്ന് ചിന്തിക്കാൻ കഴിയുന്നില്ല, ഇത്തരത്തിലുള്ളൊരു സന്ദർശകൻ! അതർഹിക്കുന്ന രീതിയിൽ ഞാൻ എന്താണ് ചെയ്തിട്ടുള്ളത്? ശരി, ഞാൻ ഒരു ക്ലാസ്സ് വിട്ടുകളഞ്ഞു; ഞാനത് പിന്നീട് എടുത്തുകൊള്ളാം... ഞാൻ നിങ്ങളെ ആശ്രമത്തിൽവന്ന് സന്ദർശിക്കാൻ പ്ലാനിട്ടിരിക്കുകയായിരുന്നു. ഞാൻ നിങ്ങൾക്ക് കത്തയച്ചിരുന്നു. ഇപ്പോൾ എത്ര അപ്രതീക്ഷമായാണ് ഈ പരമാനന്ദം!"

"പഷെങ്കാ! ഞാനിപ്പോൾ നിന്നോട് പറയുന്നത് - അതൊരു വിശുദ്ധ കുമ്പസാരമായി സ്വീകരിക്കുക. മരണസമയത്ത് ദൈവത്തിന് മുന്നിൽ നടത്തുന്ന കുമ്പസാരം. പഷെങ്കാ, ഞാനൊരു പുണ്യവാളനല്ല. എന്തിന് ഒരു സാധാരണ മനുഷ്യൻ പോലുമല്ല. ഞാനൊരു പാപിയാണ് ഒരു നികൃഷ്ടനും ദുഷ്ടനും ഇരുട്ടിലകപ്പെട്ടവനും മര്യാദയില്ലാത്തവനുമായൊരു പാപിയാണ്. ഞാൻ മോശക്കാരനാണ്, ഏറ്റവും മോശക്കാരനായവനേക്കാൾ മോശം:"

തുടക്കത്തിൽ, വിടർന്ന കണ്ണുകളോടെ പഷെങ്കാ അയാളെ മിഴിച്ചു നോക്കി. എങ്ങനെ അവൾക്കയാളെ വിശ്വസിക്കാൻ കഴിയും? പിന്നെ, ശരിക്കും വിശ്വസിക്കാൻ തുടങ്ങിയപ്പോൾ, അയാളുടെ കൈയിൽ സ്പർശിച്ചുകൊണ്ട് വിഷാദം നിറഞ്ഞൊരു പുഞ്ചിരിയോടെ അവൾ പറഞ്ഞു. "ഒരുപക്ഷേ നിങ്ങൾ അതിശയോക്തി കലർത്തി പറയുകയായിരിക്കും, സ്റ്റീഫൻ."

"അല്ല, പഷെങ്കാ. ഞാനൊരു പരസ്ത്രീഗമനം ചെയ്തവനാണ്. ഞാനൊരു കൊലപാതകിയാണ്. ഞാനൊരു വഞ്ചകനും ദൈവദൂഷണം ചെയ്യുന്നവനുമാണ്."

"ദൈവമേ! അതെങ്ങനെയാകാൻ കഴിയും?" പ്രസ്കോവ്യാ മിഖെയിലോവ്നാ മന്ത്രിച്ചു.

"എന്നാൽ, ജീവിതം ജീവിച്ചുതീർക്കണമല്ലോ. അറിയേണ്ടതെല്ലാം അറിഞ്ഞുകഴിഞ്ഞവനാണ് ഞാൻ എന്ന് കരുതിയവൻ. എങ്ങനെയാണ് ജീവിതം നയിക്കേണ്ടതെന്ന് മറ്റുള്ളവരെ ഉപദേശിച്ചവൻ - എനിക്ക് യാതൊന്നും അറിയില്ല, ഞാൻ നിന്നിൽ നിന്ന് പഠിക്കാൻ വേണ്ടിയാണിവിടെ വന്നത്."

"നിങ്ങൾ എന്താണ് പറയുന്നത്, സ്റ്റീഫൻ? നിങ്ങൾ എന്നെ കളിയാക്കുകയാണ്. എന്തുകൊണ്ടാണ് ആളുകൾ എപ്പോഴും എന്നെ കളിയാക്കുന്നത്?"

“ശരി നിനക്കിഷ്ടമാണെങ്കിൽ ഞാൻ നിന്നെ കളിയാക്കുകയാണെന്ന് പറഞ്ഞോളൂ. ഒരു കാര്യംമാത്രം എന്നോട് പറയൂ, നീ എങ്ങനെയാണ് ജീവിക്കുന്നത്? നീ ജീവിതം എങ്ങനെയാണ് ചെലവഴിച്ചത്?”

“ഞാനോ? ഏറ്റവും നിന്ദ്യമായ രീതിയിൽ. ഇപ്പോൾ ദൈവം എന്നെ ശിക്ഷിക്കുകയാണ് നേരായ രീതിയിൽ, ജീവിതം അത്രയ്ക്ക് മോശമാണ്, അത്രയ്ക്ക് മോശം......”

“നിങ്ങളുടെ വിവാഹം എങ്ങനെയാണ് നടന്നത്? വിവാഹജീവിതം എങ്ങനെയായിരുന്നു?

“എല്ലാം മോശം. ഞാൻ എങ്ങനെയാണ് വിവാഹം കഴിച്ചതെന്നോ? ഞാൻ പ്രേമത്തിലകപ്പെട്ടു, ഏറ്റവും അധാർമ്മികമായ രീതിയിൽ. അച്ഛൻ അതിനെതിരായിരുന്നു. എന്നാൽ ഞാനതൊന്നും കേട്ടില്ല. അങ്ങനെ ഞാൻ വിവാഹിതയായി. വിവാഹിതയായപ്പോൾ, അസൂയാലുവായ ഞാൻ ഭർത്താവിനെ സഹായിക്കുന്നതിനു പകരം പീഡിപ്പിക്കാൻ തുടങ്ങി, അതെനിക്ക് നിർത്താനായില്ല.”

“അയാൾ മദ്യപാനിയായിരുന്നെന്ന് കേട്ടു.”

“അതേ. എന്നാൽ ഞാൻ അയാളുടെ ഞരമ്പ്രോഗം ശാന്തമാക്കാൻ ശ്രമിച്ചില്ല. ഞാനയാളെ ശകാരിച്ചുകൊണ്ടിരുന്നു. വാസ്തവത്തിൽ, അതൊരു രോഗമായിരുന്നു. അയാൾക്ക് ഒഴിഞ്ഞുമാറാൻ കഴിഞ്ഞില്ല. ഞാൻ മദ്യം അയാളിൽ നിന്നകറ്റി പൂട്ടിവെച്ചത് ഇപ്പോഴും ഞാൻ വ്യക്തമായി ഓർക്കുന്നു. ഞങ്ങൾ ഭീകരമായ രംഗങ്ങളാണ് സൃഷ്ടിച്ചത്!”

പിന്നെ, അവളുടെ മനോഹരമായ കണ്ണുകൾ കസറ്റ്സ്കിക്കു നേരെ തിരിഞ്ഞു, ആ വേദനിപ്പിക്കുന്ന ഓർമ്മയിൽ അവളുടെ കണ്ണുകൾ നിറഞ്ഞിരുന്നു.

പഷെങ്കായുടെ ഭർത്താവ് അവളെ തല്ലിയിരുന്നു കിംവദന്തികളെക്കുറിച്ച് കസറ്റ്സ്കി ഓർത്തു. അയാൾ അവളുടെ ശോഷിച്ച്, ചുളിഞ്ഞ കഴുത്തിലേക്കും കാതുകൾക്കു പിന്നിൽ ഉയർന്നുനിൽക്കുന്ന ഞരമ്പുകളിലേക്കും, പാതിനരച്ച മുടിക്കെട്ടിലേക്കും നോക്കി.

“പിന്നെ, രണ്ട് കുട്ടികളോടൊപ്പം ഞാൻ മാത്രമായി. സ്വത്തൊന്നുമില്ലാതെ!”

“എന്തുകൊണ്ട്? നിനക്ക് ഭൂമി ഉണ്ടായിരുന്നല്ലോ.”

“വാസ്യാ ജീവിച്ചിരിക്കുമ്പോൾതന്നെ ഞങ്ങൾ അത് വിറ്റു.... പണമെല്ലാം പോയി. ഞങ്ങൾ എങ്ങനെയൊക്കെയോ കഴിഞ്ഞുകൂടി. എന്ത് ചെയ്യണമെന്നെനിക്കറിയില്ലായിരുന്നു. മറ്റെല്ലാ പെൺമക്കളേയുംപോലെ ഞാൻ പ്രത്യേകിച്ചും മോശം നിലയിലായിരുന്നു. നിസ്സഹായാവസ്ഥയിൽ. അവസാനത്തെ അപ്പക്കഷ്ണംകൊണ്ട് ഞങ്ങൾ ജീവിതം തള്ളിനീക്കി.

ഞാൻ കുട്ടികളെ സ്കൂളിലേക്കയച്ചു. സ്വയം കുറച്ചു പഠിക്കുകയും ചെയ്തു. അപ്പോഴാണ് നാലാം ക്ലാസ്സിലായിരുന്ന മിറ്റ്യാ സുഖമില്ലാതെ കിടപ്പിലാകുന്നത്. ദൈവം അവനെ എന്നിൽനിന്നും എടുത്തു! മാഷാ, വാന്യായുമായി പ്രേമത്തിലായി - എന്റെ മരുമകൻ - ശരി, അവൻ നല്ല വനാണ്. അസുഖകരമായ ഒരു കാര്യമുള്ളത് അവൻ സുഖമില്ലാത്ത വനാണ് എന്നതാണ്."

"അമ്മേ!" മകളുടെ ശബ്ദം ഇടയ്ക്ക് കേട്ടു "ഈ കുഞ്ഞിനെ പിടിക്കൂ. എനിക്കെല്ലാം ചെയ്യാൻ കഴിഞ്ഞില്ല!"

പ്രസ്കോവ്യാ മിഖൈലോവ്നാ ഒന്ന് ഞെട്ടി. അവൾ പെട്ടെന്ന് മുറിക്ക് പുറത്ത് കടന്നു. രണ്ടു വയസ്സായൊരു കുഞ്ഞിനേയും പിടിച്ച് പെട്ടെന്ന് തിരിച്ചെത്തി. ആ കുഞ്ഞ് പിന്നാക്കം തിരിഞ്ഞ് അവളുടെ ഉറുമാൽ പിടിച്ച് വലിച്ചു.

"ഞാൻ എവിടെയായിരുന്നു? ഹാ അതെ, വന്യായ്ക്ക് ഇവിടെയായിരുന്നു ജോലി, സുഖകരമായ ജോലിയുണ്ടായിരുന്നു അവന്. എന്നാൽ, അത് നീണ്ടുനിന്നില്ല. അവന് ജോലി രാജിവെക്കേണ്ടി വന്നു."

"അവനെന്താണ് കുഴപ്പം?"

"നാഡീക്ഷീണം. അതൊരു ഭീകരരോഗമാണ്. ഞങ്ങൾ അതിനെ ക്കുറിച്ച് കൺസൾട്ട് ചെയ്തു. അവന് ചികിത്സിക്കാനായി ദൂരെ പോകേണ്ടി വരും. ഞങ്ങൾക്കതിനുള്ള കഴിവില്ല. എന്നാൽ, ആ നില കടന്നുപോകുമെന്ന് ഞാൻ വിശ്വസിക്കുന്നു. പ്രത്യേകിച്ച് വേദനയൊന്നും അവനില്ല, പക്ഷേ...."

"ലുക്കേര്യാ!" ആ രോഗിയുടെ ദുർബ്ബലവും പരുഷവുമായ ശബ്ദം കേട്ടു.

അവർ അവളെ എപ്പോഴും എങ്ങോട്ടോ അയയ്ക്കും. അതും എനിക്ക് ആവശ്യമുള്ളപ്പോൾ."

"അമ്മേ..."

"ഇതാ വരുന്നു."

വീണ്ടും ഒരിക്കൽക്കൂടി കഥ പറച്ചിൽ നിർത്തി. "അവൻ ഇനിയും ഭക്ഷണം കഴിച്ചിട്ടില്ല. അവന് നമ്മോടൊപ്പം കഴിക്കാൻ കഴിയില്ല."

അവൾ മുറിയിൽനിന്ന് പോയി. വീടിനുള്ളിൽ അങ്ങോട്ടുമിങ്ങോട്ടും നടക്കുന്ന ശബ്ദം കേൾക്കാം. പിന്നെ അവൾ തിരിച്ചെത്തി. അവളുടെ വെയിലേറ്റ് കരുവാളിച്ച കൈകൾ തുടച്ചു ഉണക്കിയിരിക്കുന്നു.

"ശരി, അങ്ങനെ ഞങ്ങൾ കഴിഞ്ഞുപോകുന്നു. എപ്പോഴും പരാതി പ്പെട്ടും അതൃപ്തി പ്രകടിപ്പിച്ചും. എന്നിട്ടും ദൈവകൃപയാൽ, കുട്ടികളെല്ലാം നല്ലവരാണ്, നന്നായിരിക്കുന്നു. ജീവിതം ശരിക്കും തരക്കേടില്ലാതെ

നീങ്ങുന്നു. ആഹ്, എന്തിന് ഞാൻ എന്നെക്കുറിച്ചു തന്നെ സംസാരിച്ചു കൊണ്ടിരിക്കുന്നു?"

"നിങ്ങൾ എങ്ങനെയാണ് ജീവിക്കുന്നത്?"

"ഞാൻ കുറെശ്ശെ ജോലി ചെയ്ത് കാശുണ്ടാക്കുന്നുണ്ട്. മുമ്പ് സംഗീതം എനിക്കെപ്പോഴും മുഷിപ്പായിരുന്നു, എന്നിട്ടും സംഗീതം എന്നെ എപ്രകാരം സഹായിക്കുന്നുണ്ടെന്ന് നോക്കൂ!"

അവളുടെ കൈ അടുത്തുള്ള മേശയിൽ വെച്ചിരിക്കയാണ്. ഒരു കൊച്ചുമെലിഞ്ഞ കൈ. അവളുടെ ശോഷിച്ച വിരലുകൾ പരിശീലനം നൽകുന്നതുപോലെ ചലിച്ചു.

"നിനക്ക് ഓരോ പാഠം ട്യൂഷൻ കൊടുക്കുന്നതിന് എത്ര തുക കിട്ടും?

"ഒരു റൂബിൾ, അമ്പത് കോപെക്സ്. ചിലർ മുപ്പത് തരും. അവരെല്ലാവരും എന്നോട് വളരെയേറെ ദയ കാണിക്കുന്നവരാണ്."

"കൊള്ളാം, അവർ അഭിവൃദ്ധിപ്പെടുന്നുണ്ടോ?" കണ്ണുകളിൽ ഭീകര മന്ദഹാസത്തോടെ കസറ്റ്സ്കി ചോദിച്ചു.

ആദ്യം അയാൾ ഗൗരവമായാണ് ചോദിക്കുന്നതെന്ന് പ്രസ്കോവ്യാ മിഖെലോവ്നയ്ക്ക് വിശ്വസിക്കാൻ കഴിഞ്ഞില്ല. അവൾ ചോദ്യരൂപേണ അയാളുടെ കണ്ണുകളിലേക്ക് നോക്കി.

"ഉവ്വ്, അവർ അഭിവൃദ്ധിപ്പെടുന്നുണ്ട്. നല്ല ഒരു കൊച്ചുകുട്ടിയുണ്ട്, ഇറച്ചി വിൽപനക്കാരന്റെ മകൾ. കാരുണ്യവതിയായ നല്ല പെൺകുട്ടി. തീർച്ചയായും എനിക്കെന്തെങ്കിലും കഴിവുണ്ടെങ്കിൽ ഞാൻ വന്യായ്ക്കു വേണ്ടി എന്തെങ്കിലും ജോലി കണ്ടെത്തിയേനേ. അച്ഛന്റെ പഴയ ബന്ധങ്ങളിലൂടെ. എന്നാൽ ഞാൻ കഴിവുള്ളവളല്ല, അതുകൊണ്ട് ഞാൻ അവരെയെല്ലാം ഇവിടെ എത്തിച്ചു."

"ശരി, ശരി" തലകുനിച്ച്, കസറ്റ്സ്കി മന്ത്രിച്ചു."കൊള്ളാം, പിന്നെ പള്ളിജീവിതം, പഷെങ്കാ - നീ അതിൽ എന്തെങ്കിലും പങ്കുകൊള്ളാറുണ്ടോ?"

"അതിനെക്കുറിച്ച് സംസാരിക്കാതിരിക്കുന്നതാണ് ഏറ്റവും നല്ലത്. ഞാനക്കാര്യം അവഗണിച്ച രീതി അത്രയ്ക്ക് മോശമായിരുന്നു. ഈസ്റ്ററിനു മുമ്പ് ഞങ്ങൾ നോമ്പ് എടുക്കുന്നു, പള്ളിയിൽ പോകുന്നു. എന്നാൽ, പലപ്പോഴും മാസങ്ങളോളം ഞാൻ പള്ളിയിൽ പോകാറില്ല. ഞാൻ കുട്ടികളെ അയയ്ക്കുന്നു."

"നീ എന്തുകൊണ്ട് പോകുന്നില്ല?"

"സത്യം പറഞ്ഞാൽ" അവളുടെ മുഖം തുടുത്തു. "എന്റെ പഴകിയ വസ്ത്രം ധരിച്ച് പള്ളിയിൽ പോയി ഞാനെന്റെ മകളേയും കുട്ടികളേയും നാണം കെടുത്താനാഗ്രഹിക്കുന്നില്ല. പുതിയ വസ്ത്രമൊന്നും എനിക്കില്ല. പിന്നെ - ഞാൻ ഒരു മടിച്ചിയാണെന്ന് തോന്നുന്നു."

“അപ്പോൾ നീ വീട്ടിൽ പ്രാർത്ഥിക്കുന്നുണ്ടാകുമല്ലോ?”

“ഉണ്ട്. എന്നാലത് യഥാർത്ഥ പ്രാർത്ഥനയല്ല - വെറും യാന്ത്രികം. അതല്ല മാർഗ്ഗം, എനിക്കറിയാം; എനിക്ക് യഥാർത്ഥ അനുഭൂതിയൊന്നുമില്ല. എന്റെ നിന്ദ്യമായ ആഗ്രഹപൂർത്തീകരണം മാത്രം.”

“ശരി,ശരി, ഞാൻ മനസ്സിലാക്കുന്നു” അതംഗീകരിച്ചുകൊണ്ട് കസറ്റ്സ്കി മറുപടി നല്കി. മരുമകൻ വീണ്ടും വിളിച്ചു.

“ഇതാ വരുന്നു” അവൾ വിളിച്ചുപറഞ്ഞു; പിന്നെ മുടി തട്ടിക്കുടഞ്ഞ് ഒരിക്കൽക്കൂടി മുറി വിട്ടുപോയി.

ഇപ്രാവശ്യം കുറെ അധികം നേരം കഴിഞ്ഞാണവൾ തിരിച്ചെത്തിയത്. ഒടുവിൽ അവൾ എത്തിയപ്പോൾ, കസറ്റ്സ്കി പഴയതുപോലെ ഇരിക്കുന്നതവൾ കണ്ടു. കാൽമുട്ടുകളിൽ കൈമുട്ടുകൾകുത്തി കുനിഞ്ഞാണ് ഇരിപ്പ്. മാറാപ്പ് മുതുകത്ത് ഞാത്തി ഇട്ടിട്ടുമുണ്ട്.

അവൾ ഷേഡ് ഇല്ലാത്ത ഒരു തകരവിളക്കും പിടിച്ച് വന്നപ്പോൾ, അയാൾ തന്റെ മനോഹരമായ തളർന്ന കണ്ണുകൾ അവൾക്കു നേരെ ഉയർത്തി. ഒരു ദീർഘശ്വാസം വിട്ടു.

“നിങ്ങൾ ആരാണെന്ന് ഞാനവരോട് പറഞ്ഞില്ല.” അവൾ പേടിയോടെ പറഞ്ഞുതുടങ്ങി. “ഒരു തീർത്ഥാടകനാണെന്നുമാത്രം പറഞ്ഞു. പ്രഭു കുടുംബാംഗം. ഒരു കാലത്ത് എനിക്കറിയാമായിരുന്ന വ്യക്തി. ചായ കുടിക്കാനായി ഡൈനിംഗ് റൂമിലേക്ക് വരൂ,”

“ഇല്ല.”

“എന്നാൽ, ഞാൻ ഇങ്ങോട്ട് കൊണ്ടുവരാം.”

“വേണ്ട, പഷെങ്കാ, എനിക്ക് പോകണം. നിനക്കെന്നോട് സഹതാപമുണ്ടെങ്കിൽ, എന്നെ നീ കണ്ടതായി ആരോടും പറയരുത്. ദൈവനാമത്താൽ ഞാൻ ആണയിടുന്നു, ആരോടും നീ പറയരുത്. ഞാൻ നിന്നോട് നന്ദിയുള്ളവനായിരിക്കും. ഞാൻ നിന്റെ മുന്നിൽ നിലം മുട്ടുംവരെ കുനിഞ്ഞു വണങ്ങാൻ ആഗ്രഹിക്കുന്നു. എന്നാൽ അത് നിന്നെ അമ്പരപ്പിക്കുമെന്നും എനിക്കറിയാം. യേശുവിന്റെ നാമത്തിൽ എന്നോട് ക്ഷമിക്കുക, ഞാൻ നിന്നോട് നന്ദി പറയുന്നു.”

“എന്നെ അനുഗ്രഹിക്കൂ.”

“ദൈവം നിന്നെ അനുഗ്രഹിക്കും. എന്നോട് ക്ഷമിക്കൂ, യേശുനാമത്തിൽ.”

അയാൾ പോകാനായി തിരിയവേ, അവൾ, ബ്രഡ്ഡും റസ്കും വെണ്ണയും കൊണ്ടുവന്നു കൊടുത്തു.

അതെല്ലാം എടുത്തുകൊണ്ടയാൾ സ്ഥലംവിട്ടു.

അപ്പോൾ ഇരുട്ടായിരുന്നു. കഷ്ടിച്ച് രണ്ട് വീട് കടക്കുമ്പോഴേക്കും അയാളെ കാണാതായി. മുഖ്യ പുരോഹിതന്റെ നായ അയാൾക്കു നേരെ കുരയ്ക്കാൻ തുടങ്ങിയതിനാൽ അയാൾ അവിടെ എത്തിയെന്ന് അറിയാൻ കഴിഞ്ഞു.

"അപ്പോൾ അതായിരുന്നു എന്റെ സ്വപ്നത്തിന്റെ അർത്ഥം. ഞാൻ ആകേണ്ടതെന്തോ, അതായിരുന്നു ശരിക്കും പഷെങ്കാ ആയത്. ഞാൻ ആകാതിരുന്നതും അതുതന്നെ.! ഞാൻ മനുഷ്യനുവേണ്ടി ജീവിച്ചു, ദൈവത്തിനുവേണ്ടിയാണെന്ന നാട്യത്തിൽ. എന്നാൽ അവൾ ദൈവത്തിനു വേണ്ടി ജീവിക്കുന്നു, മനുഷ്യനുവേണ്ടിയാണെന്ന് കരുതുകയും ചെയ്യുന്നു. അതെ, പ്രതിഫലേച്ഛ കൂടാതെ ഒരു കപ്പ് വെള്ളം കൊടുക്കുന്നത്, മനുഷ്യന്റെ അംഗീകാരത്തിന് വേണ്ടി ഞാൻ ചെയ്ത എല്ലാ പ്രവൃത്തികളേക്കാൾ അമൂല്യമായ സൽപ്രവൃത്തിയാണ്. എന്നത്."- അയാൾ സ്വയം ചോദിച്ചു - "ദൈവത്തെ സേവിക്കാനുള്ള യഥാർത്ഥ ആഗ്രഹത്തിന്റെ അംശങ്ങൾ അതിലുണ്ടായിരുന്നില്ലേ?" അയാൾക്കതിന് മറുപടിയില്ലായിരുന്നു. "ഉവ്വ്, എന്നാൽ, ആളുകൾക്കിടയിൽ പ്രശസ്തി നേടാനുള്ള മോഹം അമിതമായി വളർന്ന് കാടുപിടിച്ചതിനാൽ അവയെല്ലാം കളങ്കപ്പെട്ടു. ഇല്ല, മനുഷ്യർക്കിടയിൽ കീർത്തി നേടാനായി ജീവിച്ച എന്നെപ്പോലുള്ളവർക്ക് ദൈവമില്ല. ദൈവത്തെ ഞാൻ കണ്ടെത്തിയില്ല. അവനെ കണ്ടെത്താനായി ഞാൻ പോകുകയാണ്...."

അങ്ങനെ അയാൾ പോയി, പഷെങ്കായുടെ അടുത്തേക്ക് വന്നതുപോലെ, ഗ്രാമങ്ങൾ തോറും അലഞ്ഞുനടന്നു. സ്ത്രീപുരുഷന്മാരായ മറ്റ് തീർത്ഥാടകരോടൊപ്പം ചിലപ്പോൾ ചേരും പിന്നെ വേർപിരിയും. ക്രിസ്തുനാമത്താൽ ഭിക്ഷയും അഭയവും യാചിക്കും. ചിലപ്പോൾ ചില ദേഷ്യക്കാരികളായ വീട്ടമ്മമാർ അയാളെ ശകാരിക്കും. അല്ലെങ്കിൽ കുടിയന്മാരായ ചില കർഷകർ അയാളെ ഭർത്സിക്കും. എന്നാലും ഭൂരിഭാഗം ആളുകളും അയാൾക്ക് ആഹാരവും പാനീയവും നൽകിയിരുന്നു; യാത്രയ്ക്കിടെ പാകം ചെയ്യാനായി ധാന്യവും നല്കി. അയാളുടെ കുലീനത്വമുള്ള പ്രകൃതം ചില ആളുകളെ സ്വാധീനിച്ചു. മറ്റു ചിലർ ഭിക്ഷാടനത്തിനിറങ്ങിയ ഒരു കുലീനന്റെ ഗതികേടിൽ ആഹ്ലാദിച്ചു. എന്നാൽ അയാളുമായി പരിചയത്തിലായവരെല്ലാം അയാളെ ആദരിച്ചു.

പലപ്പോഴും ചില വീടുകളിൽ വേദപുസ്തകം കാണുമ്പോൾ അയാളത് എടുത്ത് ഉറക്കെ വായിക്കും. എപ്പോഴും എല്ലായിടത്തും, ആളുകൾ അത് ശ്രദ്ധിച്ച് കേൾക്കും. അവർ അത്കേട്ട് അദ്ഭുതപ്പെടും. അതവരുടെ ഹൃദയത്തെ സ്പർശിക്കും. എത്രയോ കാലമായി അവർ വായിക്കാറുള്ളതാണെങ്കിലും പുതുമയുള്ളതായി അവർക്ക് തോന്നും.

ജനങ്ങളെ ഉപദേശങ്ങളിലൂടെയോ, അക്ഷരാഭ്യാസമില്ലാത്തവർക്ക് കത്തുകളോ രേഖകളോ എഴുതി കൊടുക്കുന്നതിലൂടെയോ സഹായിക്കാൻ

അയാൾക്ക് അവസരം ലഭിക്കുമായിരുന്നു. ചിലപ്പോൾ വഴക്കുകൾ അനുരഞ്ജിപ്പിക്കും. എന്നാൽ അവർ നന്ദി പ്രകടിപ്പിക്കാനെത്തുന്നതിനു മുമ്പ യാൾ സ്ഥലം വിട്ടിരിക്കും. അങ്ങനെ, കുറെശ്ശെ കുറെശ്ശെയായി അയാൾ ദൈവത്തെ കണ്ടെത്താൻ തുടങ്ങി.

ഒരുദിവസം രണ്ട് വൃദ്ധകളോടും ഒരു മുൻ പട്ടാളക്കാരനോടുമൊപ്പം അയാൾ റോഡിലൂടെ പോകുകയായിരുന്നു.

ചില മാന്യവ്യക്തികൾ അവരെ തടഞ്ഞുനിർത്തി - ഒരു മാന്യനും മഹതിയും ഒരു ഒറ്റ കുതിരവണ്ടിയിലാണ് യാത്ര. മറ്റൊരു മാന്യനും മഹതിയും കുതിരപ്പുറത്തും. കുതിരവണ്ടിയിലിരിക്കുന്ന മഹതിയുടെ ഭർത്താവും മകളുമാണ് കുതിരസവാരിക്കാർ. മറ്റേ മാന്യൻ കാഴ്ചയിൽ ഒരു ഫ്രഞ്ച് സന്ദർശകനെപ്പോലുണ്ട്.

ജോലി ചെയ്യാതെ അലഞ്ഞുതിരിയുന്ന അന്ധവിശ്വാസികളായ റഷ്യൻ സ്ത്രീപുരുഷന്മാരോടുള്ള അതൃപ്തി പ്രകടിപ്പിക്കാൻ വേണ്ടിയാണവർ ഈ തീർത്ഥാടകരെ നിർത്തിയത്.

തീർത്ഥാടകർക്ക് തങ്ങൾ പറയുന്നത് മനസ്സിലാകില്ലെന്ന് കരുതി അവർ ഫ്രഞ്ചിലാണ് സംസാരിക്കുന്നത്. അവർ തീർത്ഥാടകരെ ചോദ്യം ചെയ്തു.

ഫ്രഞ്ചുകാരന്റെ ചോദ്യത്തിന് വൃദ്ധകൾ മറുപടി നൽകി:

“ദൈവത്തിന് അറിയാം ഞങ്ങൾ ദേവാലയത്തിലേക്ക് നടക്കുന്നു. ഒരുപക്ഷേ ഞങ്ങളുടെ ഹൃദയം അവിടെ ഉണ്ടാകും.”

മുൻ പടയാളികളോട് അവർ ചോദിച്ചതിന് അയാൾ മറുപടി പറഞ്ഞു, “ഞാൻ ഈ ലോകത്ത് ഏകനാണ്, താമസിക്കാനൊരു ഇടമില്ല.”

അപ്പോൾ അവർ കസറ്റ്സ്കിയോട് ചോദിച്ചു

“ഞാനൊരു ദൈവദാസനാണ്.”

ഫ്രഞ്ചുകാരൻ പോക്കറ്റിൽനിന്ന് കുറച്ച് വെള്ളിനാണ്യങ്ങൾ എടുത്ത് ഓരോ തീർത്ഥാടകനും ഇരുപത് കോപെക്സ് വീതം നല്കി. “ചായ, ചായ” എന്നു പറഞ്ഞയാൾ പുഞ്ചിരിച്ചു. പിന്നെ കസറ്റ്സ്കിയുടെ തോളിൽ ഗ്ലൗസ്സിട്ട തന്റെ കൈകൊണ്ട് സ്നേഹപൂർവം തട്ടി.

“ക്രിസ്തു നിങ്ങളെ സംരക്ഷിക്കട്ടെ” കസറ്റ്സ്കി തൊപ്പി ശിരസ്സിൽ നിന്ന് എടുത്ത്പൊക്കി. തന്റെ കഷണ്ടിത്തല കുനിച്ച്, മറുപടി നൽകി.

ഈ യാദൃച്ഛിക കൂടിക്കാഴ്ച കസറ്റ്സ്കിക്ക് പ്രത്യേകമായൊരു ആനന്ദം നേടിക്കൊടുത്തു; കാരണം ആളുകൾ അയാളെക്കുറിച്ച് ചിന്തിക്കുന്നതിനെ അവഗണിക്കാനയാൾക്ക് കഴിഞ്ഞു - ഇരുപത് കോപെക്സ് എളിമയോടെ സ്വീകരിക്കാനും പിന്നീടത് കുരുടനായൊരു യാചകന് കൊടുക്കുവാനും. മനുഷ്യരുടെ പ്രശംസയ്ക്കായി ചെവികൊടുക്കാതെ ദൈവത്തെ കൂടുതൽ ശക്തമായി സ്പർശിച്ചറിയുവാനും കഴിഞ്ഞു.

ഇപ്രകാരം എട്ടുമാസങ്ങൾ കടന്നുപോയി. ഒമ്പതാം മാസം ഒരു സംസ്ഥാനത്തിലൂടെ കടന്നുപോകവേ, ഒരു വിശ്രമസ്ഥലത്ത് മറ്റ് തീർത്ഥാടകരോടൊപ്പം രാത്രി ചെലവഴിക്കുമ്പോൾ കസറ്റ്സ്കി അധികാരികളാൽ ചോദ്യംചെയ്യപ്പെട്ടു. അയാൾക്ക് പാസ്പോർട്ട് കാണിക്കാൻ കഴിയാതിരുന്നതിനാൽ, അയാളെ വിസ്താരത്തിനായി പൊലീസ്സ്റ്റേഷനിലേക്ക് കൊണ്ടുപോയി. അയാളുടെ പേരും പാസ്പോർട്ട് വിവരങ്ങളും അവർ ചോദിച്ചു; താൻ ദൈവത്തിന്റെ ദാസനാണെന്നും, പാസ്പോർട്ട് ഇല്ലെന്നും അയാൾ മറുപടി നല്കി. അലഞ്ഞുനടക്കുന്നവനെന്ന നിലയ്ക്കയാൾ വിചാരണ ചെയ്യപ്പെട്ടു; ശിക്ഷിക്കപ്പെട്ടു. സൈബീരിയയിലേക്ക് നാടുകടത്തപ്പെട്ടു.

സൈബീരിയയിൽ സമ്പന്നനായൊരു കർഷകന്റെ ഫാമിൽ സ്ഥിരമാക്കി. ഇപ്പോഴും അയാൾ അവിടെത്തന്നെ താമസിക്കുന്നു. ധനികനായ ആ കർഷകന്റെ തോട്ടത്തിൽ അയാൾ ജോലിചെയ്യുന്നു. ഗ്രാമീണരായ കുട്ടികളെ പഠിപ്പിക്കുന്നു, രോഗികളെ ശുശ്രൂഷിക്കുന്നു. ∎

www.ingramcontent.com/pod-product-compliance
Lightning Source LLC
LaVergne TN
LVHW041609070526
838199LV00052B/3065

* 9 7 8 9 3 8 7 3 5 7 6 5 5 *